TITLE : Saṃvedanānā śilālekha : vārtāsaṅgraha /

AUTHOR STAT : Candrakānta Mahetā.

EDITION STAT : 1. āvr̥tti.

IMPRINT : Amadāvāda : Gurjara Grantharatna, 2011

NATURE SCOPE : Short stories.

LANGUAGE : In Gujarati.

OCoLC#733724343

D.K Agencies (P) Ltd. DKGUJ-7656

www.dkagencies.com

સંવેદનાના શિલાલેખ

(વાર્તાસંગ્રહ)

ડૉ. ચંદ્રકાન્ત મહેતા

ગૂર્જર ગ્રંથરત્ન કાર્યાલય

કિંમત : રૂ. 120=00 પહેલી આવૃત્તિ : એપ્રિલ 2011

SAMVEDNANA SHILALEKH
a collection of Gujarati short stories
by Dr. Chandrakant Mehta
Published by Gurjar Granth Ratna Karyalaya, Gandhi Road,
Ahmedabad 380 001 (India)

© મંજુલા સી. મહેતા

પૃષ્ઠ : 8 + 200
ISBN : 978-81-8480-512-3
નકલ : 1250

■ પ્રકાશક : અમરભાઈ ઠાકોરલાલ શાહ **ગૂર્જર ગ્રંથરત્ન કાર્યાલય** રતનપોળનાકા સામે, ગાંધીમાર્ગ, અમદાવાદ-380 001. ફોન : 079-22144663. e-mail : goorjar@yahoo.com ■ ટાઇપસેટિંગ : **શારદા મુદ્રણાલય** 201, તિલકરાજ, પંચવટી પહેલી લેન, આંબાવાડી, અમદાવાદ-380 006. ફોન : 26564279 ■ મુદ્રક : **ભગવતી ઑફસેટ** સી/16, બંસીધર એસ્ટેટ, બારડોલપુરા, અમદાવાદ-380 004

અર્પણ

સાડા ચાર દાયકાથી
મૈત્રી-સંબંધની શાન
સાચવતા, મારા સન્મિત્ર,
કર્ણાવતી ક્લબના આદ્ય સ્થાપક
સદસ્ય, પૂર્વ પ્રમુખ અને
ગુલમહોર ગ્રીન ગોલ્ફ એન્ડ
કન્ટ્રી - ક્લબના ચૅરમેન :
શ્રી ત્રિલોક પરીખ
તથા
શ્રીમતી સુધાબેન પરીખને
અંતરના ઉમળકા સહ...

- ડૉ. ચંદ્રકાન્ત મહેતા

હૃદય, જાળવો તો ફૂલ, નહીં તો શૂલ

હૃદય માણસની ભાવનાઓનું કેન્દ્રસ્થાન છે. એક નાનકડું હૃદય એમાં કેટકેટલા ભાવ પડેલા છે. પોઢેલા છે. 'નાશાદ'ના શબ્દોમાં કહીએ તો –

'રંજ ભી હૈ, ગમ ભી હૈ, હસરત ભી હૈ, અરમાન ભી
એક જરા સે ઘર મેં તૂને, કિતને મહેમાં ભર દિયે.'

હૃદયને રીઝતાં પણ વાર નહીં, અને ખિજાતાં પણ વાર નહીં. આપવા બેસે ત્યારે સઘળું આપી દે અને માગવા બેસે ત્યારે સઘળું આપી દે અને માગવા બેસે ત્યારે સર્વસ્વ માગી લે ! મહોબ્બત અને નફરતના પ્રવાહો હૃદયમાં ક્યારે પલટો લે એની કોને ખબર ! હૃદય ભાવની ભાષા જાણે છે, ભાવનાની ભાષા પિછાણે છે, અને તર્કની ભાષામાં રસ નથી ! એને ફૂંકી-ફૂંકીને કદમ માંડવાની કે નિર્ણયો કરવાની આદત નથી !

હૈયું ઝરમર વરસી શકે અને મૂશળધાર પણ ! એની પાસે વીજળીનો ચમકારો પણ છે અને મહોદધિની ગર્જના પણ ! હરખની હેલી પણ છે અને આંસુનો દરિયો પણ ! ઉરની વાત નોખી, ઉરની વાત અનોખી. જેટલા હૈયાં તેટલી વાત, જેટલાં હૈયા તેટલા ઝંઝાવાત. સંવેદનશીલતા એનો વિજય છે અને સંવેદનહીનતા એનો પરાજય ! હૃદય ઝૂરે પણ ખરું, ઝૂકે પણ ખરું અને જો એ તૂટે તો રડે પણ ખરું અને રોષે ભરાય તો પ્રતિશોધનો કુપંથ અપનાવે પણ ખરું ! હૃદયને જાળવવું અને જીરવવું એક અગ્નિપરીક્ષા છે.

'સંવેદનાના શિલાલેખ' વાર્તાસંગ્રહમાં ભાવનામાં તરતાં, તણાતાં, ડૂબતાં અને તોફાની મોજાંનો સામનો કરી કિનારે પહોંચતાં માનવોની વાર્તાઓ છે. પ્રત્યેક પાત્રની વિશેષતાઓ પણ છે અને મર્યાદાઓ પણ. ક્યાંક ફનાગીરી છે, ક્યાંક ક્ષમાદાન છે, ક્યાંક પરિતાપ છે, ક્યાંક પશ્ચાત્તાપ છે, ક્યાંક ક્ષમાદાન છે, ક્યાંક ફંટાવાની પ્રવૃત્તિ છે તો ક્યાંક ગુમરાહ બન્યા બાદ પુનઃ જાગૃતિનો આયાસ છે. અહીં 'હૈયાની હલચલ' કેવળ યુવાહૃદય પૂરતી સીમિત નથી,

પણ પરિવાર, મિત્રો, કર્મક્ષેત્ર અને વ્યાપક અર્થમાં બૃહદ સમાજની પણ વાત છે. જેમ ચહેરે-ચહેરે કથા છે તેમ હૈયે-હૈયે કથા પણ છે અને વ્યથા પણ ! સાચી વાત તો એ છે કે 'દર્દ હૈ દિલ કે લિયે, ઔર દિલ ઈન્સાં કે લિયે'. હૃદય માનવજીવનની મહામૂલી મૂડી છે. 'રમણગીતા'માં એટલે જ કહેવામાં આવ્યું છે કે સંસાર મનથી અલગ નથી અને મન હૃદયથી ભિન્ન નથી. પરિણામે સમરૂપ કથા હૃદયમાં જ સમાપ્ત થાય છે.

'સંવેદનાના શિલાલેખ' માનવહૃદયની સંવેદનાઓને વાચા અર્પતી વાર્તાઓનો સંગમ છે. બધી જ વાર્તાઓ માનવહૃદયની સંવેદનાઓના શિલાલેખની ભૂમિકા ભજવે તેવી મર્મસ્પર્શી છે.

મારી વાર્તાસૃષ્ટિને વાચકોનો ઉમળકાભીનો સત્કાર સાંપડ્યો છે, 'કેમ છે દોસ્ત' ના શીર્ષક હેઠળ પ્રગટ થતી વાર્તાઓને માત્ર ગુજરાતમાંથી નહીં દેશ-વિદેશના ગુજરાતી વાચકોએ પણ વધાવી છે. એની લોકપ્રિયતામાં મારું પ્રિય અખબાર 'ગુજરાત સમાચાર' પણ યશભાગી છે.

મારી મુદ્રિત વાર્તાઓને મારી જીવનસંગિની મંજુબેને જીવનની જેમ જાળવી છે અને ગૂર્જર પરિવારના મોવડી શ્રી મનુભાઈ શાહે મારા સાહિત્ય પ્રકાશન માટે મુક્તમને આવકાર્યું છે. એમની લાગણીની કદર કરું છે.

ડૉ. ચંદ્રકાન્ત મહેતા
(પૂર્વઉપકુલપતિ, ગુજ. યુનિ.,
કટારલેખક : ગુજરાત સમાચાર)

૨જી માર્ચ, (શિવરાત્રી) ૨૦૧૧,
૧૬, હેવન પાર્ક, રામદેવનગર પાસે,
સેટેલાઇટ, અમદાવાદ - ૩૮૦૦૧૫
મોબાઇલ : ૯૮૨૪૦ ૧૫૩૮૬

ડૉ. ચંદ્રકાન્ત મહેતાની કૃતિઓ

કાવ્ય

(૧) ધીરે વહે છે ગીત

વાર્તા સંગ્રહ

(૨) મન-મધુવન
(૩) સ્વપ્નલોક
(૪) અંતર ભીનાં ભીનાં
(૫) ભીતર ટહુકે મોર
(૬) કેમ છે દોસ્ત !
(૭) સમણે સમણે નોખી ભાત
(૮) પંખી નીલગગનનાં
(૯) પ્યાસ આકાશ
(૧૦) સાંધ્ય-ગગન
(૧૧) ડૉ. ચંદ્રકાન્ત મહેતાની ૫૧ શ્રેષ્ઠ વાર્તાઓ (સં. મંજુ મહેતા)
(૧૨) હૈયે હૈયે હલચલ
(૧૩) સંવેદનાના શિલાલેખ
(૧૪) સ્પંદનનાં પ્રતિબિમ્બ

નિબંધસંગ્રહ

(૧૫) જિંદગીને ઝરૂખેથી
(૧૬) અંતરને અજવાળે
(૧૭) જીવન અંજલિ થાજો
(૧૮) મને ગગન પડે છે નાનું
(૧૯) આપણે ઘડવૈયા બંધુ આપણા
(૨૦) જાગો ફિર એક બાર !
(૨૧) થોડુંક આકાશ... થોડીક ધરા
(૨૨) મહેકતો રહેજે મનવા

ચિંતન

(૨૩) એક જ દે ચિનગારી
(૨૪) અંતર્દ્વાર
(૨૫) પ્રકાશદીપ
(૨૬) જીવનદીપ
(૨૭) ચિંતનદીપ
(૨૮) તારો ચંદ્ર વધુ શીતળ
(૨૯) મારો તડકો મને પાછો આપ
(૩૦) કમળપત્રમાં અશ્રુબિંદુ
(૩૧) આવજો કહેવાનું ભુલાઈ ગયું
(૩૨) હું ક્ષણિક, તું ચિરંતન
(૩૩) દીપ જલે દિલમાં
(૩૪) અમૃતકુંભ
(૩૫) પંથ જુએ છે વાટ
(૩૬) કદમ, તને સલામ
(૩૭) તું હારવા જન્મ્યો નથી
(૩૮) જીવન કર્મયોગનું ઝરણું
(૩૯) જ્યોતિકલશ છલકે

જીવનઘડતરલક્ષી

(૪૦) ઈશ્વરના ઘરનો ટેલિફોન નંબર કયો ?
(૪૧) હૈયાને છાંયે છૈયા
(૪૨) લીલા વાંસના મીઠા સૂર
(૪૩) શ્યામ-ગુલાબી આકાશ
(૪૪) એક વાર રસ્તામાં સામે મળી જિંદગી
(૪૫) સ્વપ્નશિલ્પી
(૪૬) ધર્મ કરે છે સાદ
(૪૭) માણસાઈ કરે છે સાદ
(૪૮) સમાજ કરે છે સાદ
(૪૯) સફળતા કરે છે સાદ
(૫૦) જિંદગી કરે છે સાદ
(૫૧) ગોતવા છે ગુલમોર
(૫૨) નહીં માફ નીચું નિશાન

બાળસાહિત્ય

(૫૩) ચંદ્રશેખર આઝાદ (પુરસ્કૃત)
(૫૪) વીર ભગત સિંહ
(૫૫) આઝાદીના અમૃતપુત્રો
(૫૬) વતનનાં રતન
(૫૭) છુકછુકગાડી ગીતોની
(૫૮) ઉત્સવોની રથયાત્રા
(૫૯) સુભાષચંદ્ર બોઝ

યુવાસાહિત્ય

(૬૦) કૉલેજની હવામાં
(૬૧) યુવાનો અને વ્યક્તિત્વ (ગુફ્તેગો શ્રેણી)
(૬૨) યુવાનો અને સમાજ (ગુફ્તેગો શ્રેણી)
(૬૩) યુવાનો અને પ્રણય (ગુફ્તેગો શ્રેણી)
(૬૪) યુવાનો અને પરિણય (ગુફ્તેગો શ્રેણી)
(૬૫) યુવાનો અને ધર્મ (ગુફ્તેગો શ્રેણી)

પત્રકારત્વ

(૬૬) પત્રકારત્વ : સિદ્ધાંત અને અધ્યયન
(૬૭) સંચાર માધ્યમ - સંશોધન (પદ્ધતિ અને સમીક્ષા)

(૬૮) મીડિયા અને આચારસંહિતા
(૬૯) સંચારનો સિદ્ધાંત (પ્રકાશ્ય)

જીવનચરિત્ર

(૭૦) ધર્મસેતુ : પ. પૂ. તેજેન્દ્રપ્રસાદજી મહારાજ
(૭૧) સરસ્વતીની અમૃતગાથા
(૭૨) ડૉ. ભીમરાવ આંબેડકર
(૭૩) સ્વાતંત્ર્યસેનાની યોગાનંદ
(૭૪) નારી તારાં નવલાં રૂપ
(૭૫) આઝાદીના અનુરાગીઓ

પ્રેરક કથાઓ

(૭૬) કેસરક્યારી
(૭૭) પાવનતાના પૂજકો
(૭૮) અલગારી ઇન્સાનો
(૭૯) બોધવાણી

પ્રૌઢશિક્ષણ

(૮૦) સમજણની કેડીએ ભાગ-૧
(૮૧) સમજણની કેડીએ ભાગ-૨

સંપાદન

(૮૨) લોકકવિ મીર મુરાદ
(૮૩) સિરિસિરિવાલ કહા (પ્રાકૃત)
(૮૪) મૂલદેવ કહા (પ્રાકૃત)
(૮૫) આઝાદીની આરાધના
(૮૬) કંકુ છાંટી કંકોતરી મોકલી (લગ્નગીતો)
(૮૭) લોકવાણી (લોકગીતો)
(૮૮) વંદના (પ્રાર્થના-ભજનો)
(૮૯) અર્ચના (સ્તુતિ-ભજનો)
(૯૦) મુક્તિ મહોત્સવની મહેફિલ
(૯૧) સ્વાતંત્ર્યયજ્ઞ : સ્મૃતિવંદના

એકાંકીસંગ્રહ

(૯૨) અન્વેષણ અને અન્ય એકાંકી

સમાજચિંતન

(૯૩) લાગણીનું ઘર
(૯૪) ઘરની લાગણી
(૯૫) તો કેડી બનશે રાજપથ
(૯૬) પગલે પગલે પ્રગટે કમળ
(૯૭) અશ્રુ આઝાદીની આંખનાં

हिन्दी रचनाएँ

(९८) संशोधन ग्रंथ मीर काव्यपरंपरा : एवं कवि मीर मुराद

कहानीसंग्रह

(९९) दिशान्तर
(१००) जरा ठहर जाओ (पुरस्कृत)
(१०१) नहीं आया वह अभी समय
(१०२) अनकहा दर्द
(१०३) आखिर कब तक ?

निबंधसंग्रह

(१०४) साथ-साथ चल रही किरन (नेशनल एवोर्ड सम्मानित)
(१०५) दिया जलाना कब मना है ?
(१०६) कहाँ रूका है काफिला ?
(१०७) तलाश : एक नये आसमान की
(१०८) एक झील अंदर भी
(१०९) चलना हमारा काम है
(११०) जीवन में विश्राम कहाँ ?
(१११) मैं हूँ नैया, मैं पतवार

सम्पादन

(११२) मुराद वाणी
(११३) तुलसीदास : पुनर्मूल्यांकन

पत्रकारिता

(११४) हिन्दी साहित्यिक पत्रकारिता
(११५) साहित्य एवं पत्रकारिता : एक परिक्रमा

नाटक

(११६) अन्वेषण और अन्य एकांकी (पुरस्कृत)

समीक्षा

(११७) आयास और उपलब्धि
(११८) साहित्य और पत्रकारिका की परिक्रमा

हाईकुकलश

(११९) सूरज ढूँढे किरन सतरंगी

English

(૧૨૦) Beyond the Horizon & other stories
(૧૨૧) Relavance of Mahatma Gandhi (Today)

અનુક્રમ

પુષ્કરરાય માટે આ દશ્ય નવું નહોતું. જ્યારથી ઈપ્સા અને ગર્વિત થોડાં સમજણાં થયાં, ત્યારથી તેમની મમ્મી કામનાદેવીએ તેમનું ઘડતર એવી રીતે કર્યું હતું કે તેમની નજરે મમ્મી 'અપ-ટુ-ડેટ' અને પપ્પા સાવ 'ગમાર' હોવાનો ખ્યાલ તેમના મનમાં દઢ થઈ ગયો હતો. એક મામૂલી ક્લાર્કમાંથી મોટા ગવર્નમેન્ટ ઑફિસર બનેલા પપ્પાના ઉત્કર્ષની વાતો કામનાદેવીએ ક્યારેય બાળકોને કરી નહોતી !

કામનાદેવી માનતાં હતાં કે તેમના પતિ પુષ્કરરાયને સરકારી કચેરીની ફાઈલોમાં કલમ ઘસ્યા સિવાય બીજા કશામાં રસ નથી. કામ ઓછું અને રુઆબ વધારે ! એનું નામ ઑફિસર ! આટલુંય પુષ્કરરાયના ભેજામાં ઊતરતું નહોતું, એનું કામનાદેવીને બહુ દુઃખ હતું.

કામનાદેવીની ટીકાટિપ્પણીથી કંટાળીને પુષ્કરરાય કહેતા : 'કામના, તમારા એક નહીં, સો વ્યંગ્યબાણોય મારું હૃદય વીંધી શકવાનાં નથી. હું મારી નિષ્ઠાને નેવે મૂકી સિદ્ધાંતો સાથે બાંધછોડ કરવા તૈયાર નથી. તમને નથી લાગતું કે તમારા જેવી 'આધુનિક' દીકરી માટે તમારા પિતાએ ખોટો જમાઈ પસંદ કર્યો છે ?'

સામે કામનાદેવીએ પણ તીક્ષ્ણ તીર છોડતાં કહ્યું હતું : 'પપ્પાને પણ એવું જ લાગ્યું હશે... કે તમે એક 'હોપલેસ કેસ' છો એમ માની એમણે તમારો કેસ મને સોંપી દીધો અને પોતે આ જગત છોડીને ચાલ્યા ગયા ! પપ્પાજીના ટચમાં તમે રહ્યા હોત તો માલામાલ થઈ ગયા હોત, પણ તમે તો 'કોરાધાકોર' રહી ગયા. ધિક્કાર છે તમારા જેવા શિક્ષિત લોકોને ! ખાનદાનીનું 'બૅલેન્સ' જાળવી રાખ્યું, પણ બૅન્ક બૅલેન્સની ચિંતા જરા પણ ન કરી. આ તો સારું છે કે મારા પપ્પા મોટી મિલકત મૂકતા ગયા છે, નહીં તો આપણી ઈપ્સા અને ગર્વિત તો આનંદપ્રમોદની તકોથી વંચિત રહી, તમારી 'બાંધી આવક'માં અભાવોમાં જ જીવ્યાં હોત. તમારા પપ્પાનો જમાનો જુદો હતો અને આજનો જમાનો જુદો છે. સુખી થવું હોય તો સુખ તરફ નજર રાખવી જોઈએ, એના ઉદ્દ્ગમસ્થાન ભણી નહીં. ઓહો ! આ બધું હું શા માટે તમને કહી રહી છું ? આ તો ભેંસ આગળ

ભાગવત વાંચવા જેવી વાત છે.'

કામનાદેવીના સામ્રાજ્યમાં દલીલને સ્થાન નહોતું. તેઓ એકચક્રી શાસનમાં જ માનતાં હતાં. કામનાદેવી કલકલ નાદે વહેતી સરિતા જેવી સ્ત્રી નહીં, પણ ભરઅષાઢે ગાંડીતૂર બનેલી, પ્રલયનાં પૂર રેલાવે એવી ઉધમાતિયણ નારી હતી. સ્વચ્છંદતાના રવાડે ચઢનારને સ્નેહ, સૌજન્ય કે સદ્‌વ્યવહારનું સ્મરણ પણ ક્યાંથી રહે ?

પુષ્કરરાયનું જીવન ધસમસતા પૂરનું સ્વાગત કરવા ટેવાયેલું નહોતું. તેમનું હૃદય સાવ નિષ્પાપ અને અંતર લાગણીનો ઝરો હતું. સહિષ્ણુતા અને ધીરજ તેમનાં સાથી હતાં. સ્વભાવે સાવ શાંત, સરળ, પ્રેમાળ, નમ્ર અને નિખાલસ... કામનાદેવીના ક્રોધનો જ્વાળામુખી ફાટે ત્યારે ઉદાર હૃદયના પુષ્કરરાય પરિસ્થિતિ સંભાળી લેતા. પ્રસંગો વીતી જતા, પરંતુ એના લિસોટા, ઉઝરડા પુષ્કરરાયના હૃદયની નાજુક દીવાલ પર પોતાની અમીટ છાપ છોડી જતા. આવી હતી કામનાદેવી અને પુષ્કરરાયના દામ્પત્યની વ્યથા-કથા.

કામનાદેવીએ ઈપ્સા અને ગર્વિતને વધારે પડતી છૂટ આપીને બેજવાબદાર તથા અહંવાદી બનાવી દીધાં હતાં. પોતાનાં બાળકો આઝાદ અને મનમોજી રહે એવો તેમનો આગ્રહ હતો. કામનાદેવીને તેમના પતિ પુષ્કરરાયની 'ભારતીયતા' ખટકતી હતી. તેઓ ઇચ્છતાં હતાં કે વૈભવની છોળો વચ્ચે જીવતાં તેમનાં સંતાનોની જેમ પતિના વ્યક્તિત્વની પણ કાયાપલટ થઈ જાય ! પરંતુ એક મધ્યમ વર્ગના પરિવારમાં ઊછરેલા પુષ્કરરાય અમીરીના આગમન પછી પણ પોતાની સાદગી અને નમ્રતાને ભૂલ્યા નહોતા. તેઓ ઇચ્છતા હતા કે પોતાનાં સંતાનો આધુનિક ભલે બને, પણ 'સંસ્કારી' બને, તેમનામાં સારી આદતો હોય, વિનય હોય.

પરંતુ કામનાદેવી કોઈ પણ ભોગે પોતાનાં સંતાનો ઈપ્સા અને ગર્વિતને 'સ્માર્ટ' બનાવવાનાં સ્વપ્નોમાં રાચતાં હતાં. તેઓ બાળકોના મનમાં પણ સતત એ વાત ઠસાવતાં હતાં કે તેમના પપ્પા ગરીબીમાં ઊછરેલા હોઈ ક્યારેય આધુનિક બની શકવાના નથી. એટલે તેમણે

પપ્પાથી દૂર રહીને પોતાની રીતે જીવવું જોઈએ. પપ્પાના વિચારો તો ઓગણીસમી સદીના છે !'

પરિણામે ઈપ્સા અને ગર્વિત પોતાના પપ્પાને વિચિત્ર નજરે જ જોતાં થઈ ગયાં હતાં અને પુષ્કરરાયનો સંતાનો સાથે વાત્સલ્ય-સેતુ રચાયો જ નહોતો. બબ્બે બાળકોના પિતા હોવા છતાં તેમને લાગતું હતું કે પોતે નિઃસંતાન છે.

એક દિવસ બપોરે એક ટેક્સી કામનાદેવીના બંગલા આગળ આવીને ઊભી રહી. પુષ્કરરાયનાં વિધવા ભાભી તેમના પુત્રને લઈને શહેરમાં માનસિક રોગની સારવાર કરાવવા માટે આવ્યાં છે, એ જાણીને કામનાદેવીનો મૂડ બગડી ગયો. બંગલાના વિઝિટર્સ રૂમમાં તેમને બેસાડીને પુષ્કરરાયને તેમની ઑફિસે ફોન કરીને તેમનાં વિધવા ભાભીના આવવાની જાણ કરી.

પુષ્કરરાય પત્ની કામનાદેવીના સ્વભાવને બરાબર જાણતા હતા, તેઓ ઑફિસ છોડીને તરત જ ઘરે આવી ગયા. ભાભી પુષ્કરરાયને જોઈને રડવા લાગ્યાં. 'એકના એક પુત્ર ગોત્રને માનસિક રોગની સારવારની જરૂર હતી, ગામડામાં આવી સારવાર શક્ય ન હોવાથી તેઓ પોતાના દિયર પુષ્કરરાયના ભરોસે શહેરમાં આવ્યાં છે.' એવું જાણી તેમણે ભાભીનું ઉષ્માભર્યું સ્વાગત કર્યું. ભાભીને ઘરમાં લઈ ગયા અને કામનાદેવી સાથે વાત કરાવી અને ગોત્રની તબિયત વિશે માહિતગાર કર્યાં.

કામનાદેવીએ પણ પુષ્કરરાયનાં વિધવા ભાભીનું હૃદયથી સ્વાગત કર્યું. અને 'ગેસ્ટ રૂમ'માં તેમનો સામાન મુકાવી પ્રેમથી ડ્રોઈંગરૂમમાં બેસાડ્યાં. કામનાદેવીની ઉદારતા, સમજ અને સહકાર જોઈને પુષ્કરરાયે પણ હાશકારો અનુભવ્યો.

પુષ્કરરાયના બંધુપ્રેમની કામનાદેવીને બરાબર જાણ હતી. ગામડામાં વડીલોપાર્જિત મિલકતમાંથી હક જતો કરીને પુષ્કરરાય શહેરમાં આવીને વસ્યા હતા. તેમના મોટા ભાઈ ગામડામાં ખેતી સંભાળતા હતા અને પોતાના પરિવારનું ગુજરાન ચલાવતા હતા. પુષ્કરરાયના મોટા ભાઈનું

અવસાન થયું, ત્યારે મિલકતની વહેંચણીના કાગળમાં સહી કરીને બધી જ મિલકત તેમણે ભાઈના પુત્ર ગોત્રના નામે કરી દીધી હતી, અને તે પણ કામનાદેવીને પૂછ્યા વગર !

અને એનું કામનાદેવીને પારાવાર દુઃખ હતું. તેમણે ઈપ્સા અને ગર્વિતને એ વાત બરાબર સમજાવી દીધી હતી કે તેમના પપ્પાએ પોતાના ભાઈ માટે આજ લગી ખૂબ જ ભોગ આપ્યો છે અને તેમના ભોળા પપ્પાને પટાવીને ભત્રીજા ગોત્રે બધી મિલકત પોતાના નામે કરાવી લીધી છે. પતિની 'આંધળી ઉદારતા'થી દુભાઈને કામનાદેવીએ વિધવા ભાભી સાથે સંબંધ પણ તોડી નાખ્યો હતો...

પુષ્કરરાયે કામનાદેવીને વારંવાર સમજાવતાં કહ્યું હતું : 'કામના, આપણી પાસે બંગલો છે, નોકર-ચાકર બધું જ છે. સરકારી ઑફિસરની નોકરી છે. શી ખોટ છે આપણને ? ગામડામાં એક નાનકડું ઘર છે, થોડા દાગીના છે અને જમીન છે. છોને બિચારો ગોત્ર બધું વાપરે. ગામડામાં બીજું એને મળવાનું પણ શું ? તે બહુ ભણ્યો નથી. તેને દુઃખ પડે તો મારા મોટા ભાઈનો આત્મા દુભાય. અને કામના, તને ગામડું તો જરા પણ પસંદ નથી તો પછી ભાગ માગવાની જરૂર પણ શી છે ? ગોત્ર એ આપણા પુત્ર જેવો જ કહેવાય. એનો સહારો આપણે નહીં બનીએ તો બિચારો એકલો શું કરશે ? ગોત્ર મારા ભાઈની થાપણ છે. સ્પર્ધા હક માટે નહીં, ત્યાગ માટે થાય.' અને કામનાદેવી કશું જ બોલ્યા વગર ચાલ્યાં ગયાં હતાં.

અને એમ પાંચ વર્ષ વહી જતાં ગોત્ર પણ જુવાનજોધ બની ગયો, પણ તેની માનસિક હાલત સારી નહોતી. તેની સારવાર પાછળ પુષ્કરરાય ખર્ચ કરે એ વાત કામનાદેવીને લેશમાત્ર રુચતી નહોતી.

ગોત્ર અજાણ્યા સ્થળે આવ્યો હોવાથી નોર્મલ નહોતો. પુષ્કરરાયની ભાભીએ ગોત્રને એક બાજુ બેસવાની સૂચના આપી એટલે ગોત્ર વીફર્યો. આગ્નેય નેત્રો સાથે ઘુરકિયાં કરતો એ તોફાને ચઢ્યો. કામનાદેવી તેને પકડવા ગયાં તો ગોત્રે એમને પણ ધક્કો મારી પાડી નાખ્યાં. એક પળમાં જ એણે ટેલિફોનના ભુક્કા બોલાવી દીધા. સામે દીવાલ પર ટાંગેલો

કામનાદેવી અને પુષ્કરરાયનો લગ્નનો ફોટો પણ જમીનદોસ્ત કરી દીધો. ટેબલ પર પડેલાં ચાના કપ અને નાસ્તાની પ્લેટો ઉપાડી-ઉપાડીને ફેંકવા માંડી. પુષ્કરરાયે તરત જ ફોન કરીને ડૉક્ટરને બોલાવી ગોત્રને ઘેનનું ઇંજેક્શન અપાવ્યું, ત્યારે કામનાદેવીને હાશ થઈ.

ગોત્રે આટલું તોફાન કર્યા છતાં કામનાદેવીના મુખે શિકાયતનો શબ્દ સાંભળવા ન મળ્યો એટલે પુષ્કરરાયને લાગ્યું કે કામનાદેવીએ ગોત્રના પાગલપણાને માફ કરી દીધું છે અને વર્તમાનની કઠોરતાને એમણે હકીકતરૂપે સ્વીકારી લીધી છે.

ગોત્રનું આગમન ઈપ્સા અને ગર્વિતને ખૂંચતું હતું. ગર્વિતને લાગતું હતું કે પપ્પા પર બંધુપ્રેમનું ભૂત સવાર થયેલું છે. બધી મિલકત લખી આપ્યા પછી પણ પપ્પા ગોત્ર માટે ખર્ચ કરે તે ગર્વિતને મંજૂર નહોતું. એણે પુષ્કરરાયને તેમની ભાભીની હાજરીમાં અલ્ટિમેટમ આપી દીધું : 'પપ્પા, એક વાત કાન ખોલીને સાંભળી લો. તમને બાવા બનવાનો શોખ છે, દાદાજીની મિલકતમાંથી તમે હક જતો કર્યો અમે કોઈએ વાંધો ન લીધો, પણ હવે તો હદ થાય છે. ગોત્રને તમે હવે મદદ કરશો તો એ હરામ હાકડાંનો થઈ જશે. તમે તમારા મોટા ભાઈને 'રામ' માનતા હતા, પણ પપ્પા, આ તો ઘોર કળિયુગ ચાલે છે. કળિયુગના 'રામ'નો પુત્ર લખણવંતો પણ હોઈ શકે. માટે આ બધી તમારી નુકસાનકારક ઉદારતા જવા દો. મારું ચાલે તો ગોત્ર જેવા પ્રમાદી પિતરાઈ ભાઈને એક પળ માટે પણ ઘરમાં રહેવા ન દઉં.' પુષ્કરરાય જાણે કે કામનાદેવીની વાણી ગર્વિતના મુખેથી સાંભળી રહ્યા હતા.

પણ પુષ્કરરાયને કામનાદેવીનો સપોર્ટ મળી ગયો હતો, એટલે એમણે મૌન ધારણ કર્યું. બીજા દિવસે ગોત્રની જવાબદારી કામનાદેવીને સોંપીને તેઓ પોતાની ઑફિસ ગયા અને શહેરના મનોચિકિત્સક ડૉ. ગાંધીની ગોત્ર માટે એપોઇન્ટમેન્ટ પણ મેળવી લીધી.

અને સાંજે પ્રસન્નચિત્તે પુષ્કરરાય પાછા ફર્યા. નોકરે તરત જ એમના હાથમાં ચિઠ્ઠી આપી હતી. અક્ષરો કામનાદેવીના હતા. તેમણે લખ્યું હતું : 'પુષ્કર, તમે ગામડેથી જે જાનવર લાવ્યા હતા તેને હું ગામડે મૂકવા જાઉં છું.'

પુષ્કરરાયનું મન દુઃખ, આઘાત અને વિષાદથી ભરાઈ ગયું. અને બીજા દિવસે સવારે કામવાળી પુષ્કરરાયને આખા ઘરમાં શોધી વળી, પણ ક્યાંય તેઓ દેખાયા નહીં. કામનાદેવી તો ગામડે ગોત્રને મૂકવા ગયાં હતાં. ઈપ્સા અને ગર્વિતને સવારના પહોરમાં ડિસ્ટર્બ કરવાની હિંમત કોણ કરે ? કામનાદેવીના આવ્યા બાદ કામવાળીએ પુષ્કરરાય ઘરમાં નથી, એવી ખબર તેમને આપી. ત્યાં જ ડાઇનિંગ ટેબલ પર પડેલી એક ચિઠ્ઠી નજરે પડી. તેમાં લખ્યું હતું : 'હું ઘર છોડું છું પણ આત્મહત્યા નહીં કરું, જીવતો રહીશ. કદાચ ગોત્ર અને ભાભી સાથે રહીને પણ મારું કર્તવ્ય હું અદા કરીશ. પૈસા ખાતર પ્રેમ અને લાગણીનું લિલામ મારે નથી કરવું. ઘરનાની નજરે હું પાગલ છું, પણ એવું પાગલપણું જ મારું જીવન છે. ગર્વિતને જણાવજો કે આધુનિક કે 'મૉડર્ન' ગણાવા માટે વિશેષ 'દુર્ગુણો' વિકસાવવાની જરૂર નથી ! હું ધારત તો આત્મકેન્દ્રી અને ધનભૂખ્યો માણસ બની શકત, પણ મારે મન જીવન એ સુખ નહીં, શાંતિની શોધ છે. લગ્નજીવન ઠરવા માટે છે, આજીવન બળતા રહેવા માટે નહીં ! સંતાનને પોતાના પિતા 'ઘડતર રૂપ' લાગવાને બદલે 'નડતર રૂપ' લાગે એવો ઉછેર કરનાર માતા પતિની જ નહીં, સમગ્ર સમાજની અપરાધી છે. કારણ કે ઉત્તમ નાગરિકની સમાજ-દેશ અને વિશ્વને ભેટ ધરવી એ કુદરતનો દામ્પત્યને વણલખ્યો આદેશ છે ! માનવતા અને આભાસી દામ્પત્યસુખ બન્નેમાંથી મારે કોઈ એકની પસંદગી કરવાની હોય તો હું માનવતાને જ અગ્રિમતા આપીશ. એક જ છત નીચે મન મારીને પડ્યા રહેનાર પતિ કરતાં 'વ્રત' ખાતર ફના થનાર પતિ લાખ દરજ્જે સારો. મારે મારા સ્વર્ગસ્થ મોટા ભાઈ પ્રત્યેનો ધર્મ નિભાવવાનો છે. કામનાદેવી, તમે ભલે મારા નહીં, 'તમારા' ઘરને સ્વર્ણિમ 'લંકાપુરી' બનાવો, મને મારો સેવાધર્મ અદા કરવા દો.'

લિ. પુષ્કરરાય

... ચિઠ્ઠી વાંચીને ગર્વિત, ઈપ્સા અને કામનાદેવી ખડખડાટ હસ્યાં હતાં. ખાનદાનીને સમજવા ને મૂલવવા ખાનદાન હૃદય જોઈએ, જે મતલબી માનવીઓના નસીબમાં ભાગ્યે જ લખાયેલું હોય છે !

□

૧. ઋણ-અદાયગી

પુષ્કરરાયના પૂજારૂમમાં ઘંટડી ખખડી... ઘંટડીનો અવાજ સાંભળતાંની સાથે જ ઈપ્સા પૂજારૂમમાં ધસી આવી અને સત્તાવાહી સ્વરમાં બોલી : 'પપ્પા, મેં તમને કેટલી વાર કહ્યું છે, હું શાસ્ત્રીય સંગીત સાંભળવામાં તલ્લીન હોઉં, ત્યારે પૂજાની ઘંટડીનો સહેજ પણ અવાજ ન આવવો જોઈએ, પણ તમે તો સમજવા જ તૈયાર નથી ! તમારી પૂજાથી તો બિચારા ભગવાન પણ કંટાળી ગયા હશે... મમ્મીએ તમારું નામ 'કન્ટ્રી-મેન' પાડ્યું છે, તે સાવ ખોટું તો નથી જ.'

'મારે પણ એ જ કહેવું છે. પપ્પાને ખબર છે કે રવિવારે મારી આંખ નવ વાગ્યે ખૂલે છે. તો પપ્પાએ, આમ આઠ વાગતાંમાં 'ભગતવેડા' ચાલુ કરીને મારી નિદ્રાવસ્થાની ઘોર ખોદી નાખી ! પપ્પા, લોકો અજાતશત્રુ હોય છે, પણ તમે તો બીજાને માટે ઊંઘશત્રુ છો. રવિવારે તમારા ભગવાનને આરતીના ઘોંઘાટથી ન જગાડો, તોપણ એ તો બિચારો તમને આશીર્વાદ આપશે જ. ભારતમાં ભક્તો દર્શન કરતાં પ્રદર્શનને શા માટે આટલું બધું મહત્ત્વ આપે છે, એ પણ એક રિસર્ચનો વિષય છે.' ગર્વિતે અટ્ટહાસ્ય કરતાં કહ્યું અને ઉમેર્યું કે 'પપ્પા બુદ્ધિ વાપરવામાં સ્ટેગરિંગ પદ્ધતિ અજમાવતા લાગે છે !

'અરે ગર્વિત, સ્ટેગરિંગ માટેય બુદ્ધિ તો સ્ટૉકમાં હોવી જોઈએ ને. તારા પપ્પાએ તો ઉપલો માળ ભાડે આપેલો છે.' કામનાદેવીએ પોતાના પુત્ર ગર્વિતની વાતને હરખભેર ટેકો આપતાં કહ્યું.

કામનાદેવીનો અવાજ સાંભળી પુષ્કરરાય પૂજારૂમમાંથી બહાર આવ્યા, એમને જોઈને કામનાદેવી તાડૂક્યાં : 'આમ બાઘાની જેમ શું જોયા

કરો છો ? તમને તો ખબર છે કે મારા ગર્વિતની ઊંઘ બગડે તો એનો દિવસ બગડે છે. અને મારી ઈપ્સાની સંગીતસાધનામાં તમે ખલેલ પહોંચાડવાનું મહાપાપ કર્યું છે. આપણાં લગ્ન થયે ત્રીસ વર્ષ થયાં, પણ હજી સુધી આપણા ઘરની ઍટિકેટનો તમને ખ્યાલ નથી આવ્યો. ક્યાં સુધી આમ તમે દેશી રહેશો. વીસમી સદીની દુનિયા છે તેની થોડી તો ખબર રાખો. હે ભગવાન, મારા પપ્પાએ તમને ક્યાંથી શોધી કાઢ્યા ? પપ્પા તો સ્વર્ગે સિધાવ્યા અને તમને મારે માથે મારતા ગયા.'

'ખરી વાત છે, મમ્મી. પપ્પાને ઘડતાં-ઘડતાં તો ખુદ ભગવાન પણ થાકી ગયા હશે ! થાકમાં ને થાકમાં પપ્પાના દિમાગમાં હાસ્યના સ્પૅરપાર્ટ્સ ફિટ કરવાનું ભૂલી ગયા છે. મમ્મી, તમે પેપરમાં એક ઍડવર્ટાઇઝ આપો : 'મારા પતિને હસાવનારને રૂપિયા દસ હજારનું ઇનામ.' ઈપ્સાએ મમ્મીનો હાથ ચૂમતાં કહ્યું.

'બિચારો ટ્રાય કરનાર જ આપઘાત કરી બેસે.' - કહીને ઈપ્સાનો હાથ પકડીને કામનાદેવી સોફા પર ગોઠવાયાં. એટલામાં કામવાળી ચાની ટ્રે લઈને આવી. નાસ્તામાં બટાકાપૌંઆની પ્લેટ જોઈને ગર્વિત ભડક્યો. તેણે કહ્યું : 'પપ્પાબ્રાન્ડ બ્રેકફાસ્ટ મારે નથી 'આરોગવો.' મમ્મી, તમને તો ખબર છે મારી ચોઇસ. રવિવારે સવારે મારી આંખ ખૂલે કે તરત જ મારે ગરમાગરમ પાસ્તાનો બ્રેકફાસ્ટ જોઈએ. તો આ 'કન્ટ્રી' નાસ્તાનો ઑર્ડર કોણે આપ્યો ?... મમ્મી, તમારે કહેવાની જરૂર નથી; હું સમજી ગયો છું. પપ્પાએ જ વહેલા ઊઠીને આપણી સવાર બગાડી હશે. બટાકાપૌંઆથી આગળ તેઓ વિચાર પણ ન જ શકે ને ? એ સ્વાભાવિક પણ છે. મારા મધ્યમ વર્ગના દાદાજીએ પપ્પાને સાદગી અને સંસ્કારના બહાના હેઠળ બીજું કશું શિખવાડ્યું જ નથી. અને મારા અમીર નાનાજીએ મમ્મી, તમારો કેવો જોરદાર ઉછેર કર્યો છે, ખરું ને મમ્મી ?'

પુષ્કરરાય ગર્વિતની વાતો સાંભળી સમસમી ઊઠ્યા અને પોતાના રૂમમાં ચાલ્યા ગયા. કામવાળી ગરમ-ગરમ પાસ્તા બનાવીને લાવી અને મમ્મી, પુત્ર અને પુત્રી નાસ્તો કરવામાં પરોવાઈ ગયાં.

૨. અનોખો વારસદાર

નોકર પૂછે છે : 'નૂતના મૅડમ, દરવાજા પર જૂની તકતી તૂટીને નીચે પડી છે... એને ફરી ખીલીથી જડી દઉં કે પછી...'

'તારે જે કરવું હોય તે કર ! મારે જૂની તકતી સાથે કશી જ લેવાદેવા નથી ! તકતીઓ તો તૂટવા જ સર્જાઈ હોય છે' - નૂતનાએ વગર વિચાર્યે કહી દીધું.

નોકર કાન્તુ છેલ્લાં ૩૦ વર્ષથી નૂતનાના પપ્પાના બંગલામાં કામ કરે છે. કાન્તિલાલ નામ સાથે આ બંગલામાં આવ્યો હતો... પણ નોકરને કોણ જાણે કેમ, પણ આપણાં ઘરોમાં સન્માન્ય સંબોધન પ્રાપ્ત થતું નથી ! ૨૦ વર્ષે એનું ટૂંકું નામ હતું કાન્તુ અને આજે ૫૦મા વર્ષે પણ એનું નામ કાન્તુ જ છે ! કાન્તુ કુંવારો હતો, પછી પરણ્યો, પિતા બન્યો અને આજે દાદા છે, પણ એ રહ્યો... કાન્તુ જ ! કાન્તુ મનોમન વિચારી રહ્યો હતો... નૂતનાના ભારત આવ્યાના સમાચાર મળતાં નુતનાના પપ્પાની નોકરી છોડી નૂતનાના બંગલે આવી પહોંચ્યો હતો...

કાન્તુએ ભોંય પર પડેલી નામની તકતીને ઉઠાવી અને નૂતના મૅડમના ચહેરા તરફ નજર કરી !

ગોરો વાન, ભૂરી આંખો, દાડમની કળી શા દાંત, વગર લિપસ્ટિકે ગુલાબી લાગતા હોઠ, રુઆબદાર વેશભૂષા, કલપ કરેલા રજતરંગી વાળ વચ્ચે ભૂતકાળની કેશવૈભવની શાખ પૂરતા રડ્યા-ખડ્યા કાળા વાળ ! ૫૫મે વર્ષે પણ નૂતનાદીદી સૌંદર્યની દેવી જેવાં લાગતાં હતાં ! પણ હૈયાફૂટ્યા ધનુષ્યશેઠ...' 'રામ-રામ-રામ', મારે સવારે-સવારે ધનુષ્યશેઠ જેવા મતલબી માણસનું નામ ન લેવું જોઈએ ! ધનુષ્યનું કામ જ છે

લોહીતરસ્યું બાણ છોડવાનું... કાન્તુ મનોમન વિચારે છે.

નૂતનાને એણે પહેલીવહેલી જોઈ ત્યારે મહારાણી જેવો એનો ઠાઠ અને રુઆબ જોઈ કાન્તુ ડરી ગયો હતો. વિનંતી શબ્દ નૂતનાના શબ્દકોશની બહાર હતો. માન-સન્માનનો અર્થ પોતાનું માન સાચવવું એટલા પૂરતો જ સીમિત હતો... મોડી રાત સુધી એ ડિટેક્ટિવ અંગ્રેજી નવલકથાઓ વાંચે, અંગ્રેજી ઢબનું સંગીત સાંભળે અને નાચે ! કાન્તુ આ બધું જોઈ દંગ રહી જતો ! જે કોઈ નૂતના મેડમને પરણશે એના છક્કા છોડાવી નાખશે આ માથાની ફરેલી યુવતી !

કાન્તુને થતું, મોટા શેઠ અને શેઠાણી પોતાની દીકરીને શા માટે આવું મનસ્વી વર્તન કરવાની છૂટ આપે છે ! 'શું બાળકોના ઘડતરને ભગવાનના ભરોસે છોડી દેવું એને જ શહેરી સંસ્કૃતિ કહેવાતી હશે ?... બગીચા કે પાલતુ શ્વાનની સાર-સંભાળમાં રસ લેતા શહેરીજનો બાળકના સંસ્કારસંપન્ન ઉછેર માટે ઉદાસીન કેમ ?' નૂતના મેડમના એક પ્રોફેસરના શબ્દોનું કાન્તુને સ્મરણ થયું.

કાન્તુ ૩૦ વર્ષ પહેલાંનાં સ્મરણોમાં સરી જાય છે... ! મોટા શેઠ અને શેઠાણીના ત્યારના શબ્દો એના કાને પડઘાય છે : 'આપણે નૂતનાને શાણી સીતા નથી બનાવવી, એને પરદેશની મેડમ બનાવવી છે ! એ દેશી નહીં, વિદેશી બનવા માટે સર્જાઈ છે ! એટલે તો મેં મારા એક મિત્રના પુત્ર ધનુષ્ય સાથે એનો સંબંધ પાકો કરી રાખ્યો છે. ખાનગીમાં લગ્ન કરાવીને મૅરેજ રજિસ્ટ્રેશનનું સર્ટિફિકેટ પણ મેળવી લીધું છે. ફાઇલ ક્લિયર થતાં એને વિઝા મળી જશે... એટલે આપણે છૂટ્યાં !... એકની એક દીકરીની જવાબદારી કંઈ નાની વસ્તુ નથી ! અને ધનુષ્ય પણ સ્વભાવે રંગીલો-છેલછબીલો છે... બન્નેની જોડી ખૂબ જામશે.' - મોટા શેઠે કહ્યું હતું...

મૅરેજ - રજિસ્ટ્રેશન પણ નૂતનાના પપ્પાજીએ લગ્નોત્સવની જેમ ધામધૂમથી ઊજવ્યું હતું... લગ્નવિધિ પૂરી થયા બાદ એક દિવસ માટે પણ ધનુષ્ય રોકાયો નહોતો... એણે બિઝનેસની અગત્યની મિટિંગો વિશે વાત કરી એટલે સહુએ તેને જવા દેવાની સંમતિ આપી હતી...

નૂતના મેક-અપ, હેરસ્ટાઇલ વગેરે સૌંદર્યમાવજત દ્વારા પોતાના રૂપનિખાર માટે ધૂમ ખર્ચ કર્યે જતી હતી... પણ વિદેશ જનાર દીકરી માટે એવી પૂર્વતૈયારી અનિવાર્ય છે એમ માની નૂતનાના પપ્પા ખર્ચમાં સહેજ પણ કાપ મૂકવાનું વિચારતા નહીં.

અને અંતે વિઝા મળતાં નૂતના લંડન જવા રવાના થઈ ! એનાં મમ્મી-પપ્પાના આનંદનો પાર નહોતો. નૂતનાને મનગમતું સાસરું અને પતિ મળ્યાનો એમને સંતોષ હતો.

હિથ્રો ઍરપોર્ટ પર નૂતનાએ પગ મૂક્યો... બધું જ અજાણ્યું... પણ એનું અંગ્રેજી ફાંકડું હોવાને કારણે વિમાનમથકની સઘળી ઔપચારિકતા પતાવવામાં એને કશી જ મુશ્કેલી ન પડી ! એની નજર સ્વાગત માટે આવેલા લોકોના ટોળા પૈકી ધનુષ્યને શોધતી હતી...!

પણ ધનુષ્ય નજરે ન પડ્યો... એટલે મનમાં ચિંતા થઈ... 'વેલકમ'ના પાટિયાં લઈ ઊભેલા માણસો તરફ એની નજર ગઈ ! હાશ 'વેલકમ નૂતના'નું સ્વાગત-લખાણ એણે જોયું !... પત્નીના સ્વાગત માટે પણ પ્રતિનિધિ ?... નૂતનાના મનમાં પ્રશ્ન સળવળ્યો... એટલામાં એક માણસ તેની પાસે આવીને ઊભો રહ્યો... એણે અંગ્રેજીમાં જે કંઈ કહ્યું તેનો અર્થ નૂતના સમજી ગઈ કે ધનુષ્ય બિઝનેસ ટૂર પર ગયા છે અને પોતે એમનો ડ્રાઇવર છે અને એ હેસિયતથી નૂતના મૅડમને તેડવા આવ્યો છે !

નૂતનાના ઉત્સાહ અને ઉમંગ પર પાણી ફરી વળ્યું. કેવો છે પોતાનો પતિ ધનુષ્ય ?... લગ્ન પછી પ્રથમ વાર પોતાની પાસે આવનાર પત્નીનું એને મન કોઈ મૂલ્ય નથી ?... શું પરદેશમાં રહેનારને મન પત્ની કરતાં પાઉન્ડનું મૂલ્ય વધારે હોય છે ? બિઝનેસ આખરે તો જીવન માટે હોય છે, જીવન બિઝનેસ માટે નથી હોતું !

ડ્રાઇવરની સૂચના મુજબ નૂતના કારમાં ગોઠવાઈ ! મોંઘીદાટ કાર, પણ દામ્પત્યજીવનના આરંભના પહેલા જ પગલે પોતાની હાર ! નૂતના હચમચી ઊઠી !

...અને વેમ્બલીના એક ભવ્ય ઍપાર્ટમેન્ટ પાસે કાર થોભી... લેડી

એટેન્ડન્ટ બહાર આવી અને 'વેલકમ' કહી નૂતનાને ડ્રોઈંગરૂમમાં લઈ ગઈ !

ડ્રોઈંગરૂમ તરફ એણે નજર કરી... જાતજાતની સ્ટાઇલમાં ધનુષ્યે પડાવેલા ફોટાની દીવાલ પર ગિરદી હતી... બધું જ હતું, પણ પોતાની સાથેના ધનુષ્યના લગ્નોત્સવનો એક પણ ફોટો ક્યાંય જોવા ન મળ્યો !... નૂતના દુઃખી થઈ ગઈ ! એની નજર એક્વેરિયમમાં દોડાદોડ કરતી રંગબેરંગી માછલીઓ તરફ ગઈ ! શું વિદેશમાં રહેતી નારીનું જીવન પણ એક્વેરિયમની માછલી જેવું છે ? પાઉન્ડ કે ડૉલરની કમાણીમાં દામ્પત્યનાં સુખોનું બલિદાન આપતો પુરુષ... અને જો પત્ની નોકરીનો વિકલ્પ પસંદ ન કરે તો એણે પેલી એક્વેરિયમની માછલીની જેમ ઘરમાં કેદ રહેવાનું !

ત્રણ દિવસ પછી ધનુષ્ય બિઝનેસ ટૂર પરથી આવ્યો... 'ઓ. કે. તું આવી ગઈ નૂતના, એમ ને ?... લેડી એટેન્ડેન્ટ મેરી તને અહીંની રીતભાત શીખવશે ! અહીં ભારતની જેમ મોટે મોટેથી બોલવાનો, પાંચ ઘર સાંભળે એવા અવાજે ટી.વી. ચાલુ રાખવાનો કે ચા સબડકા સાથે પીવાનો રિવાજ નથી ! તારે ઘણુંબધું કન્ટ્રીપણું' ભૂલવું પડશે. અને હા, મારા તરફની અપેક્ષાઓને પણ કાબૂમાં રાખવાની આદત તારે શીખી લેવી પડશે ! પત્નીપણાની મનસ્વી અધિકારીપ્રિયતા અહીંની પ્રજા સાંખી લેતી નથી ! કદાચ હું પણ એ વાત સાથે સંમત થાઉં તો તું આશ્ચર્ય ન પામતી. બાકી મોજ-શોખ, વૈભવ બધું જ તને મારા ઘરમાં મળી રહેશે... સિવાય કે...'

નૂતના ધનુષ્ય તરફ ટગર-ટગર જોઈ રહી ! 'પુત્રના પારણામાંથી ને વહુના બારણામાંથી' કહેવતને બદલે અહીં તો પતિનાં પગલાંમાં જ ભાવિ દામ્પત્યની 'વર્તનલીલા'નો આગોતરો અણસાર જોવા મળ્યો ! ધનુષ્ય દામ્પત્યના સુખનો 'શિકારી' તો નહીં નીવડે ને ? એક ક્વિન્ટલનો સવાલ નૂતનાના લમણામાં ઝીંકાયો !

'મેરી, મેં પ્લેનમાં લંચ પતાવી દીધું છે... એટલે નૂતના મેડમને જે ખાવું હોય તેની વ્યવસ્થા કરી આપજે ! એ ડબલ વેજિટેરિયન છે, એમ સમજીને ! હું થાકેલો છું એટલે આરામ માટે બેડરૂમમાં જાઉં છું.'

નૂતના બધું જ આશ્ચર્યપૂર્વક સાંભળી રહી હતી... એને પોતાનું દામ્પત્ય ન તો રંગીન હોવાનાં કે ન તો સંગીન હોવાનાં કશાં જ એંધાણ વરતાયાં નહીં ! વડીલોની વધુ પડતી શ્રદ્ધા માથે ચઢાવનાર યુવક-યુવતીઓનું જીવતર કદાચ આમ જ ઝેર બનતું હશે ?'

ધનુષ્ય ક્યાં, કયો બિઝનેસ કરે છે, તે ક્યારે ઘેર આવશે, તે પૂછવાની નૂતનાને છૂટ નહોતી... નોકર-ચાકર પણ ધનુષ્યશેઠની બીકે મોં ખોલતા નહોતા, ધનુષ્ય મોડી રાતે આવતો અને મોટે ભાગે 'ડિનર' પતાવીને જ આવતો !

એક દિવસ નૂતનાએ ધનુષ્યના વિચિત્ર અને અસહ્ય વર્તનનો વિરોધ કર્યો ત્યારે કશું જ બોલ્યા વગર જોરથી તેના ગાલ પર તમાચો ઝીંકી બેડરૂમમાં ચાલ્યો ગયો... કલાક પછી નૂતના તેની પાસે પહોંચી ત્યારે એ ઘસઘસાટ ઊંઘતો હતો...

નૂતનાએ કંટાળીને પોતાના પપ્પા અને મામાને ફોન કર્યો... પણ બન્નેનું ભારતીય માનસ સમસ્યાના ઉકેલના બદલે સલાહમાં સરી પડ્યું, 'ભગવાન બધું ઠીક કરી દેશે, દરેક સમસ્યાની દવા સમય છે, ધનુષ્ય વહેલોમોડો થાકશે ત્યારે એના પશ્ચાત્તાપનો પાર નહીં રહે. પડ્યું પાનું નિભાવી લેતાં નૂતનાએ શીખવું જોઈએ.' વગેરે ઉપદેશ-વચનોનો મારો ચલાવ્યો. નૂતનાએ ભારત પાછાં ફરવાની ઇચ્છા વ્યક્ત કરી, પણ 'નારી માટે એકલા જીવવું હવે સહેલું રહ્યું નથી'ના બહાના હેઠળ ધનુષ્યના હૃદયપરિવર્તનના ઉપાયો શોધી કાઢવાનું એનાં મમ્મી-પપ્પા આશ્વાસન આપતાં જ રહ્યાં.

આખરે નૂતનાએ ભારતમાં રહેતાં પોતાનાં સાસુ-સસરાં આગળ ફોનમાં હૈયું ઠાલવ્યું... પણ તેમણેય કહ્યું : 'અમે હવે સંસારમાં રસ લેવાનું છોડી દીધું છે ! જે જેવું કરશે તેવું ભોગવશે. તું ધનુષ્યથી કંટાળીને ભારત અમારે ઘેર આવીશ તોપણ તને બે સમયનો રોટલો ને ઓટલો મળશે, પણ અમે ધનુષ્યને સમજાવવાની કડાકૂટમાં નહિ પડીએ.'

નૂતના આકાશ તરફ જોઈને વિચારવા લાગી : શું નારીનું અસ્તિત્વ

કેવળ પતિ દ્વારા શોષાવા માટે જ છે ? પ્રેમ અને લાગણીનાં અમીથી સિંચાવા માટે નહીં. દમ વગરના દામ્પત્યનો ભાર જીવનભેર વેંઢારીને કેટકેટલી સ્ત્રીઓ આયખું પૂરું કરતી હશે ?

પણ બીજી જ ક્ષણે એનામાં સ્વમાન જાગ્યું... એણે સ્વદેશ પાછાં ફરવાનો નિર્ણય કર્યો. 'ઘર શોધવા' નહીં, નિરાંત શોધવા ! ભારતમાં ઘર શબ્દ પુરુષ જોડે જોડાયેલો છે... પિતાનું ઘર, લગ્ન પછી પતિનું ઘર અને માતા બન્યા બાદ પુત્ર દામ્પત્ય શરૂ કરે, એટલે પુત્રનું ઘર ! ભારતીય નારીની 'ઘર' માટેની તરસ સદાય અતૃપ્ત જ રહે છે !

નૂતનાએ પપ્પાને ઘેર કે સસરાને ઘેર જવાનો નિર્ણય માંડી વાળ્યો અને એણે પોતાની સાહેલી પાસેથી લોન લઈ નાનકડો, પણ પોતાનો બંગલો ખરીદી લીધો. એક કંપનીમાં એડવાન્સમાં નોકરી પણ નક્કી કરી લીધી... સાહેલીને એણે માંડીને કશી વાત નહોતી કરી... એટલે એણે નૂતના અને ધનુષ્યના નામનું બોર્ડ ચીતરાવીને નૂતનાના નવા બંગલે લટકાવી દીધું.

અને નૂતનાના જીવનનો નવો અધ્યાય શરૂ થયો... ! વર્ષો વહેતાં ગયાં... નૂતનાની જવાની પૂરી થઈ, પ્રૌઢાવસ્થાએ બારણાં ખખડાવ્યાં ને વૃદ્ધાવસ્થાએ પોતાની જાળ ફેલાવવા વિવિધ પેંતરા અજમાવવાનું શરૂ કરી દીધું હતું.

એકાએક જ નૂતનાના સ્વાસ્થ્યે પલટો લીધો. મેનાપોઝ અવસ્થામાંથી પસાર થતી નૂતનાએ ગાઇનેકોલૉજિસ્ટ પાસે ચેકઅપ કરાવ્યું અને ગર્ભાશયના કેન્સરનું નિદાન થયું...

પણ નૂતના લેશમાત્ર વિચલિત ન થઈ... એને ઘેર જવાની ઉતાવળ નહોતી એટલે મોડે સુધી ઑફિસમાં કામ કરવાનું શરૂ કરી દીધું...

ઑફિસમાં નૂતનાના કામની પ્રશંસા થવા લાગી. કંપનીના ચેરમૅને ચીફ એક્ઝિક્યુટિવને બોલાવીને કહ્યું : 'મિસિસ નૂતનાને આપણી લંડન ખાતેની ઑફિસમાં ટ્રાન્સફર કરીએ. એની રીતભાત, ઍટિકેટ, પર્સનાલિટી બધું જ યુ.એસ.એ. કે યુ. કે.ને લાયક છે. લંડનની ઑફિસ નૂતનાને ખૂબ જ માફક આવશે.'

ચીફ એક્ઝિક્યુટિવે નૂતનાના મનની વાત જાણી પોતે રિપોર્ટ આપશે, એવું બહાનું કાઢી દરખાસ્ત ઉપર ઠંડું પાણી રેડી દીધું. અને એક સાંજે ઑફિસનો સ્ટાફ ચાલ્યો ગયો, ત્યારે ચીફ એક્ઝિક્યુટિવે નૂતનાને પોતાની ચેમ્બરમાં બોલાવી. આમ-તેમ આડી-અવળી વાત શરૂ કરી એટલે નૂતના ગૂંચવણમાં પડી. એણે કહ્યું : 'સર, મુદ્દાની વાત પર આપ આવો, તેની હું રાહ જોઈ રહી છું.'

'નૂતના, મુદ્દો એટલો અટપટો છે કે, વાતનો આરંભ કેવી રીતે કરવો, એ જ મને સમજાતું નથી, પણ તમે સામેથી જ વાત છેડી છે ત્યારે કહ્યા વગર રહી પણ નથી શકતો. તમે ત્યક્તા છો અને હું વિધુર છું... ઉંમર પણ આપણા બન્નેની સરખી છે. જો તમે લંડન જવા તૈયાર હો તો હું પણ થોડાક સમય પછી મારી ટ્રાન્સફર લંડનની ઑફિસમાં કરાવી લઉં ! તમને 'વર' અને 'ઘર' મેળવવાનો મોકો મળશે... બે તરસ્યાં હૈયાં ઠર્યાનું પુણ્ય ભગવાનને ચોપડે લખાશે.'

'ચૂપ ! ભગવાનની વાતોનું ઓઠું લઈ તમારા સ્વાર્થને ઢાંકવાનો પ્રયત્ન ન કરશો... મને 'વર' અને 'ઘર' બન્ને શબ્દો પ્રત્યે નફરત છે... મને 'ઘર' ખપે છે, પણ પુરુષના સહારા અને કૃપાવાળું નહીં ! હા, તમે મારાથી અળગા રહેવાના વિચાર સાથે અહીં રહેવા ઇચ્છતા હો તો મને શુદ્ધ મૈત્રી ખપે છે !' - નૂતનાએ આક્રોશ સાથે કહ્યું.

'હું તમારો સહારો બનવા માટે, તમે કહો તો લગ્ન કરવા માટે તૈયાર છું... હું પ્રેમનો ભૂખ્યો છે' – ચીફ એક્ઝિક્યુટિવે લાગણીપૂર્વક કહ્યું.

'જવા દો એ બધી વાતો, સ્મશાનના લાકડાના ઢગ ઉપર પગ લબડાવીને બેઠેલી સ્ત્રી સાથે તમે લગ્ન કરવા તૈયાર છો ખરા ? નિર્ણય તમારે કરવાનો છે.' - નૂતનાએ કહ્યું.

'હું તો ઠરવા માટે તૈયાર જ હતો, કોઈના દુઃખની આગમાં બળવા માટે નહીં... બાકી વાતો ફરી ક્યારેક કરીશું... ગુડબાય મિસિસ નૂતના !'

અને નૂતના અટ્ટહાસ્ય સાથે બૉસની ચેમ્બરમાંથી બહાર નીકળી ગઈ !

...એ પછી નૂતનાએ નોકરી પણ છોડી દીધી... એનાં મમ્મી-પપ્પાને તેની કેન્સરની કોઈ બીમારી વિશે જાણવા મળ્યું ત્યારે તેઓ નૂતનાને તેડવા માટે આવ્યાં... પણ નૂતના એકની બે ન થઈ. એણે કહ્યું : 'ભારતનાં લોકો ભજનમાં ગાય છે ને, કોઈ કોઈનું નથી રે–' એ સચ્ચાઈને સ્વીકારીને જ હવે હું જીવું છું. હવે હું કોઈની છું નહીં અને કોઈની કંઈ થવા માગતી નથી ! મારા પ્રાણને સગાઈ અને લાગણીના પાંજરામાં પૂરી ગૂંગળાવવાની કોશિશ ન કરશો.'

અને નૂતનાનાં મમ્મી-પપ્પા ઉદાસ થઈને ચાલ્યાં ગયાં હતાં. થોડાક સમય બાદ નૂતનાની તબિયત વધુ બગડતાં તેને સારવાર માટે નર્સિંગ હોમમાં દાખલ કરી હતી. તબિયત ગંભીર વળાંક લઈ રહી છે તેનો ખ્યાલ આવતાં નૂતનાએ નર્સને બોલાવી પોતાનું વસિયતનામું લખાવ્યું હતું, જેમાં પોતાનો બંગલો અને સઘળી બચત નોકર કાન્તુને નામે લખાવી હતી. નર્સે પૂછ્યું હતું : 'મૅડમ, તમારે તમારાં સગાં-વહાલાંને બોલાવવાં છે ? કહો તો વ્યવસ્થા કરું.'

'ના, હું જન્મી ત્યારે એકલી હતી. જન્મને કારણે ઊભી થયેલી સગાઈ ઠગારી નીવડી છે. એટલે મારે એકલા જવાને સમયે દંભનાં આંસુનું નાટક નથી જોવું ! આ વિલ મારા નોકર કાન્તુને હવાલે કરજો !'

અને નૂતનાએ સદા માટે આંખ મીંચી દીધી હતી. 'માણસ આ જગતમાં 'ઠરવા' માટે આવે છે, 'બળવા' માટે આવે છે, બીજાને 'બાળવા' માટે આવે છે કે અભિશપ્ત જીવન પૂરું કરી માત્ર મરવા માટે, એ જ સમજાતું નથી.' – નર્સિંગ હોમ નજીકના કથામંડપમાં કથાકાર જીવનનું રહસ્ય સમજાવી રહ્યા હતા !

૩. ભગિનીતર્પણ

'બેટા, તારી મોટી બહેને તને શહેરમાં પોતાને ઘેર રાખવાની હા પાડી છે. હવે તું ૧૧મા ધોરણમાં વિજ્ઞાન પ્રવાહનો અભ્યાસ શરૂ કરી શકીશ' નિયતની મમ્મીએ કહ્યું.

'પરંતુ મમ્મી, દીદી જેટલી ઉદાર છે, જીજાજી કદાચ એટલા ઉદાર ન હોય ! એમને એમ નહીં લાગે કે સાળો માથે પડ્યો ? એમનો અહેસાન ભવિષ્યમાં પણ મને ખટકશે !' નિયતે શંકા વ્યક્ત કરી.

'અરે ગાંડા, મા-જણી બહેનની બાબતમાં ઉપકાર જેવી કોઈ વાત વિચારી શકાય ? ભાઈ-બહેનનો સંબંધ તો માતાથીયે મોંઘેરો છે ! રાખડીનો સંબંધ તો બહેન રાખમાં ભળ્યા બાદ પણ ભૂલતી નથી ! અને તારી બહેન દુર્વા તો દુર્વા છે... પવિત્ર અને પુણ્યશાળી' મમ્મી મોટી બહેનની મહાનતાને યાદ કરીને રડી ગઈ !

અને બીજે દિવસે મેં બહેનને ઘેર રહેવા જવા પ્રસ્થાન કર્યું. પિતાજીના અવસાન પછી માએ મને આંખના રતનની જેમ જાળવ્યો હતો. મમ્મી મારો પડછાયો બનીને જીવતી હતી. શાળાએથી મને આવતાં પાંચ-દસ મિનિટનું મોડું થાય તો મમ્મીનો જીવ તાળવે ચોંટી જાય !

હું એસ.ટી. સ્ટેન્ડે ઊતરી રિક્ષા કરી મોટી બહેનને ઘેર પહોંચ્યો. મોટી બહેન વરસાદની જેમ. મારી રાહ જોઈ રહી હતી. મને જોઈને એ ગાંડીઘેલી થઈ ગઈ. આરતીની થાળી તૈયાર હતી. મારી આરતી ઉતારી મોં મીઠું કરાવી મારાં મીઠડાં લઈ બહેન મને ઘરમાં લઈ ગઈ.

ત્રણ બેડરૂમનું ઍપાર્ટમેન્ટ. બહેને મારે માટે નાનકડો અલાયદો રૂમ તૈયાર કરી રાખ્યો હતો. ટેબલ-ખુરશી-પેન-બૉલપેન સ્ટેન્ડ, કેલક્યુલેટર,

ફૂટપટ્ટી, કંપાસ બૉક્સ, બધું જ હાજર ! ડાબી બાજુના ભાગમાં એક ડઝન કોરી અને લીટીવાળી નોટો પણ ગોઠવી રાખી હતી. હું ભાવવિભોર થઈ ગયો ! બહેનને ભેટ્યો. આંખમાંથી અશ્રુધોધ વહેવા માંડ્યો. મેં રડતાં-રડતાં કહ્યું : 'બહેન, મને ભણી-ગણીને તૈયાર થઈ જવા દે. આ જિંદગી તારા જીવનમાં ખુશીનો દરિયો છલકાવી ન દઉં તો મારું નામ નિયત નહીં.'

'હવે ફિલ્મી સંવાદોની આપ-લે થયા કરશે કે પછી મારા તરફ દયાદૃષ્ટિ ફેંકવામાં આવશે ?' જીજાજીએ કડકાઈભર્યા સ્વરમાં કહ્યું.

'માફ કરજો હોં ! નિયતના આવવાની ખુશીમાં હું એટલી બધી હરખપદૂડી થઈ ગઈ હતી કે કશી વાતનો ખ્યાલ જ ન રહ્યો. તમે છો તો બધું જ છે !' દીદીએ લાગણીપૂર્વક જીજાજીને કહ્યું.

'અરે ભાઈ, બધું જ માપમાં શોભે. અને નિયત ભણવા માટે અહીં આવ્યો છે તો એમ અહીંથી થોડો જ જલદી જવાનો છે ! ભણવાનું પણ પતાવશે અને પરણવાનું પણ અહીંથી જ પતાવશે' જીજાજી ખંધુ હસ્યા.

વાતાવરણ હળવું કરવા દીદીએ કહ્યું : 'તમારા જેવા સમર્થ બનેવી હોય પછી કયા સાળાનાં અરમાન અધૂરાં રહે. અને નિયત તો તમને મારા કરતાંય વધુ વહાલો છે... તમને તો મશ્કરી કરવાની આદત છે ! નિયત, તારા જીજાજીની વાત સાંભળી ખોટું ન લગાડતો.'

મેં જોયું કે જીજાજી જેવા તૂફાન મેલને કાબૂમાં રાખવાની કુશળતા દીદીએ કેળવી લીધી છે ! દીદી લાગણીનો મહાસાગર હતી અને જીજાજી હતા મનમોજી વાદળ... વરસવું હોય તો વરસે, નહીં તો રાહ જોનારને રાખે કોરાધાકોર ! મેં મનોમન વિચાર્યું કે જીજાજીની નજરમાં વસવાનું રામબાણ શસ્ત્ર છે ખુશામત ! અને મેં તાત્કાલિક જ એનો પ્રયોગ કર્યો : 'જીજાજી, મારે ઢીલાપોચા નહીં, મર્દ બનવું છે ! અને મર્દાનગીનો આદર્શ તમારા સિવાય બીજે ક્યાંય શોધવાની જરૂર પણ શી ?'

'જોયું, તારા કરતાં તારા ભાઈમાં કદરદાનીની સૂઝ વધારે છે ! મારે પગલે ચાલશે તો ઘરમાં ને દુનિયામાં સુખ એને શોધતું આવશે' કહીને જીજાજી કપડાં બદલવા ચાલ્યા ગયા. દીદી પણ હળવીફૂલ જેવી

થઈ ગઈ હતી. જીજાજીને મેં જીતી લીધા એનો એને આનંદ હતો.

અને 'બનેવી નિવાસ'માં મારું અધ્યયનકાર્ય શરૂ થયું. મોડા પડવાને કારણે સારી સ્કૂલમાં પ્રવેશ મેળવવાનું કામ અઘરું હતું. પણ મેં જીજાજીને પોરો ચઢાવ્યો. 'જીજાજી, તમારા શબ્દકોશમાં અશક્ય જેવો કોઈ શબ્દ છે ખરો ? કોઈક ધારાસભ્ય કે પ્રધાનની ચિઠ્ઠી લાવો એટલે મારો બેડો પાર ! તમારે ભરોસે તો હું શહેરમાં ભણવા આવ્યો છું !'

'તારી વાત સાચી છે. ઘણા ધારાસભ્યોને જિતાડવામાં મેં ટાંટિયા ઘસી નાખ્યા છે. અને તારા જેવા તેજસ્વી સાળા માટે તો મને અહીંની નહીં, દિલ્હીના મિનિસ્ટરની લાગવગ લાવતાં પણ મુશ્કેલી નહીં નડે !'

અને સાંજે જીજાજીએ વટભેર ધારાસભ્યનો ભલામણપત્ર લાવી મારો એક જાણીતી હાયર સેકન્ડરી સ્કૂલમાં પ્રવેશ પાકો કર્યાના સમાચાર મને આપ્યા હતા. અને ટકોર પણ કરી હતી : 'નિયત, હું તારો બનેવી છું એ નાતે તારા પ્રત્યેની મારે ફરજ બજાવવી પડે ! પણ તને ખબર છે કે અમારા ઘરમાં શેર માટીની ખોટ છે. તારે મારા સાળા અને દીકરા બન્નેની ફરજ બજાવવાની છે ! પછી રોગ મટ્યો એટલે વૈદ્ય વેરીની ગણતરી ન મૂકતો ! આજના માણસને મન દરેક માણસ ઉપર ચઢવાની લિફ્ટ છે ! અને ઉપર પહોંચ્યા બાદ લિફ્ટને 'થેન્ક યુ' કહેવાય કોઈ ઊભું નથી રહેતું... મને લાગે છે તું એ પ્રકારના માણસોમાંનો નથી ! પછી તો નીવડ્યે વખણાય !'

'અરે જીજાજી, એ શું બોલ્યા ? તમે મારામાં મૂકેલી શ્રદ્ધા એળે નહીં જવા દઉં !' મેં કહ્યું, એટલે જીજાજી પ્રસન્ન થઈ ગયા.

હાયર સેકન્ડરીનો અભ્યાસ પૂરો કર્યો અને બોર્ડની પરીક્ષામાં મેં ૯૨% માર્ક્સ મેળવ્યા. મમ્મી અને બહેન-બનેવીના આનંદનો પાર નહોતો. જીજાજી મારી તેજસ્વિતાને એમના 'ઘડતર'નું પરિણામ માનતા હતા. ગુણવત્તાને ધોરણે મને મેડિકલમાં પ્રવેશ મળી ગયો અને જીવનની એક નવી જ દિશા શરૂ થઈ.

સ્કોલરશિપ મળવાને કારણે હૉસ્ટેલમાં રહી ભણવાની અનુકૂળતા

ઊભી થઈ અને દીદી તથા જીજાજીના આશીર્વાદ લઈ મેં મેડિકલ હૉસ્ટેલમાં રહેવાનું શરૂ કર્યું...

ઢળતી ઉંમર અને મારા વાક્ચાતુર્યને લીધે જીજાજીનું વર્તન સાવ બદલાઈ ગયું હતું. રવિવારે તેઓ મને આગ્રહપૂર્વક ઘેર બોલાવતા અને નાનો-મોટો કાર્યક્રમ ગોઠવી મને રાજી રાખવાની પૂરી કોશિશ કરતા.

હું એમ.બી.બી.એસ. થઈ ગયો અને એમ.એસ. માટે પણ મને એડમિશન મળી ગયું. હું ખ્યાતનામ સર્જન બનવા માગતો હતો.

એવામાં મારી દોસ્તી મારી જ સાથે અભ્યાસ કરતી ડૉ. ધારણા સાથે થઈ. ધારણાનો સ્વભાવ મિલનસાર, હસમુખો અને વાતોડિયો. મિત્રો બનાવવાનું અને એમને પાર્ટી આપવાનું એને ખૂબ જ ગમે. મારું મિતભાષીપણું એને પસંદ પડ્યું. એની દૃષ્ટિએ હું ઉત્તમ શ્રોતા હતો. એની લાંબીલચક વાતચીત અને સંવાદો હું ઉત્સુકતાપૂર્વક સાંભળતો. ખુશામતના શબ્દો વાપરવાનો મહાવરો તો જીજાજીના સંપર્ક દ્વારા મેં બરાબર કરી લીધો હતો. મારું ઓછાબોલાપણું ધારણાના મનમાં વસી ગયું.

એક દિવસ એણે મને પોતાને બંગલે ડિનર માટે બોલાવ્યો. મોંઘીદાટ કાર લઈ મને ધારણા તેડવા આવી !

એક વિશાળ વાટિકા વચ્ચે ધારણાનો આલીશાન બંગલો ! ચોકિયાત, નોકર-ચાકર-રસોઇયા વગેરે મૅડમ 'ધારણા'નો પડતો બોલ ઝીલે ! હું એક મધ્યમવર્ગીય ગ્રામીણ માતાનો પુત્ર ! મારી દશા કૃષ્ણના મહેલે પહોંચેલા સુદામા જેવી હતી ! પણ ધારણાના પપ્પા મારી મદદે આવ્યા. તેમણે મને ઉષ્માભર્યો આવકાર આપતાં કહ્યું : 'મિ. નિયત, ઘરના વૈભવ કરતાંય મોટો વૈભવ છે હૈયાનો વૈભવ. અને તમારી ખાનદાની અને સંસ્કારિતાનાં વખાણ કરતાં ધારણા થાકતી નથી. મારે મન લક્ષ્મી કરતાં સરસ્વતીનું મહત્ત્વ વધારે છે અને તમારી ઉપર તો મા શારદાના ચારે હાથ છે ! તમારા જેવો યુવક કોને ન ગમે ?'

મેં હળવાશ અનુભવી. ભોજન બાદ ધારણાના પપ્પાજીએ મને લાગણીપૂર્વક વિદાય આપી. મને લાગ્યું કે ધારણાની દોસ્તીએ મારા જેવા

એક ગામડાના યુવકને ન્યાલ કરી દીધો છે !

અને એક દિવસ ધારણાના પપ્પાજી મને મળવા માટે હૉસ્ટેલ પર આવ્યા. એમણે ધારણા સાથે મારાં લગ્નનો પ્રસ્તાવ મૂકતાં કહ્યું : 'તમારે માટે નર્સિંગ હોમની વ્યવસ્થા મેં ગોઠવી જ રાખી છે. ધારણા મારી એકની એક દીકરી છે ! તમે બન્ને લગ્ન પછી મારી સાથે રહી મારી જીવનસંધ્યાને ટાઢક આપો એથી વધારે હું ઇચ્છું પણ શું ?'

મેં એમનો આભાર માની એમના પ્રસ્તાવને વધાવી લીધો !

આનંદના સમાચાર આપવા હું દીદી અને જીજાજી પાસે દોડી ગયો. ઍપાર્ટમેન્ટના પ્રવેશદ્વાર પાસે ઍમ્બ્યુલન્સ ઊભેલી જોઈ મને ચિંતા થઈ ! એટલામાં જીજાજી હાંફળા-ફાંફળા દોડી આવ્યા અને મને કહ્યું : 'ભગવાને જ તને મોકલ્યો. તારી દીદી નિસરણી ઊતરતાં ભોંય પટકાઈ છે અને ફેમિલી ડૉક્ટરના અભિપ્રાય મુજબ એને બ્રેઇન હેમરેજ થયું છે. મેં મારા મિત્રના નર્સિંગહોમમાં ફોન કરી દીધો છે. ચાલ, જલદી કર !' અને દીદીને અમે નર્સિંગ હોમ પહોંચાડી સારવાર શરૂ કરાવી હતી.

પૂરા બોંતેર કલાક દીદી મોત સામે 'ઝઝૂમી, પણ અંતે મોત સામે તે હારી ગઈ. અને હું અને જીજાજી સાવ ભાંગી પડ્યા. મારામાં આઘાત જીરવવાની શક્તિ નહોતી. ભણવામાં ચિત્ત ચોંટતું નહોતું...

એકાદ મહિના પછી ધારણાના પપ્પાજી મારી પાસે આવ્યા અને એમણે કહ્યું : 'નિયત, જિંદગી તો બહુરંગી છે. મનગમતો એકાદ રંગ રોળાઈ જાય તો સૂધ-બૂધ વીસરીને જિંદગીના બીજા રંગોને તરછોડવાની ભૂલ ન થાય ! અત્યાર સુધી તમારી દરકાર દીદી રાખતાં હતાં, હવે એની જવાબદારી ધારણાને સોંપી દો. જિંદગી આખરે તો એક ગોઠવણ છે ને !'

'પણ જીજાજીને હું નિરાધાર રહેવા દેવા માગતો નથી ! ધારણા સાથે લગ્ન બાદ હું આપની સાથે રહું તો જીજાજીનું શું ?' મેં સ્પષ્ટ વાત કરી.

'જુઓ મિ. નિયત, જિંદગીમાં લાગણી એક સ્થાને છે અને લાભની તકો બીજે સ્થાને. લક્ષ્મી ચાંલ્લો કરવા આવે ત્યારે કપાળને ગંગાજળથી ધોવાનો વિલંબ કરનારા હંમેશાં પસ્તાયા છે ! દુનિયામાં અનેક વિધુરો

જીવતા હોય છે એમ તમારા જીજાજી પણ જીવશે. હા, વૈભવની છોળો વચ્ચે ઊછરેલી મારી દીકરી ધારણા તમારા બનેવીના ખોબા જેવડા ઍપાર્ટમેન્ટમાં રહેવાનું ક્યારેય પસંદ ન કરે એ નક્કી છે.' ડૉ. ધારણાના પપ્પાજીએ કહ્યું.

એટલામાં ધારણા પણ આવી પહોંચી. એના પપ્પાજીના શબ્દો એણે સાંભળ્યા હતા. એમની વાતને અનુમોદન આપતાં કહ્યું : 'નિયત, તારા બનેવીના લલાટે એકલા રહેવાનું લખાયું હોય તો એમાં આપણે આટલી બધી ચિંતા કરવાની શી જરૂર ?... અને 'બનેવી'ને દત્તક લઈને જીવવાની ભૂલ આપણે કરી પણ કેવી રીતે શકીએ ?'

... અને મેં આગળ ચર્ચા કરવાની ક્ષમા માગી ડૉ. ધારણા અને તેના પપ્પાને વિદાય આપી હતી.

એમના ગયા પછી હું જીજાજીને મળવા દોડી ગયો હતો. જીજાજી દીદીના ફોટા સમક્ષ ઊભાં-ઊભાં રૂંધાયેલા અવાજે કહી રહ્યા હતા : 'દુર્વા, તું તો ચાલી ગઈ. મેં સાંભળ્યું છે કે નિયત પણ ડૉ. ધારણા સાથે લગ્ન કરી ઘરજમાઈ બનવાનો છે ! પાંખો આવે એટલે પંખી માળો અને ધરતી બંનેને ભૂલી જાય છે ! મને આશા હતી કે નિયતને હું પરણાવીશ અને બાકીની જિંદગી નિયત અને તેની પત્નીની ઓથમાં પૂરી કરીશ... પણ દુર્વા... જિંદગીએ મને છેતર્યો છે... નહીં તો નિયત...'

જીજાજી બોલતાં-બોલતાં ચોધાર આંસુએ રડી પડ્યા અને હું એમની કોટે વળગી એમને આશ્વાસન આપતાં કહેવા લાગ્યો :

'જીજાજી, મારે તમારો કે મોટી બહેન દુર્વાના અહેસાન ફરામોશ નથી બનવું. ઉપકારની ચાદર હું જીવનભર ઓઢી રાખવા સંકલ્પબદ્ધ છું ! મારું લગ્ન તમારી ઇચ્છા અનુસાર થશે અને હું તથા મારી પત્ની મોટી બહેન દુર્વાની આપને ખોટ નહીં સાલવા દઈએ. મોટી બહેન, આજથી જીજાજીની જવાબદારી મારી. તું જ્યાં હો ત્યાં તારા આત્માને મારા શબ્દો ઠારે !' અને એ રાત્રે હું જીજાજી પાસે રોકાયો હતો. જીજાજી મારા ખોળામાં માથું મૂકી નાના બાળકની જેમ ઘસઘસાટ ઊંઘી ગયા હતા.

❑

૪. નવો અધ્યાય

'મમ્મી, મને ભૂખ લાગી છે. જમ્યા પછી લેસન પણ કરવાનું છે.'

'હા મમ્મી, સ્કૂલમાં નાસ્તો કરવા બેઠી ત્યારે અમારી સ્કૂલનો પટાવાળો ભૂખ્યો હતો. એટલે મારા લંચ બૉક્સનાં ભાખરી-શાક મેં તેને આપી દીધાં. મમ્મી પેટમાં બિલાડાં નહીં, મોટો ઘોઘર બિલાડો બોલી રહ્યો છે !'

'તમે બન્ને બહેનો બહુ જ ચાંપલી બની ગઈ છો... તમને ખબર તો છે કે જ્યાં સુધી નાનો ભાઈ કથાંશ ભોજન ન કરે ત્યાં સુધી તમને ખાવાની છૂટ નથી !' મમ્મીએ કહ્યું.

'તો મમ્મી અમને બન્નેને ભાઈ સાથે બેસાડીને જમવાનું આપી દે ને ! કથાંશને જુદો જમાડવાની શી જરૂર ?' મોટી દીકરી કંદરાએ સૂચવ્યું.

'હા, મમ્મી, દીકરા-દીકરીનો ભેદ તો સાવ નકામો છે, એવું અમારાં વર્ગશિક્ષિકા અનુરાધા મૅડમ કહેતાં હતાં' નાની બહેન કક્ષાએ વગર પૂછે ચોખવટ કરી !

'ચૂપ... તારી જીભડી બહુ લાંબી થઈ ગઈ છે ! તારાં દાદીમાએ મરતાં-મરતાં મારી પાસે વચન લીધું હતું કે કથાંશ દીકરો છે... એટલે એને જીવની જેમ જાળવજે. અને બન્ને દીકરીઓને ખવડાવી-પીવડાવીને અલમસ્ત ન બનાવીશ. આખરે એમણે સાસરે જવાનું છે... દીકરીઓને દીકરીની મર્યાદામાં રાખજે. દીકરો તો આંખનું રતન કહેવાય. એના ભરોસે તારું ને તારા વરનું ઘડપણ વીતવાનું છે ! દીકરીઓ તો હાથ ખંખેરીને સાસરીએ સિધાવશે... પછી એમની પર પારકાજણ્યાનું રાજ ચાલવાનું છે !

એટલે દરેકમાં દીકરો પહેલો, દીકરી પછી' મમ્મીએ 'દાદીપુરાણ' કહી સંભળાવ્યું.

કંદરા નવમા ધોરણમાં ભણતી હતી અને કક્ષા સાતમા ધોરણમાં. એમનો નાનો ભાઈ કથાંશ પાંચમા ધોરણમાં અભ્યાસ કરતો હતો...

દાદીમાનો પાઠ એમની મમ્મીએ 'બરાબર' યાદ રાખ્યો હતો... દરેકમાં દીકરો ફર્સ્ટ. પરીક્ષાનું પરિણામ આવે ત્યારે કંદરા પોતાના વર્ગમાં પ્રથમ આવી હોય અને કક્ષા બીજા કે ત્રીજા ક્રમે. કથાંશને પરાણે ઉપર ચઢાવી આગળના ધોરણમાં ધકેલ્યો હોય ! પણ ત્રણે સંતાનો ઘેર જાય ત્યારે 'પ્રમોટેડ' કથાંશ પર મમ્મી-પપ્પા શાબાશીનો વરસાદ વરસાવે. અને પ્રથમ ક્રમે આવેલી કંદરા અને બીજે ક્રમે આવેલી કક્ષાનાં પરિણામ પર મમ્મી નજર સુધ્ધાં ન નાખે !

કંદરા હરખપદૂડી થઈ કહેતી : 'મમ્મી, હું મારા વર્ગમાં પ્રથમ આવી અને કક્ષા તેના વર્ગમાં બીજા નંબરે ! અમારા પ્રિન્સિપાલે અમારી વહાલથી પીઠ થાબડી અને કહ્યું કે તમારા પૈકી એકાદ બહેન તો બોર્ડની પરીક્ષામાં એકથી પાંચમાં નંબર મેળવી શાળાનું નામ રોશન કરશે જ.'

'આચાર્ય તો નવરા છે... છોકરીઓને ખોટી ચઢાવી મારે છે ! એમણે ભણવામાં નબળા છોકરાઓ પર ધ્યાન આપી એમને તૈયાર કરવા જોઈએ. શો જમાનો આવ્યો છે ! મહિલા સશક્તીકરણની બધે જ વાતો. બધી જ મહિલાઓ 'સશક્ત' બની જશે તો બિચારા ભઈલાઓનું શું થશે ? મોટી બહેન તરીકે તમારી ફરજ નથી કે તમે કથાંશને તૈયાર કરી ભણવામાં તમારા કરતાંય વધુ તેજસ્વી બનાવો ?' મમ્મી કથાંશના મસ્તક પર વાત્સલ્યભીનો હાથ ફેરવતાં કહેતી.

કક્ષા મમ્મીની વાત સાંભળી લેતી, પણ કંદારા મમ્મી સાથે દલીલબાજીમાં ઊતરતી. પરિણામે સાંજે પપ્પાની અદાલતમાં મમ્મી કંદરાને હાજર કરી દેતી ! પપ્પા ફેંસલો પહેલાં સંભળાવતા અને કેસ પછી ચલાવતા : 'તમે બન્ને બહેનો કાન ખોલીને સાંભળી લો... કથાંશ મારો કુળદીપક છે. એને તમામ વિશેષ અધિકારો ભોગવવાનો હક છે... એટલે

એ બાબતમાં દખલ કરનાર મારા કોપનો ભોગ બનશે. બોલો, તમારે આગળ કશું કહેવું છે ?'

કંદરાને લાગતું કે પપ્પાની સરમુખત્યારશાહીમાં સત્ય અને નિષ્પક્ષ ન્યાયને લેશમાત્ર સ્થાન નથી... એટલે એ મૌન ધારણ કરતી. કક્ષા તો પપ્પાનું રૌદ્ર રૂપ જોઈ કંદરાની પાછળ ભરાઈ જતી !

પરીક્ષાનું પરિણામ જાહેર થાય તેને બીજે દિવસે કથાંશ માટે નવાં નક્કોર પુસ્તકો અને જોઈએ તેના કરતાં ડબલ સંખ્યામાં નોટબુક્સ મમ્મી પપ્પાની મંજૂરીથી હાજર કરી દેતી અને કંદરા તથા કક્ષાને જ્ઞાતિની બુકબૅન્કનું ફૉર્મ પકડાવતાં કહેતી : 'લો, આમાં જોઈતાં પુસ્તકોનાં નામ લખી લો. જ્ઞાતિમાં પુસ્તકો વહેંચવાનું નક્કી થશે ત્યારે તમને નવાં કે જૂનાં પુસ્તકો મળશે ! આમેય તમારે ભણી-ગણીને ક્યાં ઑફિસર બનવાનું છે ! આખરે તો ઘર, વર અને રસોડું જ સંભાળવાનું છે ને !' અને કંદરા મમ્મીના હાથમાંથી ડૂચાની જેમ ગડી વાળેલાં બે ફૉર્મ લઈ લેતી.

મમ્મી કથાંશને પાસે બેસાડીને હેતથી જમાડતી, આગ્રહ કરતી અને જમી લીધા બાદ તેના હાથ જાતે ધોઈ આપી નેપ્કિનથી લૂછી આપતી અને રસોડામાંથી નીકળતાં કહેતી : 'તમે બન્ને પણ જમી લો, અને હા, હું અને તારા પપ્પા જમવાનાં બાકી છીએ, એટલો ખ્યાલ રાખીને ઝાપટજો !'

'ઝાપટજો' શબ્દ કંદરાને એવો ખૂંચતો કે જમવામાંથી તેનું મન જ ઊઠી જતું ! એ મનોમન વિચારતી : 'નારી વિશેના નિબંધોની ચર્ચા કરતાં પોતાના શિક્ષક નારીના હૃદયની વિશાળતા, ભાવનાની કોમળતા, ત્યાગ અને સમર્પણની ઉદાત્તતા કેટકેટલા મહાન ગુણોનું વર્ણન કરતા હોય છે ! એમાંનો છાંટોય મમ્મીમાં જોવા મળે છે ? મા-બાપ બાળકોનું સંસ્કારઘડતર કરતાં હોય છે, પણ મમ્મી-પપ્પાના પુત્રને અતિ ન્યાય અને પુત્રીને ધરાર અન્યાયના સંસ્કાર પુત્રી તરીકે પોતાનામાં ઊતરશે તો પોતે કેવી ખતરનાક નારી બની જશે ? સંતાનોને સ્વાર્થ, ઉપયોગિતા અને ગણતરીનાં ત્રાજવાંથી તોળીને વેરો-આંતરો કરવો એ ભારતીય સંસ્કૃતિનું જ નહીં, માણસનું સર્જન

કરનાર ભગવાનનું અપમાન છે !'

સમય વહેતો રહ્યો... કંદરા ગ્રેજ્યુએટ થઈ ગઈ. કક્ષાનો કૉલેજ અભ્યાસ ચાલુ હતો અને કથાંશ અભ્યાસમાં ખોડંગાતો-ખોડંગાતો માંડ હાયર સેકન્ડરી પહોંચ્યો હતો...

ભણવામાં નબળો હોવા છતાં મમ્મી કથાંશને કહેતી : 'દીકરા, ટૅન્શન ન રાખીશ. તારા પપ્પાના મિત્ર પ્રધાનના સાળા છે... તું બારમું ધોરણ પાસ કરીશ એટલે તને ક્યાંક સરકારી નોકરીમાં ગોઠવી દેશે... પછી ભણાય તો ભણવાનું નહીં તો ગંગા નાહ્યા !'

વધારે પડતાં લાડ, પૈસા વાપરવાની અમર્યાદ છૂટ અને મન ફાવે તેમ હરવા-ફરવાની આઝાદીને લીધે કથાંશ સ્વચ્છંદી બની ગયો... એ મિત્રોને હોટેલમાં પાર્ટી આપતો, ફિલ્મો જોતો અને ક્યારેક વાઇનનો સ્વાદ પણ માણી લેતો...

તેનાં બહાનાં મમ્મી-પપ્પા ચલાવી લેતાં... કંદરા કોઈ ગુપ્ત અહેવાલ આપવાની કોશિશ કરતી તો છણકા-છાકોટા સાથે મમ્મી તેની બોલતી બંધ કરી દેતાં તાડૂકતી : 'કથાંશ તો દેવનો દીધેલ છે... ડુંગરે-ડુંગરે દેવ પૂજ્યા છે, સંત-ફકીરનાં પાયલાગણ કર્યાં છે, બાધા-બંધણી-દોરા-ધાગા કશું જ બાકી રાખ્યું નથી ત્યારે ભગવાને સામું જોઈ દીકરો દીધો છે ! બાકી તમારા જેવા બે પાણાઓને તો ભગવાને વગર માગ્યે દીધા છે ! કથાંશની ચાડી ખાવાનું બંધ કર, નહીં તો બહેન તરીકે તારી જ એના સુખને નજર લાગશે !'

કંદરાને થતું : ઓ મારા દેશ ! તું કેટકેટલી સદીઓમાં એકસાથે જીવે છે ! ૨૧મી સદીમાંય જુનવાણી સંસ્કારોવાળી નારીઓ દીકરીમાં નારાયણીનું દર્શન નથી કરતી એ આપણા દેશની કરુણતા છે ! જે દેવની ભારતીય નારીઓ પૂજા કરે છે, વ્રત રાખે છે એ લક્ષ્મી કે પાર્વતીને એમનાં દેવ-માતાપિતાએ ઊતરતી કક્ષાની ગણી હતી ? કલ્પના ચાવલા કે સુનીતા વિલિયમ્સને એમનાં માતા-પિતાને નગણ્ય ગણી દીકરાથી ઊતરતી કક્ષાની માની હોત તો તેઓ આકાશના બારણે ટકોરા મારવાનું સાહસ કેળવી

શકત ? એક જ ઘઉંનાં કે મગનાં બે ફાડાં વચ્ચે કશો ભેદભાવ રાખી માતા-પિતાનું ઋણ અદા કરવાનો અધિકાર માત્ર પુત્રને શા માટે ? બન્નેની કાયા એક જ માતા-પિતાના રક્તથી નિર્મિત થઈ છે !'

...મમ્મી કંદરાને 'પારકી થાપણ' ગણી વધુ સમય વેંઢાળવાની જવાબદારી માથે રાખવા તૈયાર નહોતી. એટલે એણે લગ્ન માટે મુરતિયા શોધવાની ઝુંબેશ શરૂ કરી. પણ કંદરાએ કહ્યું : 'મમ્મી, મારે કથાંશ જેવો માતાની છત્રછાયામાં ઊછરી સાહ્યબી માણીને મોટો થયેલો નાના ગજાનો પતિ નથી જોઈતો. લાડ સંતાનમાં બહાદુરી અને ખુમારી પેદા કરવા માટે હોય, પોચટતા, પ્રમાદ અને પરાવલંબન માટે નહીં ! મારો જીવનસાથી હું જાતે જ નક્કી કરીશ.'

'તને ખબર છે ને કંદરા કે મારા ઘરમાં મારા શબ્દો એ જ મારો હુકમ અને એ જ કાયદો ગણાય છે... અહીં મારી આજ્ઞામાં રહેનારને જ લાભ થાય છે અને હદ ઓળંગનારને નુકસાન !' મમ્મીએ આક્રોશના સ્વરમાં કંદરાને કહ્યું.

અને એની મમ્મી રણચંડી બની, કંદરાના ગાલ પર તમાચો ઝીંકવા જતી હતી, ત્યાં અત્યાર સુધી મીંદડીની જેમ શાંત રહેલી કક્ષાએ મમ્મીનો હાથ પકડી લેતાં કહ્યું : 'મમ્મી, બસ કરો, પુખ્ત ઉંમરની દીકરીઓ સાથે કેમ વર્તવું એ મમ્મી-પપ્પાને શીખવવાનું ન હોય ! સંતાનો નહીં, મા-બાપો પણ અણઘડ હોય છે ! દંભ અને અહંકારના વળગણને માબાપ પોતાનો દામ્પત્યસિદ્ધ અધિકાર માનતાં હોય છે ! મમ્મી, પુત્રી હોવું એ અપરાધ નથી ! અને જે અમારો અપરાધ ન હોય તેનો દંડ ભોગવવા અમે તૈયાર નથી.'

'તો પછી પડ્યાં રહો, એક ખૂણામાં, તમારું લગન થાય ત્યાં સુધી, તમારે માટે મા-બાપનો પ્રેમ આજથી બંધ' મમ્મીએ જાહેરનામું બહાર પાડ્યું.

કંદરાએ તરત જ કહ્યું : 'મમ્મી, અમે તારા પ્રેમના વહેમમાં લેશમાત્ર નથી. તારી આંખો પર પુત્ર-પ્રેમની પટ્ટી બંધાયેલી છે. માત્ર તારી જ નહીં

દીકરા, દીકરીનો ભેદ રાખનાર અનેક મા-બાપોની આંખો પર ! હું અને કક્ષા તને અમારી જવાબદારીમાંથી મુક્ત કરીએ છીએ... અને તારા આદેશ મુજબ આ ઘર છોડીને જઈશું પણ નહીં... કારણ કે આ ઘર સાથે અમારો નાતો છે... આ ઘરને અમે ઘણુંબધું આપ્યું છે અને બદલામાં કંઈ જ માગ્યું નથી !'

મમ્મી બારણું પછાડીને ચાલી ગઈ હતી. ત્યારથી બન્ને બહેનો સાથે મમ્મીના અબોલા શરૂ થયા હતા. બન્નેના પપ્પા પણ પત્નીના પક્ષમાં ભળી ગયા હતા અને ગેરશિસ્તનાં કેવાં ભયાનક પરિણામો આવે છે, તેનો પાઠ ભણાવવા તૈયાર થઈ ગયા હતા.

અને એટલામાં કંદારાનો મિત્ર ખરાંશું કથાંશ સાથે આવ્યો હતો. કંદરાએ તેને ઘરના પ્રવેશદ્વાર આગળ જ રોકતાં કહ્યું હતું : 'ખરાંશુ, મેં તને ચોખ્ખી ના પાડી હતી કે તારે મારે ઘેર આવવું નહીં, કારણ કે આ મમ્મીનું ઘર છે, મારું નહીં... કહેવા ખાતર આ ઘરને હું મારું ઘર ગણું છું... મમ્મીને મન અમારે માટે આ ધર્મશાળા છે ! અમને ઇચ્છાએ કે અનિચ્છાએ વળાવી દે ત્યાં સુધીનો પડાવ. કાલથી હું નોકરીએ હાજર થવાની છું... મારું અલગ ઘર વસાવીશ... પછી તને મારે ઘેર રહેવા બોલાવીશ, લગ્ન બાદ. મહેરબાની એ આખરે મહેરબાની છે, એ પિતાની હોય કે પતિની, મહેરબાની સ્વીકારી એટલે તમારી મરજીનું બલિદાન આપવાની ઘડીઓ શરૂ થઈ ગઈ ! પણ કથાંશ તારી સાથે ક્યાંથી ?'

ખરાંશુ જવાબ આપે એ પહેલાં જ કથાંશે કહ્યું : 'મોટીબહેન, મોટરબાઇક આડેધડ ચલાવતાં મેં એક બાળકને અડફેટે લીધું. તે ઘાયલ થયો છે અને તેને હૉસ્પિટલમાં દાખલ કર્યો છે. પોલીસ મને પકડીને લઈ જતી હતી... ખરાંશુભાઈએ જ મને છોડાવ્યો છે... મારા જામીન થવાની એમણે જ તૈયારી દાખવી. પોતાની કારમાં તેઓ મને મૂકવા આવ્યા છે... એમનો આભાર માનીએ તેટલો ઓછો છે !'

એટલામાં મમ્મી દોડી આવી હતી... એમણે કથાંશની વાત સાંભળી લીધી હતી. કથાંશનો વાંક હોવા છતાં તેને ઠપકો આપવાને બદલે મમ્મીએ

કહ્યું હતું : 'આજકાલનાં છોકરાં આંખો મીંચીને સડક પર દોડાદોડી કરતાં હોય છે... પછી તેઓ અડફેટે ચઢે એમાં વાહન ચલાવનારનો શો વાંક ? ચાલ, બેટા, હાથપગ ધોઈ જમવા બેસી જા. હું તારી જ રાહ જોતી હતી... તને વાગ્યું તો નથી ને દીકરા ?'

'મમ્મી, તું મારી ચિંતા કરે છે, પણ તારે પેલા મારી મોટરસાઇકલની અડફેટે ચઢેલા ઘવાયેલા બાળકની ચિંતા કરવી જોઈએ' કથાંશે કહ્યું હતું.

'એની ચિંતા એની મમ્મી કરે, મારે તો મારા લાડકા દીકરાની જ ચિંતા કરવાની હોય ને !' મમ્મીએ કહ્યું હતું.

'ના, મમ્મી, હું અત્યારે ખરાંશુભાઈ સાથે હૉસ્પિટલ જઈશ અને તે બાળકની સારસંભાળ રાખીશ' કથાંશે દઢતાથી કહ્યું હતું...

'ભલે, પણ તું દરરોજના આપણા રિવાજ મુજબ પહેલાં જમી તો લે' મમ્મીએ કથાંશની પીઠ થપથપાવતાં કહ્યું હતું...

'ના, મમ્મી, હું એકલો નહીં જમું... આજથી ખોટો રિવાજ બંધ. હું કંદરાબહેન અને કક્ષાબહેનની સાથે જ જમીશ. મમ્મી, ભાઈ-બહેનના સંબંધો તો જીવનભરના છે... મેં એકલા-એકલા સુખ ભોગવવાનું પાપ કર્યું છે એ બદલ બન્ને બહેનોની હું માફી માગું છું' કથાંશે કહ્યું હતું...

કથાંશમાં ઉદિત થયેલા બંધુત્વથી કંદરાની આંખો ભીની થઈ ગઈ હતી. જે વાત એક વડીલ માતા સમજી ન શકી, એ વાત તરુણ, કથાંશ સમજી ગયો હતો !

કથાંશે કહ્યું હતું : 'ખરાંશુભાઈ, તમને પણ જમ્યા સિવાય નહીં જવા દઉં ! આજથી આપણી નવી દોસ્તી શરૂ થાય છે !... અને હા, તમને બન્ને બહેનોએ મને માફી આપી દીધી કે નહીં ?'

'ટૅમ્પરરી માફી આજે, ઑફિસિયલ માફી કાલે...' કંદરાએ કહ્યું હતું.

'દીદી ! કંઈ સમજાય એવું તો બોલો. માફીમાં વળી ટૅમ્પરરી શું અને ઑફિસિયલ શું ?' કથાંશે પૂછ્યું હતું.

'કથાંશ, કાલની વાત કાલે. એમ પણ બને કે આવતી કાલ આજ કરતાં વધારે રૂપાળી હોય.' કંદરાએ હસતાં-હસતાં કહ્યું હતું.

'કથાંશ, તને ખબર છે ને કે તારી મોટીબહેન કંદરા જિદ્દી છે. એ મને નથી ગાંઠતી તો તને તો ગાંઠે જ ક્યાંથી ?' મમ્મીએ કહ્યું હતું.

'ચાલ કથાંશ, આજ-કાલની ચર્ચા બંધ કર, આપણે જમીને હૉસ્પિટલ પહોંચીએ' ખરાંશુએ કહ્યું હતું...

અને કથાંશ અને ખરાંશુ હૉસ્પિટલ જવા રવાના થયા હતા...

બીજે દિવસે સવારે કંદરા અને કક્ષાએ ઓરડાને સરસ રીતે સજાવ્યો હતો... બાજઠ પર આસન પાથર્યું હતું... આરતીની થાળી તૈયાર કરી હતી અને કથાંશને લાગણીપૂર્વક બાજઠ પર બેસાડ્યો હતો... કંદરાએ કહ્યું હતું : 'કથાંશ, આજે રક્ષાબંધન છે. અમે તારી પાસે રક્ષાનું વરદાન નથી માગતાં, પણ જીવનભર તારા રક્ષણમાં પાછી પાની નહીં કરીએ એની તને ખાતરી આપીએ છીએ... આપણા સંબંધનો એક નવો અધ્યાય શરૂ થાય છે એમાં આપણી વચ્ચે માતા-પિતાના પુત્ર-પુત્રીને કારણે નહીં, પણ લોહીના સંબંધથી પ્રગટેલો લાગણીનો નિર્મળ સંબંધ શરૂ થાય છે. વડીલોની સંબંધ વિશેની એમની વ્યાખ્યા એમને મુબારક, નવી પેઢી તરીકે સંબંધની આપણી ફરજ આપણને મુબારક !'

અને લાગણીની મહેકથી ઓરડો મઘમઘી ઊઠ્યો હતો...

❑

૫. 'દાદાજીની જય'

ટૅક્સીવાળાને સવારે સાત વાગ્યે આવી જવાની સૂચના આપી રંગિત શયનખંડ ભણી જવાની તૈયારી કરતો હતો, ત્યાં એકાએક જ તેના પિતા વરદરાયે કહ્યું : 'દીકરા, અહીં નિરાંતે વાતો કરવાનો મોકો આપણને મળતો હતો, એવો મોકો હવે તારી મોટા શહેરમાં બદલી થતાં ન પણ મળે.'

પપ્પાજીને આગળ બોલતાં રોકીને રંગિતે કહ્યું : 'પપ્પાજી, બદલી ભલે થઈ, પણ મારું દિલ પણ બદલાશે એવી કલ્પના પણ આપ કેવી રીતે કરી શકો ? હા, વ્યસ્તતાને કારણે વાતચીતની વધુ મોકળાશ ન રહે, પણ હું મારી જિંદગીનો એક પણ નિર્ણય આપને પૂછ્યા સિવાય લેવાનો નથી. અને મારી આ વાત મારી પત્ની પ્રસક્તાએ પણ સ્વીકારી લીધી છે. ધોધ પાસે જોશ હોય છે એટલે એ પડતાં પહેલાં પછડાટનો વિચાર નથી કરતો. જવાની એ ધોધ છે. વડીલો એના જોશને પછડાટરૂપે વ્યક્ત કરતાં રોકે એને હું ટકટક નથી ગણતો... આપે મારું જે રીતે ઘડતર કર્યું છે, મારા પુત્ર મુહૂર્ત અને પુત્રી દ્વાદશીનો ઉછેર હું એ રીતે જ કરીશ. અને દાદા-દાદીના મહત્ત્વ અને આદરને તેઓ ન ભૂલે એનો પણ હું એમને અહેસાસ કરાવતો રહીશ.'

'થેન્ક યુ બેટા, તારી ભાવનાની હું કદર કરું છું, પણ મારે તને જે વાત કહેવાની હતી તેનો આરંભ તેં જ કરી દીધો એટલે મારું કામ સરળ થઈ ગયું. બેટા, માતા-પિતા કે મમ્મી-પપ્પા બનવું એ પદ નથી, પણ જવાબદારી છે... યુવા દંપતી એક્વેરિયમની માછલીની કે પાળેલા શ્વાનની કે પોતાના કિચન ગાર્ડનની જેટલી દરકાર રાખે છે, એટલી દરકાર સંતાનના ઉછેરની નથી રાખતાં. અમને ઘરડાંઓને શ્વાન પાળતાં ભલે ન આવડે,

પણ ઇન્સાન પાળતાં આવડે છે ને ઘરમાં પણ અત્યાર સુધી 'દાદા' તરીકેની અમારી દાદાગીરી એટલે જ સલામત રહી છે. દીકરા, મુહૂર્ત અને દ્વાદશીને એવી રીતે ઉછેરજે કે એમનામાં રહેલી ભ્રાતા-ભગિનીની પવિત્ર લાગણીને ઠેસ ન પહોંચે. અને હા, અમને વારંવાર તારી સાથે રહેવા તેડાવીને તમારી સ્વતંત્રતામાં કાપ મૂકવાના પાપનાં ભાગીદાર અમને ન બનાવીશ. તમને અહીં દોડી આવવાની છૂટ. જીવનનો સંધ્યાકાળ આરતીનો સમય છે. દેવને નૈવેદ્ય ધરાવવાનો સમય છે. એવી પવિત્ર ઘડીને હું કશીય અધિકાર-પ્રિયતાથી અભડાવવા નથી ઇચ્છતો દીકરા... જાઓ, સુખી થાઓ.'

રંગિત પોતાના પપ્પાજીની જીવન વિશેની સમજ, ઉદારતા, વાત્સલ્ય અને મહાનતા જોઈ ગદ્‌ગદ થઈ ગયો. એણે પપ્પાજીના પગ પકડી છુટ્ટા મોઢે રુદન કર્યું. જે ઉપકારી ચરણો પૂજનને લાયક છે એવાં માતા-પિતાને આદરને બદલે ઉપેક્ષાનો વિષય બનાવનાર સંતાનોને કદાચ ઈશ્વર પણ માફ નહીં કરતો હોય ! રંગિત ભાવવિભોર બની મનોમન વિચારી રહ્યો હતો...

વરદરાયે રંગિતનું મસ્તક ચૂમી એને આશ્વાસન આપ્યું અને તેઓ શયનપૂર્વેની દેવવંદના માટે પૂજાખંડમાં પ્રવેશ્યા.

સવારે વહેલાં ઊઠી રંગિત અને તેની પત્ની પ્રસક્તા તૈયાર થઈ ગયાં. બન્ને સંતાનો મુહૂર્ત અને દ્વાદશીને પણ જગાડીને તૈયાર કર્યાં. ટેક્સી આવી પહોંચી. રંગિત અને તેના પરિવારે સામાન ગોઠવ્યો. અડોશ-પડોશનાં લોકો પણ રંગિત અને પ્રસક્તાને વિદાય આપવા હાજર થઈ ગયાં હતાં. વરદરાય અને કૌમુદીદેવીના પ્રસન્ન પરિવારની સુવાસ તેમને માટે પ્રેરક હતી. નથી બાપ-દીકરાને તેમણે ઊંચા સાદે બોલતાં સાંભળ્યા કે નથી સાસુ-વહુને પરસ્પર વ્યંગ-બાણોથી વીંધતાં નિહાળ્યાં. સાંધ્યકાલીન જીવન કેવું લાગણીથી ભીનું ભીનું હોય એનો આદર્શ નમૂનો વરદરાયનું કુટુંબ હતું.

રંગિત અને પ્રસક્તાએ માત્ર વરદરાય અને સાસુમાના જ નહીં, ઉપસ્થિત સઘળા વડીલોના ચરણસ્પર્શ કરી આશીર્વાદ લીધા અને સૌએ

લાગણી નીતરતા હાથે એ દંપતીને આશીર્વાદ આપ્યા. પ્રેમની ગંગા આજે પણ અપ્રદૂષિત છે - જો તમે એમાં સ્વાર્થનું મલિન પાણી ન 'પધરાવો' તો.

ટૅક્સી અદશ્ય થઈ ત્યાં સુધી સૌ ઉષ્માભર્યો હાથ હલાવીને રંગિત અને પ્રસક્તાને વિદાય-શુભેચ્છા પાઠવતાં રહ્યાં.

ટૅક્સી ઑફિસર્સ ક્વાર્ટર્સ પહોંચી અને રંગિત 'બૉસ'ની રાહ જોતા પ્યૂને મૅડમ અને સરને સલામ કરી સામાન ઉતારવાનું શરૂ કર્યું. આસપાસનાં અન્ય ક્વાર્ટર્સની બાનુઓ જાણે શંકિત નજરે જોતી હોય તેમ ભારેખમ ચહેરા સાથે નવાગંતુક ફૅમિલીને 'મૂલવવાની' કોશિશ કરી રહી હતી !

'ટ્રેડિશનલ લાગે છે... આધુનિકતાનો ટચ ઓછો જણાય છે.'

'નાના ટાઉનમાંથી આવ્યાં છે ને એટલે ઑફિસરની લાઈફ કેવી રુઆબદાર હોય એનો ઝાઝો ખ્યાલ નહીં હોય.'

'એમની પત્ની પણ બહુ ફૅશનેબલ નથી ! 'કીટી' પાર્ટીના મેમ્બર તરીકે જામશે નહીં. જોઈએ...'

મહિલાઓ અંદર-અંદર ચર્ચા કરી રહી હતી. એમના શબ્દો રંગિતને કાને અથડાતા હતા ! 'આધુનિકતા' એટલે વગર જાણે-સમજે બીજાની ટીકા કરવાનો અધિકાર ? શું આછકલાપણું એ જ કહેવાતા 'ભદ્ર સમાજ'ની ખાસિયત છે ? રંગિત આઘાત સાથે વિચારી રહ્યો હતો.

ઘર ગોઠવવામાં અને જરૂરિયાતો પૂરી કરવામાં પ્રસકતા એટલી બધી વ્યસ્ત રહી કે સાસુ-સસરાને ફોન કરવાનું પણ ભૂલી ગઈ ! એટલે રાહ જોયા બાદ વરદરાયે સામેથી ફોન કર્યો ! પ્રસક્તાએ ક્ષમા માગી, પણ વરદરાયે કહ્યું : 'દીકરી, શહેર એ આખરે શહેર છે ! શહેર માણસ પાસેથી સ્વસ્થતા અને શાંતિ બન્ને લૂંટી લે છે. હું તારી વ્યસ્તતા સમજી શકું છું. રંગિત ટુરમાં ગયો છે... પણ શહેરમાં તમારાં છોકરાં અંજાઈને આપણા ઘરની રીતરસમો ભૂલી ન જાય એનો ખ્યાલ રાખજો.'

અને પ્રસક્તાને એ વાત સૌથી મહત્ત્વની લાગી હતી. એણે

સંતાનોના ઉછેરમાં પૂરતો રસ લેવા માંડ્યો હતો, પણ સાંજના સમયે કૉમન ગાર્ડન પ્લોટમાં ઑફિસરોનાં સંતાનો એકઠાં થતાં. મોજ-મજા-પિકચર-પાર્ટીની વાતો કરતાં. મમ્મી-પપ્પા તરફથી વાપરવા મળતા પૈસાનો મનસ્વી ઉપયોગ કર્યાનાં મીઠું-મરચું ભભરાવી વર્ણન કરતાં... મુહૂર્ત એ બધું શાંતિથી સાંભળતો, પણ દ્વાદશી મનોમન દુભાતી. એને લાગતું કે અન્ય પડોશીઓની સરખામણીમાં પોતાના ઘરનું વાતાવરણ 'ડલ' છે ! મમ્મી-પપ્પાનો પહેરવેશ, જીવનના તોર-તરીકા બધું જ સાવ સાદું છે એટલે 'સોસાયટી'માં એમનો વટ પડતો નથી !

મુહૂર્તનું મંતવ્ય એનાથી સાવ વિપરીત હતું... એ મનોમન વિચારતો કે ઑફિસર્સ ક્વાર્ટર્સના ઑફિસરનો પગાર તો સાવ બાંધ્યો જ હશે ! તેઓ વૈભવશાળી જીવન કેવી રીતે જીવી શકે ? નક્કી 'બે નંબર'ની આવક મેળવતા હોવા જોઈએ. વળી જાતજાતના ને ભાતભાતના લોકો એમને મળવા આવે છે ! કોઈકના હાથમાં મીઠાઈનાં પેકેટ્સ હોય છે તો કોઈકના હાથમાં ગિફ્ટ પેકેટ્સ. એમના કરતાં પોતાના પપ્પાજી લાખ દરજ્જે સારા છે. કોઈની મજાલ કે પપ્પાજી પાસે ખોટું કામ કરાવે ? 'સાદગી એ દૂષણ નથી, સ્વમાની અને નેક જીવન જીવનારનું ભૂષણ છે' - એમ દાદાજી કહેતા એ વાત સાવ સાચી છે. હું પણ પપ્પાજીની જેમ સાદું જીવન જીવીશ અને ઑફિસર ક્વાર્ટર્સના છેલબટાઉ છોકરાઓની દોસ્તીથી અલગ રહીશ.

ધીરે ધીરે પ્રસકતાને પણ આસપાસની બાનુઓનો રંગ લાગવા માંડ્યો હતો. એ રંગિતની જીવનશૈલીનો રંગ ફીકો લાગવા માંડ્યો હતો... ભલે અન્ય ઑફિસરની જેમ રંગિત અપ્રામાણિક ન બને, પણ તેના પપ્પાજી તો જમીનદાર છે. ખેતીવાડીની ખાસ્સી આવક છે. વળી રંગિત એકનો એક દીકરો હોઈ પિતાની સંપત્તિનો વારસદાર છે. એટલે શહેરમાં વૈભવી રીતે જીવતાં દેવું થશે તો પોતાના પપ્પાજી પાસેથી પૈસા મગાવી શકશે.

અને પ્રસક્તાએ છુટ્ટા હાથે ખર્ચ કરી ક્વાર્ટરને 'અલ્ટ્રા મોડર્ન' બનાવવાનું શરૂ કરી દીધું હતું. દ્વાદશી પણ તેમાં સાથ આપતી અને પોતે પણ કપડાં પાછળ ધૂમ ખર્ચ કરતી હતી.

મુહૂર્ત દ્વાદશીની એવી મનસ્વિતાનો વિરોધ કરતો. પુત્રની 'સંસ્કારપ્રિયતા' જોઈ રંગિત પણ ખુશ હતો. બીજી તરફ પુત્રી પોતાના વિચારોની સમર્થક હોઈ પ્રસક્તા પણ તેની તરફેણ કરતી...

'મમ્મી, દ્વાદશીએ આજે સ્કૂલમાં પોતાના બર્થ-ડે નિમિત્તે આખા વર્ગના વિદ્યાર્થીઓને મોંઘીદાટ ભેટ આપી છે અને સાંજે પણ આપણા ક્વાર્ટર્સની કેટલીક છોકરીઓ સાથે રેસ્ટોરાંમાં પાર્ટી ગોઠવી છે. પૈસાનો આવો ધુમાડો કરતાં તું એને કેમ રોકતી નથી ?' મુહૂર્તે પ્રસક્તાને કહ્યું હતું.

'મુહૂર્ત, તને મારી ઈર્ષ્યા આવે છે ! શહેરમાં કેમ રહેવું એ શીખતાં તો તારો જન્મારો પણ પૂરો થઈ જશે. આજની દુનિયા ઠાઠ-માઠ ને ભપકાની દુનિયા છે. તારા જેવા 'ઝીરો'ના બલ્બ જેવા ડાહ્યા-ડમરાનો કોઈ ભાવ પણ પૂછતું નથી, સમજ્યો ? દુનિયા ઝૂકતી હૈ, ઝુકાનેવાલા ચાહિયે, પણ તને અને પપ્પાજીને આ વાત નહીં સમજાય, કારણ કે તમારા બન્ને પર દાદાજીના આદર્શોનું ભૂત સવાર છે ! ખરું ને મમ્મી ?' કહીને દ્વાદશીએ મુહૂર્તની ઠેકડી ઉડાડી હતી !

'તારી વાત સાચી છે દ્વાદશી. જેવો દેશ તેવો વેશ. રુઆબદાર લોકોની વચ્ચે જીવન ન જીવીએ તો 'બોચિયા' કહેવાઈએ. તારા પપ્પાની પણ 'કાયાપલટ'નો પ્રોગ્રામ મેં ઘડી કાઢ્યો છે. જોજે એમને મારા રંગમાં ન રંગી દઉં તો ! બેટમજી મુહૂર્ત, તારી બહેન દ્વાદશીની વાત માનીશ તો પાંચમાં પુછાઈશ, બાકી તો તારા જેવા સીધાસાદા છોકરાને નસીબે તો શહેરમાં ઠોકર ખાવાનું જ લખાયું છે !'

ઘરમાં સતત ઝઘડાનું વાતાવરણ વધતું ગયું. પ્રસક્તા દ્વાદશીનો પક્ષ લેતી અને રંગિત મુહૂર્તનો.

દ્વાદશીને ગમે તેટલો ને ગમે તેવો ખર્ચ કરવાની છૂટ હતી, પણ મુહૂર્ત સૈનિકફાળા કે બ્લાઇન્ડ ડે નિમિત્તે મદદરૂપ થવા પૈસા માગે તો પ્રસક્તા ધરાર 'ના' કહી દેતી અને વ્યર્થ દાન-દક્ષિણાથી દૂર રહેવા મુહૂર્તને ઉપદેશ આપતી.

રંગિત પણ દ્વાદશીના દોષોને સહેલાઈથી માફ નહોતો કરતો.

પડોશી ઑફિસરની પુત્રીએ દ્વાદશીની મશ્કરી કરી એટલે એણે ઉશ્કેરાઈને તેને તમાચો ચોડી દીધો. પરિણામે રંગિતને ઠપકો સાંભળવો પડ્યો હતો. મુહૂર્ત અને રંગિતે જ્યારે દ્વાદશીનો ઊધડો લીધો ત્યારે પ્રસક્તા વચ્ચે કૂદી પડી અને મુહૂર્તને દ્વાદશીની ઈર્ષ્યા આવે છે, એવી બેહૂદી વાત પણ કરી દીધી. રંગિતે મુહૂર્તનો પક્ષ લઈ પ્રસક્તાનું આકરા શબ્દોમાં અપમાન કર્યું એટલે દ્વાદશીએ મમ્મીનું ઉપરાણું લઈ પપ્પાને કહ્યું : 'પપ્પાજી, તમે મમ્મીની આઝાદીના દુશ્મન છો. તમને આધુનિક પતિ બનતાં આવડતું જ નથી ! તમે તમારા જુનવાણી પિતાના પગલે ચાલનારા 'ઑર્થોડૉક્સ' પુત્ર છો. મુહૂર્તને પણ તમે તમારી કાર્બનકોપી બનાવી દીધો છે ! ખબરદાર જો મારી મમ્મીને હવેથી કશું કહ્યું છે તો !'

અને મુહૂર્તે ઉશ્કેરાઈને દ્વાદશીને થપ્પડ મારી દીધી હતી. પોતાની વકીલાત કરનાર પુત્રીને મારનાર પુત્ર મુહૂર્તને પ્રસક્તાએ રંગિતના દેખતાં જ ધબેડી નાખ્યો હતો ! રંગિત પણ પ્રસક્તા પર હાથ ઉગામવા જતો હતો, ત્યાં મમ્મીની વહારે દોડી આવેલી દ્વાદશીએ પપ્પાનો હાથ મજબૂતીથી પકડી લીધો હતો... શોરબકોરને કારણે અડોશ-પડોશની મહિલાઓ એકઠી થઈ ગઈ હતી અને પ્રસકતા અને રંગિતને ઠપકો આપતાં કહ્યું હતું કે 'હાઈ સોસાયટી'ની 'ડિગ્નિટીનો' એમણે ખ્યાલ રાખવો જોઈએ. રંગિત અને પ્રસક્તા ગામડેથી આવ્યાં હોઈ એમને 'શિસ્ત'નો બિલકુલ ખ્યાલ નથી. જો આમ જ ચાલશે તો ઑફિસર-ક્વાર્ટર્સના રહેવાસીઓના એસોસિયેશનના ચેરમૅન સમક્ષ તેઓ લેખિત ફરિયાદ કરશે.

રંગિતે ગમ ખાઈને પરિસ્થિતિ સંભાળી લીધી હતી અને ક્ષમાયાચના સાથે સૌને વીખરાઈ જવાની વિનંતી કરતાં મામલો થાળે પડી ગયો હતો.

દ્વાદશીની અધિકારપ્રિયતા ધીરે-ધીરે વધી રહી હતી. મુહૂર્ત હવે કૉલેજમાં અભ્યાસ કરતો હતો એટલે કમ્પ્યુટરવાળા મોટા રૂમની તેને જરૂર હતી, પણ પ્રસક્તાએ દ્વાદશીની તરફેણ કરતાં કહ્યું કે હાયર સેકન્ડરી સાયન્સ સ્ટ્રીમમાં ભણતી દ્વાદશીને અલગ ખંડની અભ્યાસ માટે વધુ જરૂર છે ! અને બહેન માટે ભાઈએ ત્યાગ કરવો જ જોઈએ. અત્યાર સુધી મા-

બાપો દીકરાને મહત્ત્વ આપતાં જ રહ્યાં છે. પોતે દીકરીને પડખે રહેશે અને જો રંગિત એમનામાં દખલ કરશે તો પતિ તરીકે તેમણે પણ માઠાં પરિણામ ભોગવવા તૈયાર રહેવું પડશે ! પ્રસક્તાની ધારણા મુજબ રંગિત મુહૂર્તનો પક્ષ લઈને તેની માગણી યોગ્ય હોઈ દ્વાદશીને કમ્પ્યુટરવાળા સ્ટડીરૂમમાંથી બહાર નીકળી જવાની ફરજ પાડી હતી. વીફરેલી દ્વાદશીએ ક્લોક અને કમ્પ્યુટરને ભોંય પછાડી નુકસાન પહોંચાડ્યું હતું અને ફરી એક વાર મુહૂર્ત અને દ્વાદશી વચ્ચે છુટ્ટા હાથની મારામારી થઈ હતી ! રંગિતે દ્વાદશીને સજા કરી હતી અને પ્રસક્તાએ મુહૂર્તને.

તે દિવસે રાંધ્યાં ધાન રખડ્યાં હતાં. કોઈએ ખાધુંપીધું નહીં. દ્વાદશીનું રુદન મધરાત સુધી ચાલુ રહ્યું હતું. અને એને આશ્વાસન આપતાં પ્રસક્તાએ પણ પતિ રંગિત વિશે અપશબ્દો ઉચ્ચારવા સુધીનું સાહસ દેખાડ્યું હતું.

બીજે દિવસે સવારે દ્વાદશીને તૈયાર કરી પોતાની બૅગ ભરતાં પ્રસક્તાએ દીકરી સાથે પોતાના પિયર ચાલ્યા જવાની ઘોષણા કરી રંગિતને ધ્રુજાવી દીધો હતો. મોટે-મોટેથી બૂમબરાડા કરતી પ્રસક્તાને રોકવાની રંગિત જેમ જેમ કોશિશ કરતો હતો, પ્રસક્તા વધુ ને વધુ ઉશ્કેરાતી જતી હતી... રંગિત લાચાર બની શું કરવું તેની વિમાસણમાં હતો, ત્યાં એકાએક એના પપ્પાજીએ બારણે ટકોરા માર્યા.

પપ્પાજીના આગમનથી રંગિતને થોડી ટાઢક વળી, પણ પ્રસકતાનું બોલવાનું ચાલુ હતું... સસરાજીને વંદન કરવાનો વિવેક પણ એ વિસરી ગઈ હતી... માતાને પગલે દીકરી દ્વાદશીએ પણ દાદાજીની હાજરીની 'નોંધ' લેવાનું માંડી વાળ્યું હતું !

રંગિત અને મુહૂર્તે દાદાજીને પ્રણામ કર્યા અને દાદાજીએ એ બન્નેને આશીર્વાદ આપ્યા અને સામે ચાલીને પ્રસકતા તથા દ્વાદશીને માથે હાથ મૂકીને તેમને શુભાશિષ પાઠવી.

વાતાવરણ તંગ હતું તે વાત દાદાજી સમજી ગયા હતા. એમણે પ્રસક્તા પાસે પડેલી અધખૂલી બૅગ જોઈ કહ્યું : 'દીકરી, લાવ તારાં કપડાં

ગોઠવવામાં મદદ કરું... તમે પ્રવાસેથી આવ્યાં હશો. અને હા, તારા હાથની ચા પીધે ખાસ્સો સમય થઈ ગયો... મારે માટે ચા બનાવ !'

અને માત્ર શિષ્ટાચાર ખાતર પ્રસક્તા ઊભી થઈને રસોડામાં જઈને ચા બનાવી લાવી હતી ! ત્યાર બાદ વરદરાયે ઘરના સૌને ઉપરના ખંડમાં બોલાવ્યાં હતાં. એમણે કહ્યું હતું : 'વગર પૂછે હું એ વાત સમજી ગયો છું કે દીકરી દ્વાદશી અને પ્રસક્તાને શહેરનો રંગ લાગી ગયો છે અને હા, રંગિત, તું અને વહુ પ્રસક્તા મમ્મી-પપ્પાનું કર્તવ્ય નિભાવવામાં અને બાળકોનું માનસ પારખવામાં સાવ ઠોઠ સાબિત થયાં છો. સંતાનો વચ્ચે લડાઈ-ઝઘડા, ક્લેશ-કંકાસની ઘટનાઓ તો બનવાની જ ! પણ મા-બાપે સંતાનોના ભાગલા પાડી વહાલાં-દવલાંની નીતિ ન જ અપનાવવી જોઈએ. પ્રસક્તાએ દ્વાદશીની તરફેણ કરી હશે અને રંગિતે મુહૂર્તની. અહીં જ તમે બન્નેએ થાપ ખાધી. બાળકો ઝઘડે ત્યારે એનું કારણ શોધી નિવારણને બદલે મા-બાપો મધ્યસ્થીની ભૂમિકામાં સામસામે આવી જતાં હોય છે અને પોતાને ગમતા સંતાનની નિર્દોષતા અને અન્ય સંતાનને દોષી ઠેરવવાનો પ્રયત્ન કરી ક્યારેક તેને ખોટી રીતે સજા કરી દેતાં હોય છે. પરિણામે વૈમનસ્યનાં બીજ વવાય છે ! આટલી સરળ વાત રંગિત, તું અને પ્રસક્તા સમજ્યાં નહીં. ઉદ્દંડતા અને સ્વેચ્છાચાર માટે સંતાનો જેટલાં જવાબદાર છે, તેનાથી વધુ જવાબદાર 'બાલિશ' મા-બાપો છે. મેં એટલે જ તમને કહ્યું હતું કે શહેરની દુનિયામાં સંતાનો ખોવાઈ ન જાય એનું ધ્યાન રાખજો ! સંતાનો માત્ર મા-બાપની જ નહીં, રાષ્ટ્ર અને વિશ્વની પણ મોંઘેરી મૂડી છે એમ માની એમને જતનપૂર્વક ઉછેરવામાં સાવધાની રાખવી જોઈએ... ચાલો, હવે જાગ્યાં ત્યારથી સવાર ! તમને બરાબર 'જગાડ્યાં' સિવાય હું અહીંથી જવાનો નથી ! સમજ્યાં ?...' અને દ્વાદશી અને મુહૂર્તે એક સ્વરમાં કહ્યું હતું... 'દાદાજીની જય !' એમના શબ્દોને પ્રસક્તા અને રંગિતે પણ તાળી સાથે વધાવ્યા હતા !

અને ઑફિસર-ક્વાર્ટર્સના અધિકારી રંગિતના ક્વાર્ટરમાં એક નવું અજવાળું પ્રગટ્યું હતું !

❑

૬. રામાયણ હજી જીવંત છે

ચૈત્ય અને ઉદ્દગતે પપ્પાની મોટરસાઇકલનો જેવો અવાજ સાંભળ્યો કે તરત જ મમ્મીની ગોદમાંથી ઊભા થઈ સ્ટડીરૂમમાં વાંચવાનું શરૂ કર્યું... ચૈત્ય ઉદ્દગત કરતાં ત્રણ વર્ષે મોટો હતો. બન્ને વચ્ચે ભાઈ કરતાં પણ ભાઈબંધીની વધુ નિકટતા હતી. ચૈત્ય ભણવામાં નબળો અને ઉદ્દગત તેજસ્વી. એટલે પરીક્ષાનું પરિણામ આવે કે તેમના પપ્પા સુકૃત એ બન્નેનાં ગુણપત્રકો લઈને બેસી જતા. એક એક વિષયના માર્ક્સનો ઝીણવટથી અભ્યાસ કરતા. ચૈત્યનું નબળું પરિણામ જોઈ એના ગાલ પર સટાક કરતો તમાચો ઝીંકી દેતા અને કહેતા : 'મારા ઘરમાં જન્મ્યો એના કરતાં કોઈ મુફલિસના ઘરમાં જન્મ્યો હોત તો ભીખ માગીને તો પેટ ભરી ખાત ! આટઆટલી ઉત્તમ સ્કૂલમાં દાખલ કર્યા છતાં અંતે પરિણામ તો મીંડું જ ને ! તારા નાના ભાઈ ઉદ્દગતનું ગુણપત્રક જો. જે વિષયમાં તેં સોમાંથી નવ ગુણ મેળવ્યા છે, એમાં ઉદ્દગતે નેવું ગુણ મેળવ્યા છે !'

ચૈત્યનું ઉપરાણું લેવા એની મમ્મી વચ્ચે કૂદી પડતી અને સુકૃત એને પણ ઝપટમાં લેતો ! બાળકને બગાડનાર તરીકે ભારતીય માતાઓએ આજીવન પોતાના પતિનો આક્ષેપ સહેવાનું લગભગ અનિવાર્ય હોય છે ! પતિની વઢનો લાચાર શિકાર એટલે મમ્મી !

સુનમિતાને સુકૃત જેલરની આકરી 'ડ્યૂટી' આપતાં કહેતો : 'ચૈત્યને, આ નાલાયકને આજે અન્નનો દાણો પણ આપીશ તો જોયા જેવી થશે. બગડનાર કરતાં પણ બગાડનાર વધુ દોષિત છે. માતાનાં લાડને વાડ નથી હોતી અને સ્વચ્છંદી બાળકો એનો ગેરલાભ લેતાં હોય છે ! આટલી સરળ વાત સુનમિતા, તું કેમ સમજતી નથી ?'

'હું બધું જ સમજું છું, પણ મા અને બાપ બન્ને સંતાનને ધક્કે ચઢાવે તો એ કોના આશરે ઘરમાં સલામતી અનુભવે ?' સુનમિતા કહેતી.

પોતાના ભાઈ પર પપ્પાનો ત્રાસ ઉદ્દગતથી સહન નહોતો થતો. શાળાએથી છૂટ્યા બાદ બન્ને ભાઈઓ મંદિરના ઓટલે બેસી સમસ્યાનું સમાધાન શોધવાની ચર્ચા કરતા !

અને એકાએક ઉદ્દગતના મનમાં ઝબકારો થયો : 'ચૈત્ય, તને પપ્પાજી એટલા માટે ધીબેડી નાખે છે ને કે તારા માર્ક્સ ઓછા આવે છે અને મારા વધારે ? હું તારો ભાઈ છું ! તારા દુઃખમાં મારે સહભાગી થવું જોઈએ.'

'હું તારી વાત સમજ્યો નહીં ઉદ્દગત' ચૈત્ય ભોળાભાવે કહેતો.

'બુદ્ધુરામ, ટર્મિનલ પરીક્ષા લેવાશે ત્યારે હું જાણી-જોઈને એક-બે પેપરમાં સાવ ઓછું લખીશ, જેથી હું પણ નાપાસ થાઉં અને તું પણ નાપાસ થાય ! પપ્પાજી આપણને બન્નેને એક-એક થપ્પડ મારશે અને એમનો ગુસ્સો શાંત થઈ જશે, પણ તારી અને મારી સરખામણી કરવાની કડાકૂટ તો નહીં રહે !'

'ના, ના, મારાથી એવી સ્વાર્થી યોજનામાં સામેલ ન થવાય ! પપ્પા સાથે એવી છેતરપિંડી ન થાય અને મારે કારણે તારી કારકિર્દીમાં નાપાસ થવાનો ડાઘ પડે એ તો હું ક્યારેય સહન જ ન કરું ! હું વાંચું છું, વર્ગમાં ધ્યાન પણ આપું છું, પણ ભગવાને બુદ્ધિ વહેંચતી વખતે મને પાછળ રાખ્યો હશે. ભેજામાં ન ઊતરે તો હું કરી પણ શું શકું ?' ચૈત્ય કહેતો.

અને આગળની ચર્ચા પડતી મૂકી પપ્પા ઑફિસેથી આવે એ પહેલાં બન્ને ભાઈઓએ ઉતાવળે-ઉતાવળે ઘેર પહોંચવા ઝડપથી પગ ઉપાડ્યા.

મમ્મી બન્નેને 'રામ-લક્ષ્મણ'ની જોડી કહેતી અને ઘરમાં પ્રવેશે કે તરત જ બન્નેનાં ઓવારણાં લેતી.

પણ આજે બન્ને ભાઈઓના ચહેરા પર સ્મિત ગાયબ હતું. ઉદ્દગત ઇચ્છતો હતો કે મમ્મી ઢીલીઢસ રહેવાને બદલે ચૈત્યનો પક્ષ લઈ પપ્પાની તાનાશાહીનો વિરોધ કરે ! ઉદ્દગત કહેતો : 'મમ્મી, ટી.વી. પર જુએ છે

ને ! મમ્મીઓ કેટલી બધી આક્રમક હોય છે ! પપ્પાની બોલતી બંધ કરી દે છે ! તેં તો પપ્પાને છૂટો દોર આપ્યો છે તારા પર વરસી પડવાનો ! મમ્મી, તારે ચૈત્યની ખાતર પણ 'સ્ટ્રૉંગ' થવું પડશે !'

સુનમિતા મૌન ધારણ કરતી. એને ખબર હતી કે સુકૃતની અદાલતમાં કોઈનેય વિરોધ કે બચાવનો અધિકાર ઉપલબ્ધ નહોતો થતો !

સુકૃત શિસ્તનો ભારે આગ્રહી. ખાવામાંથી વાળ નીકળે તો મહારાજને તમાચો પડે ! ડ્રોઈંગરૂમનો પંખો ચાલુ રહી ગયો હોય તો નોકરને વઢ ખાવી પડે ! અને કાંસકામાં ભૂલચૂકે એકાદ દાંતો પડેલો નજરે પડે તો મમ્મીનું આવી બને.

સુકૃતના આવા આકરા સ્વભાવને કારણે ઘરનું વાતાવરણ તનાવગ્રસ્ત રહેતું. ન લાંબા સમય માટે મહારાજ ટકતો કે ન નોકર ! પોતાની પાસે કાર હોવા છતાં બચતના પગલા તરીકે સુકૃત સ્કૂટરનો ઉપયોગ કરતો - ઉપરી અધિકારી હોવા છતાં !

ઑફિસમાં પણ સુકૃતનો એવો જ ત્રાસ ! સ્ટાફ મેમ્બર્સ એનો પડછાયો લેવા પણ તૈયાર ન થાય ! શહેરની બ્રાન્ચ ઑફિસમાં તેની વારંવાર બદલી કરવામાં આવતી, પણ સુકૃતની તુમાખીમાં કશો જ ફરક નહોતો પડતો !

ફર્સ્ટ ટર્મિનલ પરીક્ષા પૂરી થઈ, અઠવાડિયા પછી પરિણામ જાહેર થયું. ચૈત્ય બે વિષયમાં નાપાસ અને ઉદ્દગત પણ એના પગલે બે વિષયમાં નાપાસ !

સુકૃતને ફાવતું જડી ગયું ! એણે એકને બદલે ચૈત્યને બે તમાચા ચોડતાં કહ્યું : 'બદમાશ, તારી સોબતમાં ઉદ્દગત પણ ઠોઠ બનવા લાગ્યો ! ગધેડા સાથે ઘોડાને બાંધવામાં આવે તો ભૂંકતાં ન શીખે, પણ આળોટતો તો થઈ જાય ! અને ઉદ્દગત, તું ચૈત્યને રવાડે કેમ ચઢ્યો ?' - પ્રશ્નનું પૂર્ણવિરામ એક લાફા સાથે પૂર્ણ થયું.

બીજે દિવસે સુકૃત ઉદ્દગતના વર્ગશિક્ષકને મળવા ગયો ! વર્ગશિક્ષકે તેની નિયમિતતા અને તેજસ્વિતાનાં ભારોભાર વખાણ કરતાં તેનો બચાવ

કરતાં કહ્યું : 'ચોક્કસ પરીક્ષા દરમિયાન ઉદ્દ્ગતની તબિયત બગડી હશે, નહીં તો તેનું આવું નબળું પરિણામ ન જ આવે એની હું તમને ખાતરી આપી શકું.' અને સુકૃત ઝાઝી ચર્ચા કર્યા સિવાય ચાલ્યો ગયો.

એણે ઘેર પહોંચીને ઉદ્દ્ગતના મસ્તકે હાથ ફેરવીને કહ્યું : 'બેટા, તારી તબિયત સારી નહોતી તો મને તો કહેવું હતું ને ! હું ઇચ્છું છું કે તું મારો કુળદીપક બને ! ભણી-ગણીને મોટો ઑફિસર બને ! બાકી ચૈત્યની પ્રગતિ વિશે તો વિચારવાનું માંડી વાળ્યું છે ! એનું પ્રોગ્રેસ કાર્ડ 'પ્રોગ્રેસ' નહીં પણ અધોગતિ દર્શાવે છે ! ભવિષ્યમાં એની દરકાર રાખવા માટે પણ તારે ભણી-ગણીને સજ્જ થવું પડશે ! મને ખબર છે કે ચૈત્ય તારા ભણતરમાં વિક્ષેપરૂપ છે ! એટલે મેં નક્કી કર્યું છે કે તમને બન્નેને છૂટા પાડવા અને ચૈત્યને ગામડે રહેતા મારા નાના ભાઈ ઊર્મિલને ત્યાં મોકલી આપવો. ગામડે રહીને ભણશે એટલે એના બધા ચાળા નીકળી જશે !'

અને પતિના શબ્દો સાંભળી સુનમિતા પર આભ તૂટી પડ્યું ! એણે ઘણો વિરોધ કર્યો, પણ સુકૃત એકનો બે ન થયો તે ન જ થયો. સવારે ચૈત્યની બૅગ જાતે તૈયાર કરી એને અર્ધજાગ્રત દશામાં કારમાં બેસાડી દીધો !

અને ચૈત્ય જાગ્યો ત્યારે એ ઊર્મિલકાકાને ઘેર પહોંચી ગયો હતો. ગામડાના ફળિયામાં કાકાનું નાનકડું ઘર. સામે ગાયો-ભેંસો અને છાણના ઢગલા. સુકૃતે પોતાના નાના ભાઈને કહ્યું : તારો આ ભત્રીજો ગમાર છે ! તારી ગમાણમાં બાંધેલાં ઢોર જેવો ! એટલે તારે એને અહીં રાખીને ભણાવવાનો છે ! મારે ભાગે આવતી ખેતીની આવક મારે નથી જોઈતી ! ચૈત્ય ભણે તો ભણાવજે, નહીં તો એને ખેતીમાં તારી સાથે પલોટજે. એને કારણે મારો નાનો ભત્રીજો ઉદ્દ્ગત બગડી રહ્યો છે ! અને હા, તું એને લાડ-પ્યાર કરીને બગાડીશ નહીં ! લે, આ પંદર હજાર રૂપિયા ચૈત્ય માટે પરચૂરણ ખર્ચના.'

અને વધુ કશી જ વાતચીત કર્યા સિવાય સુકૃત ચાલ્યો ગયો હતો !

ચૈત્યના કાકા તો ભલા હતા, પણ કાકીનો સ્વભાવ બાર ખાંડીનો

હતો. સુકૃતના ગયા બાદ કાકીએ કાકાને કહ્યું : 'હું નહોતી કહેતી કે મારી જેઠાણી સુનમિતા ખેલાડી છે. તમારી ખેતીની આવક કેટલી છે, એનું ધ્યાન રાખવા જ એણે ચૈત્યને અહીં મોકલ્યો છે ! પણ હુંય એમ ગાંજી જાઉં એવી નથી ! એ શેર છે તો હું સવા શેર છું ! છ મહિનામાં ચૈત્યને ભગાડી ન મૂકું તો મારું નામ નહીં !'

કાકાએ એને આગળ બોલતી અટકાવતાં કહ્યું : 'આપણા ઘરમાં દીકરાની ખોટ છે. એમ કહેને કે ભગવાને જ ચૈત્યને મોકલ્યો છે ! અને મોટા ભાઈ ભણતરના ડખા ખોટા જ ઊભા કરે છે ! હું ન ભણ્યો તો કાંઈ ભૂખે થોડો મરું છું ! આજે તો ખેડૂત બનવું એ પણ ગૌરવની વાત છે ! ચૈત્યનું ભણતરમાં ચિત્ત નહીં ચોંટે તો આધુનિક ટેક્નિકથી ખેતી કેમ કરવી એ માટે હું એને તૈયાર કરીશ.'

ઊર્મિલની પત્નીએ મનોમન વિચાર્યું કે પોતાનો પતિ સાવ ભોટ છે ! એની સાથે ચર્ચા કરવાનો કશો જ અર્થ નથી ! ચૈત્યને રહેવાનું છે મારે હવાલે !

અને કાકીએ પોતાના 'પ્રયોગો' શરૂ કર્યા. ઊર્મિલની હાજરીમાં ચૈત્ય પ્રત્યે અનહદ લાગણી હોવાનો એ ઢોંગ કરતી, પણ ઊર્મિલની ગેરહાજરીમાં ચૈત્યને કોરી રોટલી ખવડાવતી. પાણીવાળું દૂધ પિવડાવતી અને ઊર્મિલ ઊઠે એ પહેલાં ચૈત્યને ઉઠાડીને ઠંડા પાણીએ નહાવાની ફરજ પાડતી. બીજી તરફ ઉદ્દ્ગત પણ મોટા ભાઈ ચૈત્યને પપ્પાએ ઘરમાંથી કાઢી મૂકી કાકાને ત્યાં રાખ્યો એટલે એણે મનોમન ભારે આઘાત અનુભવ્યો હતો. ભણવામાં એનું ચિત્ત ચોંટતું નહોતું.

એ વાર્ષિક પરીક્ષામાં નાપાસ થયો. પપ્પાએ એને 'ઠીક ઠીક' 'પ્રસાદી' ચખાડી...

તે પછીના અઠવાડિયે ઉદ્દ્ગત તાવમાં પટકાયો. દવા શરૂ કરવામાં આવી છતાં તાવ ઊતરતો નહોતો. એ ઝબકીને જાગી જતો. મોટે-મોટેથી બૂમો પાડતો : 'મમ્મી, ચૈત્યને કાકી ત્રાસ આપી રહ્યાં છે... એ ભૂખ્યો છે. કાકી એને ક્યારેક મારે પણ છે ! તું ચૈત્યને લઈ આવ, જલદી લઈ

આવ... નહીં તો...'

અને સુનમિતા ઉદ્દ્ગતને આગળ બોલતાં અટકાવી દેતી. મનોચિકિત્સકની પણ સુકૃતે સલાહ લીધી. તેમનો અભિપ્રાય એ હતો કે ચૈત્યથી જુદા પડ્યાનો ઉદ્દ્ગતને આઘાત છે !

અને સુનમિતાએ સુકૃતને ખૂબ આજીજી કરી. સુકૃતે કહ્યું કે ઊર્મિલને તું ફોન કર ! હું કયા મોઢે ચૈત્યને લઈ આવવાની વાત કરું ?'

અને સુનમિતાએ પોતાના દિયર ઊર્મિલને ફોન કરી ચૈત્યને લઈને તાત્કાલિક આવી જવાની વિનંતી કરી હતી. તે વખતે ચૈત્ય પણ બીમાર હતો, પણ ભાભીને આઘાત ન લાગે એટલે ઊર્મિલે એ વાત ભાભીથી છુપાવી હતી...

ચૈત્ય પણ તાવમાં સપડાયો હતો. એ લવરી કર્યા કરતો હતો અને એક જ નામ બોલ્યા કરતો હતો : ઉદ્દ્ગતનું. ડૉક્ટરે પણ ચૈત્યને શહેરમાં મોટા ડૉક્ટરને કન્સલ્ટ કરવાની સલાહ આપી. એટલે ઊર્મિલ ચૈત્યને લઈને સુકૃતને ઘેર આવી પહોંચ્યો.

ઘર સૂમસામ હતું. નોકરે કહ્યું કે ઉદ્દ્ગતની તબિયત વધુ બગડતાં તેને હૉસ્પિટલમાં દાખલ કરવામાં આવ્યો છે !

અને ચૈત્યે નાના ભાઈ પાસે જવાની જીદ પકડી હતી. કાકાએ એને ખૂબ સમજાવ્યો, પણ એ કશું જ સાંભળવા તૈયાર નહોતો.

- અને ઊર્મિલ સુકૃતને ફોન કરી હૉસ્પિટલનું સરનામું પૂછી ચૈત્યને લઈને તાબડતોબ હૉસ્પિટલ પહોંચી ગયો !

ઉદ્દ્ગત બેહોશ હતો... થોડી-થોડી વારે એ ચૈત્યનું નામ ઉચ્ચારી વળી પાછો શાંત થઈ જતો !

ડૉક્ટરે કહ્યું, ઉદ્દ્ગત ચૈત્યને ઝંખે છે... તેને તાત્કાલિક બોલાવી લો !

અને ઊર્મિલ ચૈત્યને લઈને સ્પેશ્યલ રૂમમાં પ્રવેશ્યો હતો...

ચૈત્ય બોર-બોર જેવડાં આંસુએ રડી પડ્યો, પણ બીમાર ઉદ્દ્ગતની ઊંઘમાં ખલેલ ન પહોંચે એ માટે ચૂપ રહ્યો... સુનમિતાએ છુટ્ટા મોઢે રડવાનું શરૂ કર્યું, પણ ડૉક્ટરે એને સમજાવીને બહાર મોકલી.

ચૈત્ય ધીમે પગલે ઉદ્દ્ગતના માથા તરફ આગળ વધ્યો. એનો હાથ ચૂમ્યો અને એનું મસ્તક ચૂમવા જતો હતો, ત્યાં ઉદ્દ્ગતે કહ્યું : 'ચૈત્યને બોલાવો. જલદી બોલાવો.'

અને ચૈત્યે એના કાનમાં કહ્યું : 'ઉદ્દ્ગત, હું આવી પહોંચ્યો છું. આખા રસ્તે ભગવાન આપણને બન્નેને છૂટા ન પાડે એવી પ્રાર્થના કરી છે... તું આંખો ખોલ ઉદ્દ્ગત.'

અને ચમત્કાર સર્જાયો હતો.

...થોડી જ વારમાં ઉદ્દ્ગતે આંખો ખોલી હતી... અને ત્રણેક કલાક બાદ એનો તાવ પણ ઊતરી ગયો હતો...

સુકૃતે ચૈત્યની માફી માગતાં કહ્યું હતું : 'દીકરા, તમને બન્નેને ભાઈ થતાં આવડ્યું, પણ મને બાપ થતાં ન આવડ્યું ! મારે એ વાત સમજી લેવી જોઈતી હતી કે ભણતર જીવન માટે છે, પણ જીવન માત્ર ભણતર માટે નથી ! મા-બાપની જીદને કારણે કેટકેટલાં બાળકોનાં જીવતર અને સ્વપ્ન રોળાયાં હશે, એની યાદી કરવા બેસીએ તો મારા જેવા અણસમજુ બાપનું નામ મોખરે રહે... હું એ વાત ભૂલી ગયો કે સંતાનને પોતાની કલ્પનાના બીબામાં ઢાળવાનો અત્યાચાર એ એક ક્રૂર અપરાધ છે ! મા-બાપોને છોડ ઉગાડતાં આવડે છે, પણ માળી બનતાં નથી આવડતું એ માબાપોની કરુણતા છે ! હવે જાગ્યા ત્યાંથી સવાર ! હવે મારે મારા બન્ને દીકરાઓને અલગ નથી રાખવા !' કહીને ચૈત્ય અને ઉદ્દ્ગતના મસ્તક પર વાત્સલ્યભર્યો હાથ સુકૃતે ફેરવ્યો હતો...

અને ઊર્મિલે કહ્યું હતું : 'મોટા ભાઈ, ચૈત્યની ચિંતા ન કરશો. મારા ભાગની અડધી જમીન મેં એને નામે કરી દીધી છે !'

પણ ઉદ્દ્ગતે તરત જ કહ્યું હતું : 'કાકા, હું ચૈત્યને ઠોઠ નહીં રહેવા દઉં... હું ભણીશ અને ચૈત્યને પણ ભણતો કરીશ. રામ અને લક્ષ્મણ વનવાસ પણ સાથે માણશે. ચૈત્યનો ગ્રામનિવાસ પૂરો થયો છે અને નવો ગૃહનિવાસ શરૂ થયો છે ! ખરું ને પપ્પા ?'

'હા, બેટા, હવે હું નહીં, તમે બન્ને જ એકબીજાના વાલીઓ.'

અને ગૃહક્લેશ સમાપ્ત થયો હતો. ચૈત્ય અને ઉદ્દ્ગત બન્નેએ અભ્યાસમાં બરાબર ચિત્ત પરોવ્યું હતું... ફરી વાર્ષિક પરીક્ષા આવી ! ચૈત્ય પ્રથમ નંબરે આવ્યો હતો અને ઉદ્દ્ગત બીજે નંબરે !

ઉદ્દ્ગતે કહ્યું હતું : 'પપ્પા, હું બીજે નંબરે આવ્યો એટલે કેટલી થપ્પડનું ઘરાક ?'

સુકૃતે એના ગાલ પર મીઠી ચૂમી ભરતાં કહ્યું હતું : 'મમ્મી-પપ્પાની પચ્ચીસ ચૂમીનું ઘરાક ! રામસ્વરૂપ મોટા ભાઈ ચૈત્યની છાયા બનીને ઉદ્દ્ગત, તેં દેખાડી આપ્યું કે આજે પણ રામાયણ હજી જીવંત છે... અભિનંદન દીકરા !'

અને બન્ને પુત્રો મમ્મી-પપ્પાને ભેટી પડ્યા હતા ! માણસ જિંદગીમાં અંધકાર જાતે નોતરતો હોય છે ! અંધકાર તો મરવા તત્પર હોય છે, માણસના મનનું અંધારું જ એના જીવતરમાં પ્રવેશેલા અંધારાને જિવાડે છે !

❑

૭. રુદ્રીનો 'નવો સંસાર'

રુદ્રી... એના માતા-પિતાની ત્રીજા નંબરની પુત્રી... પપ્પા તો એનું નામ 'પનોતી' પાડવા ઇચ્છતા હતા... પણ રુદ્રી એ ફોઈબાએ પાડેલું નામ છે. પપ્પાજીની એવી ઇચ્છા હતી કે કુળદીપક જન્મીને સાતે પેઢી તારે... પણ ઈશ્વરે કંઈક જુદું જ નિર્મિત કર્યું હશે... એટલે ત્રીજા સંતાન તરીકે પણ પુત્રીનો જ જન્મ થયો...

રુદ્રી પણ કેવી અભિશપ્તા ! એને માતા-પિતાનો સ્નેહ તો ન મળ્યો... પણ એના જન્મ પછી એક જ વર્ષમાં એના પિતાનું પણ આકસ્મિક અવસાન થયું. અને મમ્મીના મનમાં રુદ્રી પ્રત્યે નફરતવૃદ્ધિ માટે એક કારણનું ઉમેરણ થયું. રુદ્રી સમજણી થઈ ત્યારથી મમ્મીએ એના હાથનું પાણી પીધું નથી. રુદ્રીએ પીરસેલી થાળીને ઠુકરાવીને તેણે ભોજન કરવાનું ટાળ્યું છે... સવારના પહોરમાં રુદ્રીનું મોં નજરે પડે કે તરત જ એની મમ્મી પાછી વળી ભગવાનના ફોટા સમક્ષ દર્શન માટે ધસી જતી...

ઉપેક્ષાના અફાટ રણમાં રુદ્રી માટે કોઈ રણદ્વીપ હોય તો એનાં વૃદ્ધ ફોઈબા. મોટી બે બહેનો રત્ના અને રન્નાદે તો પરણીને સાસરે ચાલી ગઈ હતી.

રુદ્રીનાં ફોઈબા વૈધવ્ય પછી રુદ્રીના પપ્પાજીની સાથે જ રહેતાં હતાં. ફોઈબા રુદ્રીની મમ્મીને સગી બહેન કરતાં પણ અધિક ચાહતાં હતાં. પપ્પાની અમાનતસમી રુદ્રીને પણ તેઓ ફૂલની જેમ સાચવતાં હતાં, પણ રુદ્રીની મમ્મી એને પુત્રીરૂપી 'પથરો' માનતી હતી.

રુદ્રીના જન્મ પછી એક જ વર્ષમાં એના પપ્પાનું અવસાન થયું ત્યારે રુદ્રી એની મમ્મીના ક્રોધનો સૌથી મોટો શિકાર બની હતી. એણે નાનકડી રુદ્રીને નિર્દય રીતે ઝૂડી નાખી હતી... 'મૂઈ જન્મતાંની સાથે જ પોતાના

બાપને ભરખી ગઈ' જેવી આક્રોશપૂર્ણ વ્યંગ્યભરી ઉક્તિ એના હોઠેથી સરી પડી હતી...

એકમાત્ર ફોઈબાના સહારે નાનકડી રુદ્રીએ બાળપણના દિવસો પસાર કર્યા... અણગમતી વસ્તુનેય 'પસ્તી' કે 'કબાડી માર્કેટ'માં ભાવ ઊપજવાની શક્યતાને લક્ષમાં રાખીને ઘરના કોક ખૂણાનો અધિકાર બક્ષવામાં આવે છે, પણ...રુદ્રીની મમ્મી તો એને સાપનો ભારો ગણતી હતી. એમણે ફોઈબાને અલ્ટિમેટમ આપી દીધું હતું કે કોઈ પણ મુરતિયો મળે કે તરત જ રુદ્રીને પરણાવીને ઘરમાંથી કાઢો. એના અભ્યાસ પાછળ પૈસા બરબાદ કરવાની જરૂર નથી.

હા, પૂરાં પાંચ વર્ષ થયાં... રુદ્રી ગ્રેજ્યુએટ પણ થઈ ગઈ... અને મુરતિયાની રાહ જોતી રુદ્રી એક અણગમતા મહેમાનની જેમ માતૃગૃહે પ્રતીક્ષાના દિવસો ઉદાસ મને પસાર કરી રહી હતી. એની મમ્મીના મનની એક જ મૂંઝવણ હતી, ક્યાં સુધી રુદ્રીને ઘરમાં બેસાડી રાખીશું ? તે રુદ્રીને ગમે ત્યાં પધરાવીને નિશ્ચિત બનવાની રાહ જોઈ રહી હતી. પણ જ્યોતિષીઓ કહેતા હતા કે રુદ્રીની ઘાટડીએ પડેલો મંગળ એના લગ્નના મંગલકાર્યમાં વિઘ્ન બની રહ્યો છે. હા, કોઈ યુવકની પાઘડીએ 'મંગળ' નીકળે તો મેળ બેસે.

રુદ્રીએ તો એટલું જ યાદ રાખવાનું હતું કે એના જેવો કોઈ 'મંગળગ્રસ્ત' મળી જાય તો 'પારકી થાપણ'નું કલંક એના શિરેથી ટળે... લાયક વર મેળવવા પ્રવાસી બની 'નાલાયક' ઠરતી રુદ્રીની કુંડળી રિઝર્વેશન વગરના એસ.ટી.ના પ્રવાસીની જેમ અનેક વાર ઘેર પાછી ફરી રહી હતી. એક ઘોર નિરાશા રુદ્રીને ઘેરી વળી હતી.

એક દિવસ રુદ્રી મમ્મીના ઑર્ડર પ્રમાણેની બજારમાંથી ખરીદી કરીને પાછી ફરી રહી હતી ત્યારે એક અજાણ્યા યુવકે સાદ કર્યો, 'રુદ્રી, જરા ઊભાં રહો.' અને મરક મરક કરતો, એ યુવક એની નજીક આવ્યો. પોતાનો પરિચય આપતાં એણે કહ્યું : 'મારું નામ છે અભિનય. હું વિદેશથી લગ્ન કરવા ભારત આવ્યો છું. તમારા નમ્ર અને નિખાલસ સ્વભાવ વિશે મેં સાંભળ્યું છે. તમારી જન્મપત્રિકા તથા ફોટો લઈને તમારાં ફોઈબા મારી

મમ્મી પાસે આવ્યાં હતાં. તમારી જન્મકુંડળીમાં મંગળનો દોષ છે. હું જાણું છું કે મારી કુંડળીમાં મંગળ નથી, પણ મારા એક જ્યોતિષમિત્રે મંગળના દોષવાળી કુંડળી મને તૈયાર કરી આપવાની ઉત્સુકતા દેખાડી છે. જો તમને વાંધો ન હોય તો... આમ કરવાથી આપણા બન્નેની કુંડળીનો મેળ ખાઈ જશે...'

રુદ્રી એકાએક બોલી : 'અભિનય, મંજૂર છે, બધું જ મને મંજૂર છે. નડતો મંગળ, નડતા તમામ ગ્રહો... ઘરની ઉપેક્ષાના નર્કથી કંટાળેલી આ 'પારકી થાપણ' અને 'સાપના ભારા'ને બધું જ મંજૂર છે.' કહી રુદ્રી બેહોશ બની ઢળી પડી હતી... અભિનયે પડોશમાં આવેલા ઘરમાં તેને સુવાડીને મોં પર પાણી છાંટી સ્વસ્થ બનાવી હતી. રુદ્રીએ આંખ ખોલી ત્યારે અભિનય એની નજરે પડ્યો હતો... જેની આંખોમાંથી આત્મીયતા અને પોતીકાપણાંનાં અમી ટપકી રહ્યાં હતાં.

રુદ્રીનાં ફોઈબાએ પણ અભિનયને મનોમન ખૂબ જ આશીર્વાદ આપ્યા... પોતાની ફૂલ શી કોમળ ભત્રીજીનો હાથ ઝાલવા બદલ... અને જાણે કે રુદ્રીનાં નસીબ આડેથી પાંદડું ખસી ગયું. ફોઈબા કહેતાં કે... 'મારી રુદ્રી મોટા ઘરની વહુ બની લહેરથી જીવન ગુજારશે...'

રુદ્રીના સસરા એક અમીર વેપારી હતા. અભિનયને એક એકથી ચઢિયાતી છોકરીઓ બતાવવામાં આવી હતી, પણ એકેય એના મનમાં વસતી નહોતી. નમણી મૂર્તિ જેવી વારિ, અનોખી અદાવાળી ઓજસ્વી... અને અનિમેષ નયને નિહાળવાનું મન થાય એવી દીર્ઘા... આમાંનું કોઈ અભિનયના મનમાં ન વસ્યું. અને એણે પસંદગીનો કળશ ઢોળ્યો રુદ્રી ઉપર. રુદ્રી પાસે રૂપ છે, પણ અનોખી અદા નથી, નજાકત છે પણ આધુનિકતા નથી. વિદેશથી પાછા ફરેલા ભારતીય યુવકને આકર્ષે એવું રુદ્રી પાસે કશું નથી - સિવાય કે સાદગી ! બસ એ જ સાદગી પર તો અભિનય ફિદા થયો હતો. અને કોણ જાણે કેમ, પણ કશી જ પૂછપરછ વગર પ્રથમ મુલાકાતમાં જ અભિનયે રુદ્રી પર પોતાની પસંદગી ઉતાર્યાની જાહેરાત કરી હતી.

એનાથી અભિનયના દોસ્તોને પણ આશ્ચર્ય થયું હતું... ત્યારે

અભિનયે મિત્રો આગળ સ્પષ્ટતા કરતાં કહ્યું હતું. 'જીવનસંગિની અંગેના મારા ખ્યાલો તમારા કરતાં જરાક જુદા છે. હું નથી ઇચ્છતો કે મારી પત્ની રૂપનો સાગર હોય, હું નથી ઇચ્છતો કે મારી પત્ની ફેશનપરસ્ત હોય, આધુનિકતાનો દેખાવ કરવા નખરાં કરતી હોય, વિવિધ પ્રકારની વાનગીઓ બનાવવાના નૈપુણ્યને કે છટાદાર ભાષણ આપવાના કૌશલ્યને પણ હું મહત્ત્વનું નથી ગણતો...

હું મહત્ત્વ આપું છું જીવન વિશેની એની સમજને, હું મહત્ત્વ આપું છું એના જીવન પ્રત્યેના ગાંભીર્યને, સાદગીને, સમર્પણને, શીલ, સંસ્કાર અને સંકોચને. મારી પત્ની પૉલિટિક્સ અંગે મારી સાથે ગરમાગરમ ચર્ચામાં નહીં ઊતરે તો ચાલશે, પણ પત્ની તરીકેની ઉષ્માથી વંચિત રાખે એ નહીં ચાલે. લગ્ન એ પરસ્પરમાં જે ખૂટતું હોય, તે શોધવાનો અને ઉભયના સહકારથી પામવાનો પ્રયત્ન છે. બે વ્યક્તિનો સાથે ખાવા-પીવાનો, હરવા-ફરવાનો અને વંશવૃદ્ધિ કરવાનો કોઈ કૉન્ટ્રાક્ટ નથી. મેં જોઈ એ બધી જ છોકરીઓએ મને પૂછ્યું હતું : હું તમને ગમું છું ને ? તમે કહેશો તો હજી વધારે મોડર્ન થવાનું હું પસંદ કરીશ. જ્યારે રુદ્રીએ મને કહ્યું હતું. 'મારી સાદગી તમને અને તમારાં મમ્મી-પપ્પાને ગમશે તો ખરીને ? હું આનાથી વધુ મોર્ડન થવાનું કે રહેવાનું પસંદ કરતી નથી. કદાચ તમે મને તમારા આગ્રહ મુજબ રહેવા માટે મજબૂર પણ નહીં કરો. પશ્ચિમની ફૅશનનું આપણા યુવકો અંધ અનુકરણ કરે છે, પણ એવી ઘેલછા મને લેશમાત્ર પસંદ નથી. બાકી તમારી બધી શરતો મને મંજૂર છે.' નતમસ્તકે આટલી જ વાત મારી સાથે એણે કરી હતી, અને મેં રુદ્રીને જીવનસંગિની બનાવવાનો નિર્ણય કર્યો હતો.'

અને રુદ્રીનાં અભિનય સાથે લગ્ન નક્કી થઈ ગયાં. રુદ્રીની મમ્મીએ આ નિર્ણય જાહેર કર્યો, ત્યારે તેમના શુભચિંતકો તેમની પાસે દોડી આવ્યા હતા, અને કહ્યું હતું : 'નિશાબહેન, ગમે તેમ કરીને પણ રુદ્રીનું અભિનય સાથેનું લગ્ન અટકાવો. અભિનય ક્રૂર છે. તે વાતો કરે છે એવો જરા પણ નથી. તેની મમ્મીનો સ્વભાવ પણ ખરાબ છે. પૈસા છતાં તેઓ કંજૂસકાકડી છે. અભિનયના કૅરેક્ટરનો પણ શો ભરોસો ? નહીં તો આમ બત્રીસ વર્ષ

સુધી થોડો કુંવારો રહે ?'

લોકોની વાત સાંભળી રુદ્રીનાં ફોઈબાએ પણ રુદ્રીને એ સંબંધ તોડી નાખવા દબાણ કર્યું હતું, પણ રુદ્રી પોતાની મમ્મીની આણમાંથી મુક્તિ મેળવવા માગતી હતી. એને હંમેશાં લાગ્યા કરતું હતું કે પોતે ઘરમાં બોજસમાન છે. પોતાને સત્વરે કોઈ આ ઘરમાંથી લઈ જાય તેની મમ્મી રાહ જ જુએ છે. અભિનયના લાગણીનીતરતા શબ્દો અને ભારતીય સંસ્કારો પ્રત્યેનો પ્રેમ જોઈ એને પાકી ખાતરી થઈ ગઈ હતી કે અભિનય ખરેખર સારો યુવક છે, લોકોની વાતોમાં કંઈ દમ નથી. નહીં તો શું પોતાના જેવી મંગળગ્રસ્ત યુવતીને કોઈ યુવક પસંદ કરે ખરો ?...

એક વાર અભિનયે સામેથી જ રુદ્રી આગળ વાત કાઢી : 'રુદ્રી, એક વાર મારી નજર સાથે નજર મિલાવીને કહે, મારી આંખમાં તને શું દેખાય છે ? તારા પ્રત્યેનો અપાર પ્રેમ અને લાગણી સિવાય દેખાય છે કશું ?

'રુદ્રી, મને જાણવા મળ્યું છે કે અમુક લોકો ઈર્ષ્યાને કારણે મારા અને મારા પરિવાર વિશે અપપ્રચાર કરી રહ્યા છે, પણ એ બધી વાતો ઊપજાવી કાઢેલી છે... કારણ કે મેં ભલભલા મોટા જ્ઞાતિજનોની દીકરીઓનાં માગાં પાછાં ઠેલ્યાં છે. મારાં મમ્મી-પપ્પા તો મેં તારી પર પસંદગી ઉતારી એનાથી ઘણાં જ ખુશ છે. તેઓ પોતે ઇચ્છતાં હતાં કે દેખાવમાં ભલે સામાન્ય હોય, પણ વહુ તો નમ્ર, સરળ, ભારતીય સંસ્કારોવાળી જ હોવી જોઈએ...

'મારા મમ્મી એટલે વહાલની વાદળી. મારી જીવનસંગિની બનીને એક વાર મારા ઘરમાં તો આવ, તને ખબર પડશે કે તેં આજ સુધી કરેલાં વ્રતો કેવાં શાનદાર સ્વરૂપે ફળ્યાં છે. લોકોની વાતમાં ફસાઈ તો હાથમાં આવેલી તક ગુમાવી બેસીશ.'

અભિનયની વાતોમાં વિશ્વાસ મૂકીને રુદ્રીએ કશાય ખર્ચ વગર સાદી વિધિથી તેની સાથે લગ્ન કરી લીધું હતું.

પણ રુદ્રીએ અભિનયના ઉંબરે પગ દીધો ત્યારથી ઘરમાં અમંગળ ઘટનાઓ આકસ્મિત રીતે ઘટિત થવાની શરૂઆત થઈ ગઈ હતી. સાંજે

સૌ ડાઇનિંગ ટેબલ પર જમવા માટે ગોઠવાયાં એટલામાં ફોન આવ્યો કે અભિનયનાં દાદીનું અવસાન થયું છે. આ સમાચાર સાંભળી ઝડપથી ઊભાં થવા જતાં અભિનયનાં મમ્મી પડી ગયાં. તેમને પગે ગંભીર ફ્રેક્ચર થયું હતું અને તેમને હૉસ્પિટલમાં દાખલ કરવા પડ્યાં હતાં... ઘરની બધી જ જવાબદારી રુદ્રી પર આવી પડી હતી.

બીજા દિવસે સવારે રુદ્રીએ હૉસ્પિટલના સ્પેશિયલ રૂમમાં માંડ કદમ મૂક્યું, ત્યાં તો વાઘણની જેમ તેનાં સાસુ તાડૂક્યાં હતાં, 'રુદ્રી, આવતાંની સાથે જ તારાં અપશુકનિયાળ પગલાંનો પરચો અમને મળી ગયો... ભગવાન બચાવે તારાથી... ઘરની જવાબદારી તારી પર આવી એટલે ફુલાઈ જવાની જરૂર નથી. હજી હું મરી નથી ગઈ. જીવતી છું. આ તો તું ગરીબ ઘરમાંથી આવી છે એટલે મારે કહેવું પડે. અમારા ઘરમાં ચીજવસ્તુઓ અને રૂપિયાની રેલંછેલ જોઈને તારી દાનત ન બગાડીશ, કારણ કે ગરીબી અને બેઈમાનીને સીધો સંબંધ હોય છે.'

અને રુદ્રીએ સાસુના શબ્દોનો પ્રતિકાર કરવાને બદલે અભિનય તરફ મદદ માટે પોતાની લાચાર દૃષ્ટિ ફેંકી હતી, પણ અભિનયના શબ્દો તો તેની મમ્મીએ પ્રજ્વલિત કરેલી આગમાં ઘીનું કામ કરી રહ્યા હતા : 'અરે મમ્મી, તું શું કામ ચિંતા કરે છે ?' ચૌદમા રતન આગળ ભલભલી બેઈમાની ગાયબ થઈ જાય છે. આ તો તું જીદ કરતી હતી ને કે મારો છોકરો કુંવારો છે... અને તારે ભારતીય પુત્રવધૂ જ જોઈતી હતી ને ? આ તારું મહેણું ભાગવા જ મેં લગ્ન કર્યું છે. દાદીનું બારમું-તેરમું પતે એટલે આ બંદા તો અમેરિકા પાછા ઊપડી જશે... પછી તું જાણે અને તારી આ દેશી પુત્રવધૂ.' કહીને અભિનય પોતાની કાર હંકારીને ચાલતો થયો હતો... અને રુદ્રી જોઈ રહી હતી... બળેલા પેટ્રોલનો ધુમાડો.

એ પછીનો રુદ્રીના જીવનનો ઇતિહાસ ઉપેક્ષા, અપમાન, ત્રાસ, જુલમ અને મૂંગી વેદનાની કહાણી છે... રુદ્રીની સાસુ બહાર એવો પ્રચાર કરવા લાગી કે વહુનાં પગલાં સારાં નથી. જેને પોતાની મમ્મી નફરત કરતી હોય એવી કન્યા સાસરિયાંઓને સુખી કરી શકે ખરી ? જેના જન્મના એક જ વર્ષમાં પિતાનું મૃત્યુ થયું હોય એવી અપશુકનિયાળ છોકરીએ

અમારા દીકરાની જિંદગી પણ છિન્ન-ભિન્ન કરી નાખી... વગેરે... વગેરે...

રુદ્રીની સાસુમાએ ઘરના રસોઇયાને છૂટો કરી દીધો. ફુલટાઈમ રામાને પણ ડુંગરપુર ભેગો કરી દીધો. અને તેને સ્થાને છૂટક કામવાળી નિયુક્ત કરી દીધી. એક વર્ષ સુધી રુદ્રી તેની સાસુમાનો તાપ અને ત્રાસ સહન કરતી રહી. અને પતિત પતિત્વનો શિકાર બનીને દિવસો પસાર કરતી રહી. એ પછી રુદ્રીને પિયર મોકલી દેવામાં આવી... માતૃત્વની તૈયારી કાજે !

અને દીકરી મિસાલના જન્મને એક વર્ષ થઈ ગયું, પણ રુદ્રીની ખબર ના અભિનયે લીધી કે ના એની સાસુમાએ. મિસાલને લઈને રુદ્રી લાચાર દશામાં મમ્મીને ઘેર દિવસો વિતાવી રહી હતી. એક દિવસ એની મમ્મીએ કહ્યું હતું : 'રુદ્રી હવે તારે તારા ઘેર પાછાં જવું જોઈએ. ક્યાં સુધી તું આમ પિયરમાં પડી રહીશ ? મને ખાતરી છે કે તારા વાંકે જ જમાઈરાજ અને વેવાણ રિસાયાં હશે. જા, જમાઈની માફી માગી લે એટલે બધું ઠેકાણે આવી જશે.' બળી જળી દીકરી રુદ્રીને આશરો આપવાને બદલે એની મમ્મી એને વળી પાછી કાંટાળા રસ્તે ધકેલી રહી હતી...

રુદ્રીનાં ફોઈબા એની મમ્મીને સમજાવે છે, પણ તેઓ પોતાના નિર્ણયમાં અડગ રહે છે અને રુદ્રીને સાસરે જવા માટે દબાણ કરે છે...

અને રુદ્રી તાડૂકે છે : 'મમ્મી, ઘણી સધવાઓનું જીવન વિધવાઓ કરતાંય બદતર હોય છે. મારે કહેવાતી 'અખંડ સૌભાગ્યવંતી' નથી બનવું. બોલો, ફોઈબા, તમે મારાં સાથી બનશો ? ચાલો, આપણે તમારે ગામડે જઈએ. તમે 'પરાયે ઘેર' પડ્યા રહેવાના મનોદુ:ખમાંથી મુક્ત થશો અને હું કહેવાતા 'સૌભાગ્ય'ની જાળજંજાળમાંથી મુક્ત થઈશ ! મમતાનું ઠેકાણું માત્ર લોહીના સંબંધો નહીં, લાગણીના સંબંધો પણ છે ! સાચી લાગણીને સંબંધની લાલિમા ગુમાવવાનો ક્યારેય ડર નથી હોતો ! એક નારીની લાચારી એ સમગ્ર નારીજીવનની લાચારી છે. એવી લાચારીને અલવિદા કહેવા માટે નારીજગતે પોતાનું માનસ બદલવું પડશે.'

અને બીજે દિવસે રુદ્રી અને ફોઈબાનો 'નવો સંસાર' શરૂ થયો હતો.

❑

૮. 'જ્યાં તમે ત્યાં હું'

ત્યારે સંગાથ આઠમા ધોરણમાં ભણતો હતો. છાત્રાલયના બધા જ વિદ્યાર્થીઓ કરતાં તેનું વ્યક્તિત્વ કંઈક અલગ પડતું હતું. સંગાથ ઓછું બોલતો અને એકાંત વધુ પસંદ કરતો. એની ભૂરી આંખોમાં નિર્દોષતાની સાથે-સાથે કોઈ અકથ્ય વેદનાનો સાગર ઘૂઘવતો હોય એવું એને જોનારને અવશ્ય લાગતું.

એ વહેલી સવારે ઊઠીને ગૃહપતિને પગે લાગતો. છાત્રાલયના કમ્પાઉન્ડના નાનકડા છોડને પાણી સીંચતો ને ધાબે જઈને ઊગતા સૂરજને એ અર્ઘ્ય અર્પતો.

ગૃહપતિ પૂછતા : 'બેટા, તારા ઉચ્ચ સંસ્કારો જોતાં એમ લાગે છે કે તારાં માતા-પિતાએ તારા ઘડતરમાં મહત્ત્વની ભૂમિકા અદા કરી છે. નહીં તો આજકાલના છોકરા તો કેવા છેલબટાઉ હોય છે ! આકાશે સૂર્ય માથે ચઢે ત્યારે તો એમને પરાણે ઊઠવું ગમે !... પણ તારી વાત સાવ ન્યારી છે. મને એક વાર તારે ગામ અવશ્ય લઈ જજે.'

... પણ 'જી' કહ્યા પછી સંગાથ એક પણ શબ્દ આગળ બોલતો નહીં.

ટપાલી બરાબર બાર વાગ્યે થોકડો ટપાલ લઈને આવે. ગૃહપતિ રૂમ નંબર મુજબ દરેકની ટપાલ નોખી તારવે. જાણે-અજાણે પણ એ ટપાલમાં આવેલાં કવરોમાં સંગાથના નામનું કવર છે કે નહીં એ જોવાનું કદાપિ ન ચૂકે !... સંગાથને છાત્રાલયમાં આવે પાંચ મહિના થયા. થોડાક દિવસ પછી દિવાળી-વૅકેશન શરૂ થશે... બધા જ વિદ્યાર્થીઓ પોતપોતાને ઘેર જશે... ત્યારે તો સંગાથ 'ક્યાંક' જશે ને ! તે વખતે હું એની સાથે

અવશ્ય જઈશ. ગૃહપતિ મનોમન વિચારતા...

દિવાળી વૅકેશન આવ્યું... બધા જ વિદ્યાર્થીઓ બપોર પછી ઘેર જવા રવાના થવાના હતા... ગૃહપતિ સંગાથને મળવા પહોંચી ગયા... પણ એના રૂમ-પાર્ટનરે કહ્યું : 'સર, સંગાથે આપના નામની આ ચિઠ્ઠી આપી છે. એણે મને કહ્યું હતું કે એના કાકા એસ.ટી. સ્ટૅન્ડે એને મળવાના છે એટલે એમની સાથે તે ઘરે જશે... વહેલા નીકળી જવા બદલ એણે આપની માફી માગી છે !

ગૃહપતિથી એક ઊંડો નિસાસો નખાઈ ગયો. એમણે મનોમન પોતાની જાતને ઠપકો આપ્યો : 'શા માટે મારે સંગાથની અંગત બાબતોમાં રસ લેવો જોઈએ ? મારે મન તો બધા જ વિદ્યાર્થીઓ સરખા.' થોડીક વાર વિચારમગ્ન રહ્યા બાદ વળી પાછા ગૃહપતિ સંગાથના સ્મરણમાં ખોવાઈ જતા : 'શા માટે મારું મન આ છોકરા પ્રત્યે લાગણીના સરોવરમાં સદાય ડૂબેલું રહે છે ? શું એની સાથે ગત જન્મનો મારો કશોક સંબંધ હશે ?... જો એવું કશુંક હોય તો સંગાથને પણ મારા તરફ એટલું જ આકર્ષણ હોવું જોઈએ ને ? નથી મને એના વર્તનમાં મારા પ્રત્યેના વડીલભાવની અનુભૂતિ થતી કે એ મારી વધુ નિકટ આવવાની વિશેષ કોશિશ કરતો... પણ મારે લાગણી પર નિયંત્રણ રાખવું જોઈએ. દોષિત કે નિર્દોષ પણ મોહ એ મોહ છે... અને મોહ માત્ર દુઃખદાયક હોય છે...'

વૅકેશનમાં પણ વહીવટી ટપાલ આવતી રહેતી. ગૃહપતિથી અનાયાસે પોતાના નામની સંગાથે મોકલેલી ટપાલ છે કે નહીં એ જોવાઈ જતું...

૨૧ દિવસનું દિવાળી વૅકેશન પૂરું થવાનું હોઈ રવિવારે સવારથી જ વિદ્યાર્થીઓનું આવવાનું શરૂ થઈ ગયું હતું. આજે સંગાથ પણ આવી પહોંચશે, એનો ગૃહપતિને આનંદ હતો.

બરાબર બાર વાગ્યે સંગાથ છાત્રાલયના દરવાજામાં પ્રવેશ્યો. કાર્યાલય પાસેની પાટ પર બેઠેલા ગૃહપતિએ એને જોયો અને દોડીને ભેટવાનું મન થયું... પણ છાત્રાલયના બીજા વિદ્યાર્થીઓ 'વેરો-આંતરો'

રાખ્યાનો આક્ષેપ ન કરે એમ વિચારીને તેમણે સંગાથને સામેથી આવકારવા દોડી જવાનો વિચાર પડતો મૂક્યો...

પણ સંગાથ તો નોખી માટીનો નોખો માનવી હતો ! ગૃહપતિને વંદન કર્યા સિવાય એ પોતાના રૂમમાં જાય તો સંગાથ શાનો ! ગૃહપતિએ એનું મસ્તક ચૂમી આશીર્વાદ આપ્યા...

એના ચહેરા સહિત સમગ્ર શરીર પર ગૃહપતિએ નજર કરી... બધા જ વિદ્યાર્થીઓ વેકેશનમાં તાજા-માજા થઈને પાછા ફર્યા હતા, પણ સંગાથનું શરીર સહેજ દૂબળું અને ચહેરો નિસ્તેજ થયેલો જણાયો. ગૃહપતિએ પૂછ્યું : 'બેટા, રજાઓમાં માંદો પડ્યો હતો કે શું ? નથી તારા ચહેરા પર કશો ઉલ્લાસ કે નથી તારા શરીરમાં સ્ફૂર્તિ !'

'જી ના, એવું કશું જ નથી.' કહીને સંગાથ પોતાના રૂમ તરફ જવા નીકળી ગયો હતો...

'ગમે તે કારણ હોય, પણ સંગાથ કશું છુપાવે છે - એ નક્કી !' - ગૃહપતિના મનમાં શંકા પ્રબળ બની હતી.

એ વાતને એકાદ મહિનો થયો હશે, એવામાં એક સાધુ ગૃહપતિને મળવા આવ્યો. તે જ વખતે સંગાથ ભોજનશાળા તરફ જઈ રહ્યો હતો... સાધુએ એને બૂમ પાડીને રોકતાં કહ્યું : 'અરે ! યે તો હમારે મંદિરમાં કામ કરનેવાલા લડકા હૈ ! ગરમી કે છુટ્ટિયોં મેં ઔર દિવાલી વેકેશન મેં મંદિરમાં નોકરી કરતા હૈ ! બેચારા ! બહુત ભલા હૈ ! ઐસે ભોલે-ભાલે બચ્ચે કો અકેલા છોડને વાલે મા-બાપ કિતને નિર્દય હોંગે !'

સંગાથ રોકાયો તો ખરો, પણ એક પણ શબ્દ ન બોલ્યો... 'ભલે, ભલે' - કહીને ગૃહપતિએ સાધુને આગળ બોલતો અટકાવી એ સાધુના મહંતસ્વામીએ આપેલો પત્ર લઈ તેને વિદાય કર્યો !

સાધુની વાત સાંભળી ગૃહપતિ હચમચી ઊઠ્યા ! શું છે સંગાથની જિંદગીનું રહસ્ય ? શા માટે આવી કાચી ઉંમરે બાળમજૂરી કરી ભણતરનું ખર્ચ રળી લે છે ? ધર્માદા બોર્ડિંગ હોઈ એણે રહેવા-જમવાનું ખર્ચ તો વેઠવાનું નથી ! શા માટે એ પોતાના મા-બાપ પાસે પોતાના ગામ જતો

નથી ? ...પ્રશ્નોની વણજાર ગૃહપતિને સતાવી રહી હતી...

સંગાથ ઘણા દિવસો બાદ આવ્યો હોઈ ગૃહપતિ પ્રશ્નો પૂછી એને પરેશાન કરવા નહોતા માગતા.

સંગાથને એ વાતની ચિંતા હતી કે ગૃહપતિ 'રહસ્ય' છુપાવવા બદલ પોતાને ઠપકો આપી કાઢી મૂકશે તો ? મંદિરમાં મજૂરીનો મોકો તો મળશે, પણ અભ્યાસ છૂટી જશે... અને ગૌતમીકાકી ઘરમાં ઘૂસવા દેશે ?... બિચારા જગદીશકાકા ! કાકીના શાબ્દિક હુમલા સામે અડીખમ રહેવાની તાકાત તો તેઓ ક્યારનીયે ગુમાવી બેઠા છે !

...એની સામે ભૂતકાળનાં દશ્યો તરવરવા માંડ્યાં ! ત્યારે તે છઠ્ઠા ધોરણમાં ભણતો હતો. મમ્મી-પપ્પા વચ્ચે એ રાતે ભયંકર ઝઘડો થયો હતો... પપ્પાના મિત્ર જગદીશકાકાને બોલાવવામાં આવ્યા હતા અને પપ્પાએ કહ્યું હતું : 'મારી પાસે અમેરિકાનો વિઝા છે... હું ચાલ્યો જઈશ... પણ મારે આ દુષ્ટા પત્ની સાથે એક મિનિટ પણ નથી રહેવું... જગદીશ, તારી પાસે મારી જે રકમ પડેલી છે, તેમાંથી સંગાથના ભરણપોષણનું ખર્ચ ગોઠવી લેજે.' સંગાથને બધું જ યાદ આવે છે : જગદીશકાકાના દેખતાં જ પપ્પાને એકલા મૂકીને મમ્મી ચાલી ગઈ હતી મધરાતે ! પપ્પાએ એને રોકવાની કોશિશ પણ ન કરી ! ...મમ્મીએ પોતાને 'આવજે' કહેવાય પાછું વાળીને ન જોયું એનું સંગાથને દુઃખ હતું...

જગદીશકાકા રાત્રે પપ્પાની સાથે જ રોકાયા હતા... પણ પપ્પાએ રાત્રે જ બૅગ તૈયાર કરી દીધી હતી. અને સવારે સાત વાગ્યે સંગાથને જગદીશ અંકલને સોંપી વિદાય થઈ ગયા હતા.

...અને આઘાતથી સ્તબ્ધ થઈ ગયેલા સંગાથને લઈને જગદીશકાકા પોતાને ઘેર પહોંચ્યા હતા... ગૌતમીકાકીને બધી જ વાત એમણે માંડીને કરી હતી... ગૌતમીકાકીએ મોં બગાડીને કહ્યું હતું : 'ઢોરવાડામાં બીજું એક ઢોર લઈ આવ્યા, એમ જ ને ! તમારા લંગડા કાકા અને વિધવા બહેન તો માથે પડેલાં જ છે અને હવે એક છતાં મા-બાપે અનાથ બનેલું આ સંપેતરું સાથે લઈ આવ્યા ! પણ એક વાત બરાબર સમજી લો ! સંગાથે

આ ઘરમાં રહેવું હશે તો નોકરની જેમ મને કામમાં મદદ કરવી પડશે ! આમ ને આમ ઉદારતા દાખવીશું તો ઘરડેઘડપણ ભૂખે મરવાનો વારો આવશે, સમજ્યા ? કાલથી નોકરને છૂટો કરીશ. ભણવા જતાં પહેલાં અને ભણીને આવ્યા પછી સંગાથે ઘરનાં બધાં જ કામોમાં મને મદદ કરવી પડશે... સાંભળે છે ને અલ્યા છોકરા ?'

જગદીશકાકાએ કહ્યું હતું કે સંગાથના ભરણ-પોષણની જોગવાઈ એના પપ્પાએ આપણને ધીરેલા પૈસાના વ્યાજમાંથી કરવાની છે એટલે આપણે માથે કશી જવાબદારી આવવાની નથી, પણ ગૌતમીકાકી પોતાની વાત પર અડગ રહ્યાં હતાં અને સંગાથે મૂંગા મોઢે કાકીના 'સામ્રાજ્ય'ના સઘળા કાયદા પાળવા પડ્યા હતા...

કાકીનો દીકરો સુજાત અને સંગાથ બન્ને એક જ સ્કૂલમાં એક જ ક્લાસમાં ભણતા હતા... પણ સુજાતે ઓટોરિક્ષામાં સ્કૂલે જવાનું અને સંગાથે ચાલતાં ! લંચબૉક્સમાં સુજાત આલુ પરોઠાં અને મનગમતી મીઠાઈ લઈ જતો અને સંગાથના ડબ્બામાં ગૌતમીકાકી સૂકો ચેવડો ભરી આપતાં !

સાંજે શિક્ષક ટ્યૂશન આપવા આવે ત્યારે સુજાત નિરાંતે ભણતો હોય અને કાકીએ સંગાથને ઘરનાં ઢગલો કપડાંને ઇસ્ત્રી કરવાનું કામ સોંપ્યું હોય ! જગદીશકાકા એ બધું જોઈ દુઃખી થઈ જતા, પણ કાકીના આક્રમણ સામે નમતું જોખ્યા સિવાય એમની પાસે કશો વિકલ્પ નહોતો !

સંગાથ માટે એ દિવસો અગ્નિપરીક્ષાના હતા. કાકા પાસે લાગણીભીનું હૃદય હતું, પણ લાગણી પ્રદર્શિત કરવા પર નિયંત્રણ હતું... સંગાથે રડવું હતું, પણ આંખનાં આંસુ સુકાઈ ગયાં હતાં...

ભણતરમાં એનું ધ્યાન નહોતું એટલે છઠ્ઠા ધોરણમાં એ માંડ-માંડ પાસ થયો અને સુજાત પ્રથમ નંબરે આવ્યો ! કાકીએ પરીક્ષાના પરિણામને દિવસે 'ઠોઠ', 'બુદ્ધુ', 'રખડેલ' જેવા શબ્દો વાપરી સંગાથને આકરા શબ્દોમાં ઠપકો આપ્યો...

સંગાથે માંડ-માંડ સાતમું ધોરણ પણ પૂરું કર્યું ! કાકી હવે 'કસ્ટોડિયન'માંથી ક્રૂર 'જેલર' બની ગયાં હતાં... કાચનાં કપ-રકાબી ધોતાં

કપ કે રકાબી ફૂટી જાય તો સંગાથની પીઠ પર વેલણ ફટકારવાનું કાકી ભૂલતાં નહોતાં... શાક સમારતાં આંગળી કપાય તો ગૌતમીકાકી ઘા પર હળદર દાબવાને બદલે સંગાથના ગાલ પર તમાચો ઝીંકી દેવાનું ચૂકતાં નહીં.

સંગાથની કરુણ કથની જાણી એના એક કરુણાશીલ શિક્ષકે ધર્માદાની બૉર્ડિંગમાં એને દાખલ કરાવી નજીકની શાળામાં પણ પ્રવેશ અપાવી દીધો હતો. ફીની વ્યવસ્થા પણ કરી આપી હતી... પણ સંગાથને મદદ કરનાર એ શિક્ષક પણ છ મહિના બાદ કાર-ઍક્સિડેન્ટમાં અવસાન પામ્યા હતા.

અને સંગાથ સાવ લાચાર બની ગયો હતો... એ સ્કૂલની નજીક આવેલા મંદિરમાં દર્શન કરવા જતો ત્યારે, રજાને દિવસે કે રજાઓમાં કામ આપવાની મંદિરના મહંતને વિનંતી કરતો... અને મહંતે તેની વિનંતી સ્વીકારી સંગાથ ઇચ્છે ત્યારે કામ પર આવતા-જતા રહેવાની તેને સંમતિ આપી હતી...

પણ તે દિવસે મંદિરના સાધુએ ભાંગરો વાટ્યો અને સંગાથે સાચવી રાખેલા રહસ્યની દીવાલ ધ્વસ્ત કરી નાખી ! સંગાથ થર-થર ધ્રૂજતો રહ્યો... એણે મોડી રાત સુધી જાગીને પોતાની સઘળી આપવીતી લખી નાખી અને વહેલી સવારે ગૃહપતિ પાટ પર બેસવા આવે એ પહેલાં બંધ કવર તેમની ગાદી પાસે મૂકી દીધું...

અજાણ્યું કવર જોઈ ગૃહપતિને આશ્ચર્ય થયું... દેવપૂજાનો સમય હતો, એટલે ગૃહપતિ કવર લઈને પોતાના ક્વાર્ટરમાં દેવપૂજન માટે પહોંચ્યા... પણ એમનું મન દેવપૂજામાં ચોંટતું નથી ! અંદરથી અવાજ આવી રહ્યો હતો : 'માધવપ્રસાદ, મારી પૂજા કરવાને બદલે તારી છત્રછાયામાં રહેતા બાળનારાયણની વેદના સાંભળ ! મારી પૂજા માટે તો અનેક ભક્તો છે... પણ આ બાળકની દરકાર કરનાર કોઈ નથી.'

અને ગૃહપતિ માધવપ્રસાદે પૂજા ટૂંકાવી દીધી. એમનું અંતર કહી રહ્યું હતું કે એ કવરમાં સંગાથે જ કશીક ચોખવટ કરી હશે ! અને એમણે

સંગાથે લખેલો પત્ર અક્ષરશઃ ધ્યાનથી વાંચ્યો ! પેલા સાધુએ કહેલી વાત પણ યાદ આવી. 'સંગાથ વેકેશનમાં કમાણી કરવા મંદિરે કામ કરવા જાય છે.' એ શબ્દો એમના કાનમાં સતત પડઘાતા રહ્યા.

અને નોકરને સૂચના આપી સંગાથને પોતાના ક્વાર્ટર પર બોલાવ્યો... સંગાથને પાકો વહેમ હતો કે ગૃહપતિએ ઠપકો આપી કાઢી મૂકવા જ પોતાને બોલાવ્યો હશે !

...પણ સંગાથ જેવો ગૃહપતિના રૂમમાં પ્રવેશ્યો, ગૃહપતિ માધવપ્રસાદે એને ભેટીને આખા શરીરે હાથ ફેરવી એને ભગવાન વિષ્ણુની મૂર્તિ સમક્ષ ઊભો રાખ્યો અને મૂર્તિના માથે હાથ મૂકીને પ્રતિજ્ઞા કરતાં કહ્યું : પ્રભુ ! આજથી આ 'બાળનારાયણ'ની સઘળી જવાબદારી મારી ! તમારી લીલા અપરંપાર છે પ્રભુ ! ચૌદ વર્ષ પહેલાં આપે મારા દીકરાને મારી પાસેથી છીનવી લઈ તમારા ધામમાં બોલાવી લીધો હતો... આજે કદાચ તમે જ સંગાથને નવા અવતારે મારી પાસે મોકલી મારો પુત્ર મને પાછો આપ્યો છે ! દૈવ માણસને દગો દેતું હશે કે નહીં એની તો મને ખબર નથી, પણ માણસજાત કેટલી દગાબાજ છે એનો દાખલો આ સંગાથનાં મા-બાપ છે ! છતાં મા-બાપે અનાથ ! કળિયુગ આગમનની તૈયારી પૂર્વે શું માણસના હૈયાની ભીનાશ છીનવી લઈને પોતાની જાળ પ્રસારતો હશે ?... મારે લાંબી પળોજણમાં નથી પડવું ! આજથી સંગાથને મારો પુત્ર ગણી એને મારી સાથે રાખીશ અને ભણાવી-ગણાવીને પાંચમાં પૂજાય એવો મોટો માણસ બનાવીશ !'

અને તે દિવસે સંગાથની આંખમાંથી લુપ્ત થયેલી અશ્રુસરવાણી પ્રગટ થઈ હતી... પિતાતુલ્ય ગૃહપતિની ગોદમાં માથું મૂકી સંગાથ વીસ મિનિટ સુધી ચોધાર આંસુએ રડતો રહ્યો... માધવપ્રસાદે એને મન મૂકીને રડવા દીધો...માણસ પાસે હળવા થવા માટે અશ્રુગંગામાં સ્નાન સિવાય હાથવગો અન્ય વિકલ્પ પણ ક્યાં છે ?

ગૃહપતિ માધવપ્રસાદના હૃદયમાં ભગવાન માધવ પ્રગટ થયા અને સંગાથને એમણે એક મોટી અને પ્રતિષ્ઠિત સ્કૂલમાં દાખલ કર્યો. નવી

સાઇકલ લાવી આપી અને માધવપ્રસાદ પોતે જ વહેલા ઊઠીને નાસ્તાની વિવિધ વાનગીઓ તૈયાર કરી સંગાથને લંચબૉક્સ ભરી આપતા...

સમય વહેતો ગયો. સ્કૂલ-કૉલેજ... સ્પર્ધાત્મક પરીક્ષાઓ... અને વિવિધ કસોટીઓમાંથી પસાર થતો સંગાથ યુ.પી.એસ.સી.ની પરીક્ષામાં ઉત્તીર્ણ થયો... અને તાલીમ બાદ એને ઑફિસર તરીકે નિયુક્તિ મળી...

રહેવા માટે ક્વાર્ટર મળ્યું એટલે સંગાથે કહ્યું : 'પિતાજી, હવે આપે નોકરીની જરૂર નથી ! આપ નિવૃત્તિ લઈ લો અને આપણે બન્ને સાથે જ રહીએ.'

પણ ગૃહપતિ માધવપ્રસાદે કહ્યું : 'દીકરા, છાત્રાલય તો નંદ અને યશોદાનું ઘર છે... કોને ખબર કયા કાનુડાને ઉછેરવાની એક ગૃહપતિ તરીકે મને ભગવાન તક આપે.'

'તો પછી હું પણ 'ગોકુળ' છોડી 'મથુરા' નહીં જાઉં.' 'જ્યાં તમે ત્યાં હું' કહીને એક નાના બાળકની જેમ માધવપ્રસાદના ખોળામાં માથું મૂકી સંગાથ ભીની આંખે ગૃહપતિનિવાસની બારીમાંથી આકાશને નીરખી રહ્યો હતો...

રાત્રિનો સમય હતો... ચંદ્રને ઘેરતી વાદળીઓ વીખરાઈ રહી હતી... પૂનમનો ચાંદ પારાવાર પ્રકાશનું દાન કરવાની તૈયારી કરી રહ્યો હતો...

સંગાથની જિંદગીનાં વાદળો પણ વીખરાઈ ચૂક્યાં હતાં... એ મનોમન વિચાર કરી રહ્યો હતો 'જિંદગી કેટલી બહુરૂપિણી છે... પારકાં અને પોતાનાંનો ભેદ એ યથાસમયે જ ખોલે છે... કોઈક પરાયું પોતીકું બની જન્મજન્માંતરનું કોઈ અજ્ઞાત ઋણ ચૂકવવા દેવદૂત બની આપણી જિંદગીમાં કોણ કેવા સ્વરૂપે આવશે એની કોને ખબર ! ભગવાન વિષ્ણુ... આપનું એક નામ 'માધવ' પણ છે... મેં આપને 'માધવ' સ્વરૂપે નથી જોયા, પણ મારા આ પાલક પિતા 'માધવપ્રસાદ'માં પ્રગટ થયેલું તમારું રૂપ મારે માટે વરદાન બનીને આવેલું જોયું છે... મને ઉપકારથી ભીંજવનાર આ પાર્થિવ 'માધવ'ના ચરણોમાં મારાં કોટિકોટિ વંદન !'

☐

૯. એક હતી આસ્તિકા

પૂરાં ત્રણ વર્ષ એટલે કે એક હજાર પંચાણુ દિવસ સાસરિયામાં ક્યાં વહી ગયાં એની આસ્તિકાને ખબર જ ન પડી ! આસ્તિકાની તત્ત્વાર્થ સાથે સગાઈની વાત વહેતી થઈ, ત્યારે બાતમીદાર માનદ સમાજસેવિકાઓએ આસ્તિકાની મમ્મીને કહ્યું હતું : 'તમે જ્વાલાપુત્ર તત્ત્વાર્થ સાથે આસ્તિકાની સગાઈની વાત ભૂલથીય ન વિચારતાં, જ્વાલામાં નામ પ્રમાણે ગુણ છે... હાલતી-ચાલતી આગ છે તત્ત્વાર્થની મમ્મી. અને એ આગમાં ઘી હોમવાનું કામ કરે છે તત્ત્વાર્થની ભાભી પિપાસા ! ઘરમાં નથી ચાલતું જ્વાલાના પતિ વિશ્વેશ્વરનું કે નથી ચાલતું પુત્ર તત્ત્વાર્થનું. વિરેશ્વર ગણાય ઘરના મોભી, પણ નળિયા જેટલુંય એમનું મહત્ત્વ નથી ! 'કહ્યાગરા' કંથ જેવી લાચાર દશા છે બિચારા વિશ્વેશ્વરની. શાકભાજી, દળાવવા માટે ઘંટીએ જવું. બજારમાંથી અનાજ-કરિયાણું લઈ આવવું એવી જાતજાતની ફરજો, ખાનગી પેઢીના મુનીમ તરીકે ફરજ બજાવી પેઢીએ ફરજિયાત નિવૃત્ત કરેલા વિશ્વેશ્વરે બજાવવી પડે છે !... અને તત્ત્વાર્થને પણ જ્વાલાએ માવડિયો બનાવી દીધો છે, નહીં તો એમ.બી.એ. થયેલો છોકરો માનો આંધળો હુકમ માની બાવડે તાવીજ અને ગળામાં માદળિયું પહેરે ખરો ? અગિયારસ અને સોમવારના ઉપવાસ એણે 'માતૃપ્રેમ'ને આધીન અવશ્ય કરવાના ! તત્ત્વાર્થની ભાભી પિપાસાએ ચાર વર્ષ બાદ 'પુત્રરત્ન'ને જન્મ આપ્યો એટલે એનાં માન 'ટેમ્પરરી' વધ્યાં છે, બાકી સ્વભાવે તો એ પણ ઝઘડાળું છે. પાસ-પડોશમાં કોઈની સાથે એને બનતું નથી ! જરા વિચાર કરીને આગળ વધજો !'

આસ્તિકાની મમ્મી કશું બોલે, તે પહેલાં જ આસ્તિકાએ પેલી

'બાતમીદાર' સ્વયંસેવિકાઓને કહ્યું હતું : 'આપે ઘેરબેઠે માહિતી પહોંચાડવાની ફરજ બજાવી એ માટે આભાર, પણ હું સામેથી આવી માહિતી પહોંચાડનારની સેવાઓને લેશમાત્ર મહત્ત્વ નથી આપતી. ભારતના લોકોની સૌથી મોટી નબળાઈ આ જ છે : વણમાગી સલાહ આપવાની, વગર ચકાસે માહિતી વિતરિત કરી અફવાઓ ફેલવવાની. કાનભંભેરણીના ઉદ્યોગ માટે કોઈ લાઇસન્સ લેવું પડતું નથી એટલે લોકોએ કાનભંભેરણીને 'રસ'ના વિષયોમાં અગ્રિમ સ્થાન આપ્યું છે... મારી ઉંમર પચ્ચીસ વર્ષની છે એટલે મારી જિંદગીના મહત્ત્વના નિર્ણયો હું આંધળૂકિયાં કરીને લઈશ, એવું માનવાનું આપની પાસે કશું કારણ ખરું ?'

આસ્તિકાની વાત સાંભળી કાનભંભેરણી રસિક સ્વયંસેવિકાઓ ઉશ્કેરાઈ ગઈ હતી : 'આસ્તિકા, તું તો જ્વાલાદેવી કરતાંય ચાર ચંદરવા ચઢે એવી છે ! હવે અમે જ તારી મમ્મીને આગ્રહપૂર્વક કહીએ છીએ કે તારા જેવી માથાની ફરેલી દીકરીનું લગ્ન જ્વાલાના દીકરા સાથે કરે ! જ્વાલા જ તારો ઘમંડ ઉતારશે. આ ઘોર કળિયુગમાં ભલમનસાઈ દેખાડવી એ પણ પાપ છે... અમારે શું ? આ તો એક નારી તરીકે નારીનું ભવિષ્ય ન બગડે એટલા માટે અમે ચેતવવા માટે આવ્યાં હતાં... આખરે ભણેલી સ્ત્રીઓ જ પોતાની જિંદગી બરબાદ થાય એવી ભૂલો કરતી હોય છે... ભણતરમાં શૂરી, પણ ગણતરમાં સાવ અધૂરી' - કહીને પરોપકારી મહિલામંડળે ચાલતી પકડી હતી.

મહિલામંડળના રિપોર્ટથી ચિંતિત બનેલી આસ્તિકાની મમ્મીએ 'સ્થળતપાસ' માટે પોતાની નણંદ મયૂરિકાને તાબડતોબ તત્ત્વાર્થને ઘેર મોકલી હતી. મયૂરિકાએ એક દિવસ માટે 'જ્વાલાગૃહ'માં ધામા નાખી રજેરજની માહિતી મેળવી હતી અને ભાભીને આંખેદેખ્યો અહેવાલ આપતાં કહ્યું હતું : 'જ્વાલાનો સ્વભાવ આકરો ખરો, પણ એ ક્રૂર નથી ! એનો પતિ વિશ્વેશ્વરાય નિવૃત્તિ પછી ઘરમાં પોતાના જેવા 'કામચોર' મિત્રોને એકઠા કરી પત્તાં, કૅરમ વગેરે આખો દિવસ રમ્યા કરે અને ઘરની શાંતિ નષ્ટ કરે એટલે જ્વાલા એમને ઘરકામ સોંપીને કામમાં પરોવે છે... તત્ત્વાર્થ

માતૃભક્ત ખરો, પણ એની મમ્મીને દુઃખી ન કરવા ખાતર ઘરમાં તાવીજ-માદળિયાનો ઉપયોગ કરે છે, પણ મેં એને એમ કહેતાં સાંભળ્યો છે કે મારે મમ્મી સાથે ક્યાં આખી જિંદગી ગુજારવી છે ! એક મોટી કંપનીના ડેપ્યુટી સી.ઇ.ઓ તરીકે પસંદગી થઈ ગઈ છે ! હું અને મારી ભાવિ પત્ની નોકરીના સ્થળે મુંબઈમાં રહીશું ! હા, મારી ભાભી પિપાસાએ મમ્મીનો ભારે ત્રાસ વેઠ્યો છે. લગ્ન પછી મોટા ભાઈ પ્રેમાંક અને પિપાસાભાભીને પણ હું મુંબઈ તેડાવી લઈશ. મા આખરે મા છે ! એના ઉપકારો જોતાં એની સાથે યુદ્ધે ન ચઢાય, વહાલનો તાંતણો હેમખેમ રાખવો જોઈએ.'

આ વાત ફોઈબાએ આસ્તિકાને પણ કરી હતી, પણ આસ્તિકા પોતાના જીવન વિશેના નિર્ણયો જાતે જ લેવા માગતી હતી. એણે કહ્યું હતું : 'ફોઈબા, આપે કરેલા જ્વાલાદેવીના પારિવારિક 'સંશોધન અભ્યાસ'ની વિગતોથી મને વાકેફ કરી મારા મનને આપના વિચારોથી 'અસરગ્રસ્ત' ન બનાવશો. પચ્ચીસ વર્ષેય દીકરીને 'બેબી' અને દીકરાને 'બાબા' ગણવાની સદી હવે વીતી ગઈ છે ! હવે સંતાનોને પોતાની આંખનાં સપનાં જોવા દેવાં, એનું નામ જ આધુનિકતા છે !'

અને ફોઈબાએ પણ મનોમન વિચાર કર્યો હતો કે આસ્તિકાને તો જ્વાલાદેવી જ સીધી કરશે ! ૨૧મી સદી વડીલોની ઠેકડી ઉડાડવાની સદી થોડી જ છે !

અને આસ્તિકાએ તત્ત્વાર્થ સાથે પોતાની સગાઈને લીલી ઝંડી આપી હતી ! સગાઈના દિવસે તત્ત્વાર્થનું રુઆબદાર રૂપ જોઈ આસ્તિકા અને તેનાં સ્વજનો આશ્ચર્યચકિત થઈ ગયાં હતાં ! એનામાં જુનવાણીપણાનો છાંટોય જોવા મળતો નહોતો ! હા, 'છોકરીની મા' તરીકે 'જ્વાલાદેવી'ના એકચક્રી શાસનનો પ્રભાવ તેમના કુટુંબ પર જોવા મળતો હતો.

આસ્તિકા અને તત્ત્વાર્થ એકાંતમાં મળ્યાં ત્યારે આસ્તિકાએ 'તાવીજ' અને 'માદળિયા'ની ચકાસણી કરી લેવાનો મનોમન નિર્ણય કર્યો હતો. એણે તત્ત્વાર્થને કહ્યું હતું : 'તમારે માટે મેં આ ખાસ 'ટી-શર્ટ' અમેરિકાથી મગાવ્યું છે. અત્યારે જ કપડાં બદલી લો. 'વરરાજા' થવાના

વાઘાને બદલે 'ઘરરાજા'ના વેશમાં મારે તમને જોવા છે !'

'ઑફ કોર્સ, અત્યારે જ હું તું લાવી છે એ ટી-શર્ટ પહેરી લેવા તૈયાર છું...' અને તત્ત્વાર્થે આસ્તિકાની હાજરીમાં જ ટી-શર્ટ પહેરી લીધું હતું ! માદળિયું કે તાવીજ તેને તત્ત્વાર્થના શરીર પર જોવા મળ્યું ન હતું એટલે પોતાની પરીક્ષામાં તત્ત્વાર્થ ઉત્તીર્ણ થયાનો આસ્તિકાને આનંદ હતો.'

એ પછી મહિને ધામધૂમથી આસ્તિકા અને 'તત્ત્વાર્થનો લગ્નોત્સવ સંપન્ન થયો હતો.'

તત્ત્વાર્થે લગ્ન માટે નોકરીમાંથી પંદર દિવસની રજા લીધી હતી. પંદર દિવસ પછી આસ્તિકાને લઈને મુંબઈ જવાનું તેનું આયોજન હતું...

એ દરમિયાન આસ્તિકાએ ઘરનો અભ્યાસ બરાબર કરી લીધો હતો. પોતાના સસરાજી 'નવરો બેઠો નખ્ખોદ વાળે'ની સ્થિતિમાંથી પસાર થઈ રહ્યા હતા. આસ્તિકાએ પોતાના પપ્પાજીની મદદથી નિવૃત્ત સસરા વિશ્વેશ્વરને એક કંપનીમાં હિસાબનીશ તરીકે નોકરી અપાવી, એટલે ઘરમાં જામતો 'નિવૃત્તો'નો મેળો આપોઆપ બંધ થઈ ગયો. એણે જોયું કે જ્વાલાદેવી 'રસોડા' અને 'તિજોરી' પરનું પોતાનું શાસન જમાવી રાખવા માગતાં હતાં... પિપાસાભાભીએ ઘરમાં પોતાનું સ્થાન આપત્તિરહિત રાખવું હતું એટલે સાસુમાની 'હા'માં 'હા' મિલાવી તેમને ખુશ રાખવાનું નાટક કરતાં હતાં... તેમ છતાં જ્વાલાદેવી એમની પાસે 'વૈતરું' કરાવતાં હતાં. પિપાસા ગરીબ ઘરની દીકરી હતી, બાકી સાસુમાની ફરમાઈશ પ્રમાણેની રસોઈ, વાસણ માંજવાં કપડાં ધોવાં-ઈસ્ત્રી કરવી અને ઘરનાં પરચૂરણ કામો કરવામાંથી પિપાસા ભાભી ઊંચાં આવતાં નહોતાં. પિપાસાના પતિ પ્રેમાંકભાઈએ એચ.એસ.સી. પછી આગળ અભ્યાસનો ઇરાદો માંડી વાળ્યો હતો અને એક ટ્રાન્સપોર્ટ કંપનીમાં ટુર મૅનેજર તરીકે બાંધ્યા પગારથી કામ કામ કરતા હતા. બહારગામના પ્રવાસોની જવાબદારીને લીધે તેઓ ઘરમાં ગણ્યા-ગાંઠ્યા દિવસો જ રહી શકતા હતા. પરિણામે પિપાસાની વાત સાંભળવાનો પણ એમને ઝાઝો અવકાશ રહેતો ન હતો. જ્વાલાદેવીનું ફરમાન હતું કે પિપાસાએ પોતાનાં કોઈ પિયરિયાંને બોલાવવાં નહીં કે

પિયર જવાની માગણી ભૂલથીયે ન કરવી !

આસ્તિકા ઘરનું વાતાવરણ 'સંગ્રામ'થી નહીં, પણ સંવાદથી સુધારવા માગતી હતી. એણે તત્ત્વાર્થને કહ્યું : 'તમે કહેશો તોપણ હમણાં તમારી સાથે હું મુંબઈ નહીં આવું. મારે ઘરની પરિસ્થિતિ સુધારવી છે. પોતાના હક માણવાની ઘેલછા અને બીજાના હકની ઉપેક્ષા એ મારી વ્યવહારનીતિ બહારના શબ્દો છે. સુખ માણવું ને સુખ માણવાના દરવાજા બીજા માટે પણ ખૂલે એનું નિમિત્ત બનવું એ વાત સ્કૂલો કે કૉલેજો શીખવતી નથી, પણ વિદ્યા દ્વારા માણસે જાતે જ શીખવી પડે છે ! એટલે આ ઘરમાં આવવા મથતાં પણ રોકાઈ ગયેલાં સુખનાં કિરણોને આવવા માટેનો માર્ગ મોકળો કરવા મારે મથવું પડશે !... એક વાર બધું ઠેકાણે આવી જશે પછી તો તમારી સાથે આનંદથી જીવવા માટે પહાડ જેવી જિંદગી આપણી સમક્ષ પડેલી જ છે !'

તત્ત્વાર્થની મુંબઈ જવા માટેની બૅગ ભરાતી જોઈને જ્વાલાદેવી તાડૂક્યાં હતાં : 'ખબરદાર જો આસ્તિકાને તારી સાથે મુંબઈ લઈ જવાનો વિચાર કર્યો છે... વહુઓને વધુ પડતી સ્વતંત્રતા આપવામાં હું નથી માનતી ! વહુ તરીકે ઘડાશે તો ભવિષ્યમાં સાસુ તરીકે સફળ થશે !'

આસ્તિકા મનોમન હસી હતી. પોતાનાં સાસુનું અત્યારે જોવા મળતું 'સફળતાલક્ષી' ઘડતર એમનાં સાસુમાએ કેવી રીતે કર્યું હશે ? બિચારાં પિપાસાભાભી ! એમને તો હજી સુધી સાસરિયામાં સુખનો દહાડોય જોવા નથી મળ્યો !

અને આસ્તિકાએ તરત જ કહ્યું હતું : 'મમ્મી, હું તમને મૂકીને મુંબઈ જવા ઇચ્છતી પણ નથી ! તત્ત્વાર્થે જવું હોય તો ભલે જાય, હું તો ઘડપણમાં તમારી ટેકણલાકડી બનવા આવી છું !... મારે નથી જવું મુંબઈ !'

અને આસ્તિકા તાક્યું તીર મારવામાં સફળ થઈ હતી. 'સાસુભક્ત' વહુ મળ્યાનો જ્વાલાદેવીને આનંદ હતો. એમણે પિપાસા સામે જોઈને કહ્યું હતું : 'ત્યાગ કોને કહેવાય એ તું આસ્તિકા પાસેથી શીખ. મારા હુકમ પ્રમાણે તું કામ તો કરે જ છે, પણ મોં કટાણું કરીને ! પિયર જવાનો મોહ

જતો કરવો અને પતિ સંગે જવાની ઇચ્છાને પડતી મૂકવી એમાં જમીન-આસમાનનું અંતર છે ! તત્ત્વાર્થ સાથે મુંબઈ જવાનો વિચાર પડતો મૂકીને આસ્તિકાએ પોતાની સંસ્કારિતા દેખાડી છે ! ગરીબ ઘરની કન્યા અને ખાનદાન કુટુંબની કન્યામાં આ જ ફેર !'

પણ આસ્તિકાએ પોતાની સાસુને આગળ બોલતાં અટકાવીને કહ્યું હતું : 'મમ્મી, કન્યાને મા-બાપની આર્થિક સ્થિતિને ત્રાજવે તોળવી એ તેના પ્રત્યેનો અન્યાય છે. તમારે ઘેર આવ્યા પછી એ તમારી 'પુત્રવધૂ'નો દરજ્જો પ્રાપ્ત કરે છે ! એના પિયરની ગરીબીનું સ્મરણ કરાવી તેને દૂભવવી એ કોઈ પણ રીતે યોગ્ય તો ન જ કહેવાય ! કદાચ મારા પ્રત્યેના પ્રેમથી પ્રભાવિત થઈ આપ બોલી ગયાં હશો, બાકી પિપાસાભાભી તો પિપાસાભાભી જ છે !'

'આસ્તિકા, પિપાસાની તરફદારી કરી તું ઘરનું વાતાવરણ બગાડવાની કોશિશ કરીશ, તો' - જ્વાલાદેવીએ આસ્તિકાને પરોક્ષ રીતે ચેતવણી આપતાં કહ્યું.

'મમ્મી, મને તમારો આદર રાખવાની વાત મંજૂર છે, પણ તમારો 'વટહુકમ' સ્વીકારી લેવાની વાત મંજૂર નથી ! પિપાસાભાભી પુત્રવધૂ તરીકે મારાથી સિનિયર છે, એટલે એમની જવાબદારીઓ હું અદા કરીશ. વહીવટ આપનો, પણ આયોજન મારું રહેશે. ભાભીને એમના નવજાત શિશુના ઉછેર માટે આપણે સમય આપવો જ જોઈએ.' આસ્તિકાએ કહ્યું...

'તો પછી તું પણ બિસ્તરા-પોટલા બાંધી તત્ત્વાર્થ સાથે મુંબઈ વિદાય થઈ જા ! મારે માથે છાણાં થાપે એવી માથાભારે વહુ મને પળવાર માટેય ન ખપે ! તારા કરતાં તો આ બિચારી પિપાસા લાખ દરજ્જે સારી ! એણે કદીયે મારી સામે હરફ સુધ્ધાંય ઉચ્ચાર્યો નથી ! અને તું તો હજી તારાં કંકુનાં પગલાં સુકાયાંય નથી અને મારી સામે રણશિંગું ફૂંકવા માંડી છે ! કેમ અલ્યા તત્ત્વાર્થ, કંઈ બોલતો નથી ?' જ્વાલાદેવીએ કહ્યું...

'મમ્મી, તું જાણે ને તારી નવી વહુ જાણે ! મુંબઈ મારી સાથે આવવું કે નહીં તેનો નિર્ણય તેણે જાતે કરવાનો છે !' તત્ત્વાર્થે પહેલી વાર માતા

સાથે પોતાનો નિર્ભય અવાજ વ્યક્ત કર્યો.

અને 'નવી વહુ'એ પુત્ર તત્ત્વાર્થને રાતોરાત બગાડી મૂક્યો, એવી ફરિયાદ સાથે જ્વાલાદેવી મધરાત સુધી આંસુ વહાવતાં રહ્યાં... બીજે દિવસે તત્ત્વાર્થ મુંબઈ જવા રવાના થયો અને આસ્તિકાએ ઘરનાં સૂત્રો સંભાળવાનું શરૂ કર્યું... એ સાસુમા તથા સસરાજીની સેવા-પૂજાની સામગ્રીનો ખ્યાલ રાખતી. સમયસર ચા-નાસ્તો આપતી. પિપાસા તથા તેના મુન્નાની પણ પૂરી દરકાર રાખતી અને સાસુમાના વ્યંગ્ય-વક્રોકિતભર્યાં શબ્દોને લેશમાત્ર ધ્યાનમાં લેતી નહીં.

પિપાસા આસ્તિકાને મદદરૂપ થવા માટે જીદ કરતી, પણ આસ્તિકા વારંવાર તેમને કહેતી : 'ભાભી, તમે આજ સુધી ઘણું વેઠ્યું છે... સ્ત્રીઓ પરણ્યા બાદ 'આજીવન કારાવાસ'ની સજા ભોગવવા સાસરે નથી જતી, પણ પોતાના મનગમતા સંસારના નિર્માણ માટે પિતાનું ઘર છોડી પતિ સંગે સાસરે વિદાય થાય છે ! ઘરના અન્ય લોકોને સુખી કરવાની જ નહીં, પોતાને સુખી રાખવાની ને જોવાની તેની સ્વતંત્રતાનો સાસરિયામાં સ્વીકાર થવો જ જોઈએ. એ માટે સ્ત્રીઓએ વધુ પડતી નમ્રતા અને સહિષ્ણુતાનો પાલવ છોડવો જ પડે ! મા-બાપોએ પણ પુત્રીનું ઘડતર એવી ભાવના સાથે જ કરવું પડે ! આપણને સાસુમાનું માતૃત્વ ખપે, સાસુત્વ હરગિજ નહીં ! સાસુની 'મા' બનવાની તૈયારી હોય તો આપણને એમની 'આજ્ઞા' માનવામાં પણ વાંધો નથી.'

પિપાસાને લાગ્યું હતું કે આજે પોતાને એક દેરાણી નહીં, પણ પિયરમાંથી આવેલી નાની બહેન મળી છે !

...અને એ પછી એક અઠવાડિયે પિપાસાના ભાઈને એકાએક આવેલો જોઈ જ્વાલાદેવીએ કહ્યું હતું : 'પિપાસા, તારા ભાઈને મને વગર પૂછ્યે તેં કેમ તેડાવ્યો ?'

પિપાસા કશું બોલે એ પહેલાં જ આસ્તિકાએ કહ્યું હતું : 'મમ્મી, જેમ પ્રેમાંકભાઈએ પોતાના સાસરે જવા રજા માગવી પડતી નથી, તેમ પિપાસાભાભીનાં સગાં-વહાલાંએ પણ દીકરીને સાસરે આવવા કોઈની રજા

માગવાની ન હોય ! પિપાસાભાભી, પરણ્યા પછી પિયર ગયાં જ નથી ! એમનાં મમ્મી-પપ્પા એમનું અને એમના દોહિત્ર મુન્નાનું મોં જોવા તડપતાં હશે ! એટલે જ મેં ફોન કરીને પિપાસાભાભીને, પિયર તેડી જવાની વ્યવસ્થા કરવા જણાવ્યું હતું... એમના ભાઈ આવી ગયા એનો આપણને આનંદ હોવો જોઈએ. ભાભી, જવાની તૈયારી કરો, ત્યાં સુધી ભોજનની વ્યવસ્થા હું કરું છું !'

'પિપાસા જશે તો અમારી સંભાળ કોણ રાખશે ? તું ? તું તો અમને રેઢાં મૂકી તારા વર પાછળ મુંબઈ જવા રવાના થઈ જઈશ ?' જ્વાલાદેવીએ ટોણો મારતાં કહ્યું હતું.

'હું જ્યાં સુધી મારી કલ્પના મુજબ આ ઘરને સુખી નહીં બનાવું ત્યાં સુધી મુંબઈ કે પિયર જવાની નથી ! પિપાસાભાભી મન મૂકીને, એમના પિયરમાં એમને ગોઠે ત્યાં સુધી રહેશે. ત્યાં સુધી હું પણ મારા પિયર નહીં જાઉં. એક વહુ તમારા 'ચાર્જ'માં રહેશે, પછી તો ખુશીમાં રહેશો ને મમ્મી ?'

અને જ્વાલાદેવી આસ્તિકા આગળ નિરૂપાય બની ગયાં હતાં...

અને આસ્તિકાને આશીર્વાદ આપતી પિપાસા પોતાના ભાઈ સાથે પિયરનાં ઝાડવાં જોવા વિદાય થઈ હતી.... એની ખુશીનો પાર નહોતો.

આસ્તિકાએ સ્વીકારેલી જવાબદારી સુપેરે અદા કરવાનું શરૂ કરી દીધું હતું. એ સતત તત્ત્વાર્થના સંપર્કમાં રહેતી હતી. પ્રેમાંક માટે તત્ત્વાર્થે પોતાની જ કંપનીમાં ડિસપેચ મૅનેજરની નોકરી પાકી કરી તેને નામે અલગ ક્વાર્ટર પણ એલોટ કરાવી દીધું હતું...

ડેપ્યુટી સી.ઇ.ઓ. તરીકે તત્ત્વાર્થને પણ એક સુવિધાપૂર્ણ બંગલો રહેવા માટે કંપનીએ ફાળવ્યો હતો.

આસ્તિકાની સૂચના મુજબ પિપાસાને પ્લેનની ટિકિટ મોકલી તત્ત્વાર્થે મુન્ના સાથે તેને મુંબઈ તેડાવી લીધી હતી. ઘરવખરીનો તમામ સામાન ખરીદવા તેને જોઈતા પૈસા પણ આપ્યા હતા.

અને બીજે દિવસે રાતની ટ્રેનમાં વિશ્વેશ્વર, જ્વાલાદેવી અને

પ્રેમાંકને લઈને આસ્તિકા મુંબઈ જવા રવાના થઈ હતી ! જ્વાલાદેવી વારંવાર 'શું થઈ રહ્યું છે' તે પૂછતાં રહ્યાં, પણ આસ્તિકા એક જ વાત કરતી : 'મમ્મી, તમારી નાની પુત્રવધૂ પર વિશ્વાસ રાખો... એ તમને દગો નહીં દે... હા, 'સરપ્રાઇઝ' આપશે !'

અને એ સૌ મુંબઈ પહોંચ્યાં, ત્યારે પિપાસાને હાજર જોઈ પ્રેમાંક અને જ્વાલાદેવીને પણ આશ્ચર્ય થયું હતું ! તત્ત્વાર્થે પ્રેમાંકભાઈને પોતાની કંપનીમાં નોકરી મળ્યાની અને અલગ ક્વાર્ટર મળ્યાની વાત પોતાના મમ્મી-પપ્પાને કરી હતી... અને જિંદગીનાં બાકીનાં વર્ષો આનંદથી વિતાવવા એ બન્નેને વિનંતી કરી હતી. આસ્તિકાએ સમગ્ર કુટુંબને સુખી બનાવવા માટે વાપરેલી દીર્ઘદષ્ટિથી સૌ ખુશખુશાલ હતાં...

અને આસ્તિકાએ કહ્યું હતું : 'મમ્મી, હવે તો મને પિયર જવાની છૂટ આપશો ને ? પૂરાં ત્રણ વર્ષ બાદ હું પહેલી વાર પિયર જઈશ ! તત્ત્વાર્થ, તમારી મંજૂરીની અપેક્ષાએ.'

પિપાસાએ કહ્યું હતું : 'આસ્તિકા, તેં તારું વચન પાળ્યું છે. દીકરીઓ તો જન્મે છે, જન્મતી રહેશે, પણ આસ્તિકા જેવી દીકરી જવલ્લે જ જન્મતી હોય છે... આસ્તિકા તું તો નારીજગતનું પુણ્ય છે... હું તને વંદન કરું છું...'

'અને હું પણ 'સાસુ' શબ્દને આજે મુંબઈના દરિયામાં પધરાવી દઉં છું. મારી બન્ને વહુઓ માટે હું 'મા' બનીશ, માત્ર મા !

અને સૌ હરખાતે હૈયે આસ્તિકાને પિયર વળાવવા માટે ઍરપોર્ટ પહોંચ્યાં હતાં !

❑

૧૦. દુનિયા દોરંગી

'મારે તમારી સલાહની જરૂર નથી, સમજ્યા ? તમે પ્રશિષ્ટને તમારા ઢાંચામાં ઢાળ્યો, એટલું પૂરતું છે ! પપ્પાજી, આ એકવીસમી સદી છે, જેમાં ધન એ જ ધર્મ ગણાઈ રહ્યો છે ! ડહાપણવાળો ડૂસકાં ભરે અને દંભી લીલાલહેર કરે, એવા વાતાવરણમાં મારા મોટા ભાઈ પ્રશિષ્ટ જેવા સિદ્ધાંતવાદીઓ માટે તો છુટ્ટા મોઢે રડવાનો વારો આવવાનો છે ! પણ અફસોસ ! તમારા જડ દિમાગમાં આ વાત નહીં ઊતરે' પ્રહર બેફામ બોલે જતો હતો.

'ચૂપ રહે, પ્રહર, તારા પપ્પા જેવા નેકદિલ ઇન્સાનની વગોવણી કરતાં તને શરમ નથી આવતી ?... એકવીસમી સદીમાં આગળની બધી સદીઓનું પુણ્ય ઉમેરાવું જોઈએ, પાપ નહીં... તારા પપ્પા તો પુણ્યશ્લોક છે અને પુણ્યનો વારસદાર મારો પ્રશિષ્ટ બનશે... તારે જે રીતે વર્તવું હોય તે રીતે વરત' મમ્મીએ થોડીક સખતાઈ સાથે કહ્યું એટલે લાંબી ચર્ચામાં ઊતરવાને બદલે પ્રહર બહાર ચાલ્યો ગયો. નિર્મલરાય હાડોહાડ સમાજસેવક, પોતાની પાસે પેટગુજારા જેટલી વડીલોપાર્જિત જમીન પર અને વધારાનું એક મકાન. જમીનમાંથી જે કંઈ મળે અને ભાડાની નાની-શી આવક થાય, એનાથી તેઓ સંતોષ માને.

એમનાં પત્ની શકુંતલાદેવી પણ એમના રંગે રંગાયેલાં. આખી સોસાયટીમાં ઉચ્ચ સરકારી અધિકારીઓ અને વેપારીઓ રહે. દરેક પાસે ગાડી અને વૈભવી જીવનની પારાવાર સુવિધાઓ. એ જોઈને પ્રહરને પોતાના પપ્પાની સીમિત આવક અને ચીલાચાલુ જીવનશૈલી પ્રત્યે નફરત થતી. એક વાર રસ્તેથી પસાર થતાં એક મહિલાની બીજી મહિલા સાથેની

વાતચીતના શબ્દો પ્રહરને કાને પડ્યા હતા : 'આજની કીટી-પાર્ટીમાં પેલી શકુંતલાને ન બોલાવતાં. એ તો ભૂખડીબારસ છે ! આપણે ત્યાં જાતજાતની ને ભાતભાતની વાનગીઓ આરોગી જશે અને એનો વારો આવશે તો વનસ્પતિ ઘીનો શીરો ખવડાવશે ! આવાં સ્ટેટસ વગરનાં લોકોને આપણા જેવા ઉચ્ચ કક્ષાના નિવાસીઓવાળા ટેનામેન્ટ્સમાં સભ્ય જ ન બનાવવાં જોઈએ.'

એ ચર્ચા સાંભળી પ્રહરનું લોહી ઊકળી ઊઠ્યું હતું, પણ એણે ગુસ્સો ઠાલવ્યો હતો પોતાના પપ્પા પર !

આગળ જતાં જ એના પપ્પાજી મળ્યા, તેઓ પ્લાસ્ટિક બૅગમાં દવાઓ લઈ ક્યાંક જઈ રહ્યા હતા. પ્રહરે એમને રોકીને કહ્યું : 'કોના માટે દવા લઈ જઈ રહ્યા છો ?'

'આપણા ગણોતિયા કાળુ માટે... ત્રણ દિવસથી એ તાવમાં પટકાયો છે, પણ ડૉક્ટરે લખી આપેલી દવા લાવવાના એની પાસે પૈસા નહોતા. મને ખબર પડી એટલે એને માટે દવાઓ ખરીદીને પહોંચાડવા જઈ રહ્યો છું. બેટા, મારું કંઈ કામ હતું ?' નિર્મલરાયે કહ્યું હતું.

'હા, મારે તમારું જ કામ હતું. બજારમાંથી ઝેરની એક શીશી ખરીદી લાવી મારી મમ્મીને પિવડાવી દો એટલે એ બિચારી બદનામી અને આપના નીતિમત્તાના ત્રાસમાંથી તો મુક્ત થાય ! આજે આપણી સોસાયટીની મહિલાઓની મારી મમ્મી અંગેની હલકટ વાતો સાંભળી મને ભારે રોષ ચઢ્યો છે ! તમે જે સત્યની પૂજા કરો છો, એ સત્યને હું લૂંટારો સમજું છું... એણે રામને લૂંટ્યા, યુધિષ્ઠિરને લૂંટ્યા, સત્યવાદી હરિશ્ચંદ્રને લૂંટ્યા... કોઈનેય ઠરવા ન દીધા અને હવે એનો ડોળો તમારી ઉપર છે ! મને લાગે છે, હવે આપણો સંગ લાંબો નહીં ચાલે. મારે સુખ જોઈએ છે, વૈભવ જોઈએ છે, વટ જોઈએ છે, આજના યુગમાં અસત્ય એ જ કામધેનુ છે અને સત્ય વસૂકી ગયેલી લાચાર ગાય ! કદાચ ફરી આવી ચર્ચામાં આપણે નહીં ઊતરીએ ! અને કોપાવિષ્ટ પ્રહર ચાલ્યો ગયો હતો...

સાંજે નિર્મલરાયે પ્રહરના સ્વચ્છંદી વર્તનની અને સોસાયટીની

મહિલાઓએ શકુંતલાદેવી વિશે કરેલી નિંદાની વાત તેમને કહી હતી, પણ શકુંતલાદેવીએ પતિને લેશમાત્ર ઉદાસ થવા દીધા નહોતા... એમણે કહ્યું હતું : 'પ્રહરના શબ્દોથી તમે દુઃખી ન થતા. પ્રહર અવળા રસ્તે ચાલે છે. એની ખોટ સરભર કરવા આપણને પ્રશિષ્ટ જેવો સદ્‌ગુણી દીકરો ઈશ્વરે દીધો છે એનો આનંદ હોવો જોઈએ. પ્રશિષ્ટ સ્પર્ધાત્મક પરીક્ષાઓ આપી રહ્યો છે. મને ખાતરી છે કે તમારું તપ એળે નહીં જાય અને પંચમી પણ પરણાવવા લાયક થઈ રહી છે... પહેલાં શ્લોકાની જવાબદારી પૂરી કરીએ, પછી પંચમીની. આપણો હાથ ભીડમાં છે એટલે પેલું ભાડે આપેલું મકાન વેચી દઈએ અને એ રકમમાંથી ઓછા ખર્ચે લગ્નવિધિ પતાવીએ અને હા, મને તમારી નેકદિલીનો રંજ નથી, પણ ગર્વ છે... તમે મનમાં જરાય ઓછું ન લાવતા. આંખને પોસાય એવાં ડરામણાં સપનાં જોવામાં હું શાણપણ નથી માનતી.' શકુંતલાદેવીએ જોયું કે તેમના પતિની આંખ ભીની થઈ ગઈ હતી.

પ્રહરે નોકરી શોધી લીધી અને ઘર છોડીને એકલા રહેવાનો નિર્ણય કર્યો, ત્યારે નિર્મલરાયે તેને રોક્યો નહીં, સહર્ષ વિદાય આપતાં કહ્યું : 'મેં તણખલાથી માળો બનાવ્યો છે અને તું આરસપહાણના બંગલાનું લક્ષ્ય ધરાવે છે... એટલે હું તારો માર્ગ રોકવા નથી ઇચ્છતો... દરેકને પોતાનું આકાશ હોય છે અને દરેકને હોય છે પોતાની જમીન. કોણે કેટલું ઊડવું અને કોણે કેટલા પ્રમાણમાં જમીન પર મજબૂતપણે ઊભા રહેવું એનો નિર્ણય તો જાતે જ કરવાનો હોય છે ! સુખી થજે દીકરા.'

અને મમ્મી-પપ્પાને વંદન કર્યા સિવાય પ્રહર ચાલ્યો ગયો હતો. ઘરમાં ઉદાસીનું વાતાવરણ છવાઈ ગયું હતું, પણ નિર્મલરાય લગીરેય દુઃખી થયા નહોતા. જિંદગીની પરિભાષા તેઓ પચાવીને બેઠેલા હતા. ફાવતું ને ભાવતું સદાય ન જ મળે, એનું નામ જિંદગી ને !

અને ઇન્કમટેક્સ ઑફિસર તરીકે પ્રશિષ્ટની પસંદગી થયાના સમાચારથી ઘરમાં આનંદનું મોજું ફરી વળ્યું હતું... પ્રહરે કરેલો પ્રહાર કુદરતની કૃપાએ પળમાં જ ભુલાવી દીધો હતો...

શ્લોકાની સગાઈ પ્રસ્થાન સાથે નક્કી થઈ ત્યારે નિર્મલરાયે વેવાઈને કહ્યું હતું, 'શ્લોકાને મેં કથાકારની ભાગવતપોથીની જેમ જાળવી છે... એની પાસે સંસ્કારનું ધન છે અને મારી પાસે આશીર્વાદની મૂડી... હું યથાશક્તિ મારી દીકરીને ઢાંકીશ, પણ સોના-રૂપે ન મઢું તો ક્ષમ્ય ગણશો.'

પ્રસ્થાનના પપ્પાજીએ કહ્યું હતું. 'તમારો ગૃહસ્થાશ્રમ તો તપોવન છે... તમારાં સંતાનોને તમે ઋષિસંતાન તરીકે ઉછેર્યાં છે... સૌના નસીબમાં આપના જેવા પિતા નથી લખાયા હોતા. એ વાત અલગ છે કે આપનો દીકરો પ્રહર...'

પ્રસ્થાનના પપ્પાજીને અધવચ્ચે જ બોલતાં અટકાવીને નિર્મલરાયે કહ્યું હતું 'આપણે એ વાતની ચર્ચામાં ન પડીએ. એક બાજુ પ્રહર છે તો બીજી બાજુ દેવનો દીધેલો મારો ગુણિયલ દીકરો પ્રશિષ્ટ છે... આપણે પ્રશિષ્ટને નજર સમક્ષ રાખવો જોઈએ...'

અને સાદી વિધિથી અને સીમિત કરિયાવરથી શ્લોકાનાં પ્રસ્થાન સાથે લગ્ન થઈ ગયાં હતાં.

પંચમીએ સામેથી જ નિર્મલરાયને કહ્યું હતું : 'પપ્પાજી, મને લગ્ન કરવાની લેશમાત્ર ઉતાવળ નથી ! પ્રશિષ્ટભાઈ નોકરીમાં કાયમ થઈ જાય અને તેમનું લગ્ન થઈ જાય, પછી જ હું લગ્નની સંમતિ આપીશ. પપ્પાજી, મને તમારી છત્રછાયામાં રહેવા દો. આપણું ઘર તો દેવમંદિર છે અને આપ તો ભોળાશંકર છો... આપની સાથે સંસારમાં નહીં, સ્મશાનમાં રહેવું પડે એય સૌભાગ્ય કહેવાય.'

શકુંતલાદેવીએ કહ્યું : 'તારામાં આટલું બધું ડહાપણ ક્યાંથી આવ્યું ? તારા પપ્પા તો આપણા પર ક્યારે ઊની આંચ પણ ન આવવા દે, સમજી ? ક્યારેક ભગવાન ફિરસ્તાઓને પણ સંસારી બનાવતો હોય છે. તેઓ 'આપવા' સંસાર માંડે છે, 'લેવા' માટે નહીં.'

પ્રશિષ્ટ પર નિર્મલરાયના સંસ્કારોનો અસાધારણ પ્રભાવ હતો... એટલે પગારની આવક સિવાય પોતાના ઉચ્ચ હોદ્દાનો કોઈ પણ રીતે લાભ લેવા માગતો નહોતો. ન કોઈ પૉકેટખર્ચ કે ન કોઈ ફિજૂલ ખર્ચી. પપ્પાની

ખેતીવાડી પર ધ્યાન આપીને એણે બારમાસી પાક લેવાનું અને શાકભાજી-ફળફળાદિ ઉગાડીને પૂરક આવક ઊભી કરવાનું શરૂ કરી દીધું હતું અને નિર્મલરાયને એણે ઘરની સઘળી જવાબદારીમાંથી મુક્ત કરી દેવદર્શન અને તીર્થયાત્રાનો માર્ગ મોકળો કરી આપ્યો હતો...

પ્રહરે બિઝનેસમાં પોતાનું મન પરોવીને સીધે આડે રસ્તે ધૂમ કમાણી કરવાનું શરૂ કરી દીધું હતું. એણે લગ્ન પણ જાતે કરી લીધાં હતાં અને ઘરની કોઈ પણ વ્યક્તિને ખબર સુધ્ધાં આપી નહોતી.

એકાએક જ એને કાને એ વાત પહોંચી કે આર્થિક સંકડામણને કારણે શ્લોકાને નજીવું કરિયાવાર આપીને સાદી લગ્નવિધિથી પરણાવી દેવામાં આવી છે.

અને એણે શ્લોકાને મોંઘાંદાટ ઘરેણાં આપવાનો નિર્ણય કર્યો હતો...

એક અઠવાડિયા પછી પ્રસ્થાન અને શ્લોકાની લગ્નતિથિ આવી રહ્યાની જાણ તેણે મેળવી લીધી હતી. અને લગ્નતિથિને દિવસે એ દાગીનાનું બૉક્સ લઈ શ્લોકાને સાસરે પહોંચી ગયો હતો...

પપ્પાજીના સંસ્કારોને લીધે શ્લોકાએ નફરત નહોતી દર્શાવી, પણ ભાઈની ભેટ સ્વીકારવાનો નમ્રતાપૂર્વક ઇનકાર કર્યો હતો. સોનું જોઈ શ્લોકાના સસરાજીનું મન ચળ્યું હતું અને એમણે શ્લોકાને કહ્યું હતું : 'દીકરી, ભાઈ એ આખરે ભાઈ છે. એનો હાથ પાછો ઠેલીએ તો ભગવાન રાજી ન રહે ! જાગ્યા ત્યારથી સવાર. પ્રહરભાઈ સાથે આપણે નવી નિકટતાની શરૂઆત કરીશું...'

પણ શ્લોકા અડગ રહી હતી. એણે કહ્યું હતું : 'પપ્પાજી, મને પ્રહરભાઈની લાગણી ખપે છે, ભેટસોગાદ નહીં. મને તો દેવ જેવા પપ્પા આપીને ભગવાને ન્યાલ કરી દીધી છે અને એમના માર્ગે ચાલનારા પ્રશિષ્ટભાઈ જ મારે માટે મોંઘેરું ઘરેણું છે... હું પ્રહરભાઈ સાથે અપેક્ષા વગરનો સંબંધ રાખવા માગું છું... રક્ષાબંધનને દિવસે પ્રહરભાઈ, તમે રાખડી બંધાવવા આવજો, તમારામાં સચ્ચાઈ અને કુટુંબપ્રેમ સદાય સુરક્ષિત રહે એવી રક્ષા કાજે રાખડી બાંધીશ. આવજો.'

અને 'નેકીની પૂંછડી' જેવી શ્લોકા ઉપર ધૂંઆપૂંઆં થઈને પ્રહર ચાલ્યો ગયો હતો...

ત્રણેક વર્ષમાં પ્રશિષ્ટના જવાબદારીપૂર્વકનાં આયોજનોને લીધે ઘરની સ્થિતિ સુધરી ગઈ હતી અને પ્રશિષ્ટ લોન લઈને પણ પંચમીનાં લગ્ન ધામધૂમથી કરવા માગતો હતો. એટલું જ નહીં, હાથ ભીડમાં હોવાને કારણે શ્લોકાને ઉદારતાપૂર્વક વધુ નહીં અપાયાની ખોટ પૂરવા માગતો હતો.

પંચમીએ પોતાના જેવો જ રૂપાળો જીવનસાથી પસંદ કરી રાખ્યો હતો, પણ ભાઈ સમક્ષ મોં ખોલી શકતી નહોતી, પણ પ્રશિષ્ટે જ ખાનગી રાહે પ્રયાણ વિશેની માહિતી મેળવી તો મમ્મી-પપ્પાને મળીને પંચમીનાં લગ્ન તેની સાથે ગોઠવી દીધાં હતાં...

પંચમીનો આગ્રહ હતો કે કન્યાવિદાય કોઈ મૅરેજ હૉલ પરથી નહીં, પણ પિતૃગૃહથી જ થવી જોઈએ અને લગ્નોત્સવ પણ પિતાના ઘરને માંડવે જ યોજાવો જોઈએ. ભોજન સમારંભ ભલે કોઈ હૉલમાં ગોઠવાય.

અને પ્રશિષ્ટે બહેનની અભિલાષા પૂરી કરી હતી. શ્લોકાના લગ્નપ્રસંગે પ્રહર હાજર નહોતો પણ પંચમીના લગ્નપ્રસંગે પ્રશિષ્ટે તેને કાલાવાલા કરી હાજર રહેવાનું તેની પાસેથી વચન લીધું હતું.

નિર્મલરાયના બંગલાને અડીને જ કોર્નરમાં આવેલા કૉમન પ્લોટમાં લગ્નોત્સવ ગોઠવાયો હતો... સોસાયટીના તમામ લોકોને સહકુટુંબ આમંત્રણ પાઠવવામાં આવ્યું હતું. મંગલફેરા અને ચોરીની વિધિ પૂરી થઈ અને સૌની હાજરીમાં કરિયાવરની વસ્તુઓ ગોઠવી દેવામાં આવી. દાગીના, મોંઘી સાડીઓ અને જીવનોપયોગી ચીજવસ્તુઓનો ખડકલો સૌનું ધ્યાન ખેંચતો હતો. શ્લોકા માટે પણ લગભગ એટલી જ વસ્તુઓ હાજર કરી દેવામાં આવી હતી. બંને બહેનોનો કરિયાવર સારી રીતે થાય એ માટે પ્રશિષ્ટે જમીનનો એક ટુકડો પણ ગીરો મૂકી દીધો હતો. આમંત્રિતોની વચ્ચે મોખરે પ્રહર પણ બેઠો હતો.

સોસાયટીના એક આમંત્રિત પ્રશિષ્ટની ઑફિસના એક અધિકારી

સાથે ધીમેથી વાત કરી રહ્યા હતા. એમના શબ્દો પ્રહરના કાને પડ્યા.

'જોયું, ઈમાનદાર નિર્મલરાયના બેટાએ ટૂંકા ગાળામાં સરકારી નોકરીમાંથી કેટલું એકઠું કર્યું ! ત્યારે જ આવો ભારે કરિયાવર બહેનો માટે કરી શકે છે ! હાથીના દાંત ચાવવાના જુદા અને દેખાડવાના જુદા ! મને તો પહેલેથી જ ખબર હતી કે પ્રશિષ્ટ પ્રામાણિક હોવાનો ઢોંગ કરે છે !

'હા, મને પણ લાગતું હતું કે શાંત પાણી ઊંડાં હોય છે ! ઉપરથી ઠાવકો દેખાતો પ્રશિષ્ટ હાથનો આટલો બધો મેલો હશે એની તો મને કે ઑફિસના કોઈનેય ખબર નહોતી' પ્રશિષ્ટના સહઅધિકારીએ કહ્યું...

... અને એકાએક જ પ્રહરનો પિત્તો ગયો... એણે ઊભા થઈને પોતાના ભાઈની નિંદા કરનાર એ બંનેના ગાલ પર ધડાધડ તમાચા ઝીંકી દેતાં કહ્યું, 'ધિક્કાર છે તમારા ભણતર અને સંસ્કારો પર ! જેના આંગણે બેઠા છો એનું જ ખોદો છે ! નિંદા કરવી જ હોય તો મારી કરો ! પણ તમે એવું સાહસ નહીં કરો. કારણ કે ચમત્કાર દેખાડનારને લોકો નમસ્કાર કરે છે, અને નમસ્કાર કરનારને લાતે ચઢાવે છે. મારા પિતા અને ભાઈ લાખોમાં એક છે પણ મારા જેવો કરમફૂટ્યો એમની કદર ન કરી શક્યો ! તેઓ સાચા છે અને હું ખોટો છું ! હવે હું એ બંનેની અને મારા પરિવારની ઢાલ બનીને જીવીશ... અને તમારા જેવા બદમાશોને પાઠ પણ ભણાવીશ...'

અને નિર્મલરાયે પેલા બંને મહેમાનોની માફી માગી હતી...

અને એકાએક જ એમની નજર નીચે તરફ ગઈ હતી. પ્રહર પપ્પાજીના પગમાં માથું ઢાળીને રડી રહ્યો હતો... અને ગોરમહારાજ કરિયાવરને વધાવતા સ્વસ્તિ મંત્ર વદી રહ્યા હતા.

❑

૧૧. 'વિશ્વંભર નર્સિંગ હોમ'

ડ્રાઇવર વિશ્વંભર શેઠને ઑફિસે ઉતાર્યા બાદ ઑફિસની સામે આવેલા માતાજીના મંદિરે દર્શનાર્થે જતો અને પંદર મિનિટ સુધી એકપગે ઊભો રહી પ્રાર્થના કરતો. ક્યારેક તો બેલેન્સ ગુમાવી પડતાં-પડતાં પોતાની જાતને પૂજારીની મદદથી બચાવી લેતો.

પૂજારી વિશ્વંભર ડ્રાઇવરનો ભક્તિભાવ જોઈ ગદ્‌ગદ થઈ જતા. વિશ્વંભર ખિસ્સામાંથી પાંચ રૂપિયાનો સિક્કો કાઢી માતાજીનું સ્મરણ કરતાં-કરતાં દાન-પેટીમાં નાખતો.

પૂજારી એને પૂછતા : 'ભાઈ, વિશ્વંભર, તારો પગાર કેટલો ? ઘરમાં ખાનાર કોણ-કોણ છે ?'

વિશ્વંભર મૌન ધારણ કરતો, થોડીક વાર પછી નિસાસા સાથે કહેતો : 'પગાર પાંત્રીસો, ખાનાર અમે બે, હું અને મારી પત્ની રન્નાદે... પણ.'

વિશ્વંભર અટકી જતો. પૂજારીજી ફરી પાછા પૂછતા : 'વિશ્વંભર, કેમ અટકી ગયો ? આ તો માતાજીનો દરબાર છે. ખૂલવાનો અને ખીલવાનો સૌને અધિકાર ! મનની મથામણ જ્યાં ભૂલી જવાય એનું નામ મંદિર. મંદિર 'પરલોકના મોક્ષ' માટે નથી, પણ આરાધ્ય દેવ સામે નિખાલસ બની મનના તનાવમાંથી મોક્ષ (મુક્તિ) પામવાનું સ્થળ છે. વિશ્વંભર, તારી ચિંતાઓ દેવી માતાને સોંપી દે.'

વિશ્વંભરના હૃદયનો ભાર સહેજ હળવો થયો. એણે કહ્યું : 'મારી પત્નીનું નામ જ સંતાનસુખ દેનારી માતા રન્નાદેનું નામરાશિ છે... છેલ્લાં દસ વર્ષથી દાન-દક્ષિણા કરું છું, પણ મારી પત્ની રન્નાદેનો ખોળો ખાલી છે... દરરોજનું રૂપિયા પાંચનું દાન મને નથી પોસાતું એટલે સાંજે અમે

શાક-ભાજી અને દૂધનો ખર્ચ બચાવી માતાજીને ચરણે રૂપિયા પાંચ ધરીએ છીએ... પણ.'

'વિશ્વંભર, તું અને તારી પત્ની થોડાંક પણ ભૂખ્યાં રહો તો માતાજીને તમારો એવો ત્યાગ રુચે ખરો ? આજથી જ પ્રતિજ્ઞા કર કે મંદિરમાં તું એક પણ પૈસો દાનપેટીમાં નહીં નાખે !... અને કોઈ શાકભાજી માને ચરણે ધરશે એ હું તારે ઘેર માતાજીના પ્રસાદ તરીકે પહોંચતું કરીશ. પૂજારીનું કામ જાતને ઠારવાનું કે દેવને રીઝવવાનું નહીં પણ દેવ-દેવીના આરાધકોને ઠારવાનું છે ! તારા ઘરમાં જ તારી પત્નીરૂપે માતા રન્નાદે હાજર છે ! પત્નીના દવાદારૂ દ્વારા સંતાનપ્રાપ્તિ માટે સારવાર કરાવીશ એટલે માતા પણ તારા પર ખુશ રહેશે ! એનાથી આગળની ભવિષ્યવાણી કરવાનું મારા હાથમાં નથી !'

વિશ્વંભરે પૂજારીજીનો આભાર માન્યો અને માતાજીને વંદન કરી એ વિદાય થયો. વિશ્વંભર આજે હળવોફૂલ થઈ ગયો હતો. એની રગે-રગમાં ધર્મભાવના ઊભરાતી હતી. એણે સ્વભાવમાંથી ઉગ્રતા ત્યજી પોતાના શેઠ અને શેઠના ઘરના સભ્યોનો પડ્યો બોલ ઉપાડવાનો સંકલ્પ કર્યો... એની પત્ની રન્નાદેએ લંબબોક્સમાં ભરી આપેલાં પરોઠાં અને શાક પટાવાળા વિનુ સાથે વહેંચીને ખાધાં.

એના વર્તનમાં આવેલા પરિવર્તનથી શેઠ અને શેઠના પરિવારનાં સૌ સ્વજનો પણ ખુશ થઈ ગયા. શેઠે પગાર વધારી આપવાની ઇચ્છા વ્યક્ત કરી ત્યારે વિશ્વંભરે કહ્યું : 'શેઠ, અત્યારે તો અમે બે જણ જ છીએ. ટૂંકા પગારમાં કરકસરથી મહિનો પૂરો થઈ જાય છે... મોજશોખની આદત વકરશે તો ગેરમાર્ગે પૈસો મેળવી લેવાનું મન થશે. મારા ઘરમાં શેર માટીની ખોટ છે ! ખોળાનું ખૂંદનાર જન્મે ત્યારે પગારવધારો કરી આપજો ! આપ આશીર્વાદ આપો કે આપના ડ્રાઇવર તરીકે મારામાં નમકહરામી ક્યારેય ન જન્મે.'

શેઠને લાગ્યું કે વિશ્વંભર કેવળ કારનો સારથિ નથી, જીવનરથનો પણ સારથિ છે ! કૃષ્ણ દ્વારિકા કે ડાકોરમાં જ નથી વસતો, જેનાં હૃદય-

દ્વાર પવિત્રતાના સ્વાગત માટે અહર્નિશ ખુલ્લાં હોય ત્યાં બધે જ ઘટના મંદિરિયામાં એનો મુકામ હોય છે !

વિશ્વંભરની મહાનતા જોઈ શેઠે એને જાણ કર્યા વગર રૂપિયા પાંચસોની બચત ગુપ્ત નામથી જમા કરાવવાનું શરૂ કરી દીધું હતું !

વિશ્વંભરે પુત્રપ્રાપ્તિ માટે દાક્તરી સારવાર શરૂ કરાવી હતી. અને સ્ત્રીરોગ નિષ્ણાત ડૉક્ટરે નાનકડા ઑપરેશન બાદ રન્નાદેની માતા બનવાની શક્યતા જાહેર કરી ત્યારે એના આનંદનો પાર નહોતો રહ્યો.

એને મર્યાદિત આવકવાળો ડ્રાઇવર જાણી ઑપરેશન ખર્ચ પેટે માત્ર અગિયાર હજારની ટોકન રકમ લેવાની ડૉક્ટરે ઉદારતા દાખવી હતી...

અને વિશ્વંભરે આ ખુશીના સમાચાર સાંભળી દેવમંદિરે દોડી જઈ માતાજી અને પૂજારીનો આભાર વ્યક્ત કર્યો હતો...

પણ રૂપિયા અગિયાર હજાર લાવવા ક્યાંથી એની ચિંતા કરતાં તેનો ચહેરો ઉદાસ થઈ ગયો હતો...

એની મૂંઝવણ પૂજારીજી પારખી ગયા હતા. એમણે કહ્યું : 'દેવો પ્રસન્ન થાય છે ત્યારે મુસીબતનું નિરાકરણ પણ આપમેળે શોધી કાઢતા હોય છે ! તારા શેઠને વાત કર અને કશું જ ઠેકાણું ન પડે તો કાલે માતાજી સમક્ષ હાજર થજે... હું દાનપેટીની થતી આવકમાંથી મંદિરના ટ્રસ્ટીઓને તને મદદરૂપ થવાની વિનંતી કરીશ.' ...અને વિશ્વંભર હરખપદૂડો થઈ શેઠને રન્નાદેની સંતાનપ્રાપ્તિની શક્યતા અને ઑપરેશન ખર્ચની વાત કરવા દોડી ગયો હતો...

વિશ્વંભરને હાથમાં કાગળ લઈ આવેલો જોઈ શેઠે કહ્યું હતું : વિશ્વંભર, અભિનંદન, ડૉ. શીતલ શાહે મને ફોન કરી તારી પત્ની રન્નાદેના માતૃત્વની શક્યતાના સમાચાર આપ્યા હતા. ઑપરેશન માટેની જરૂરી રકમ તારા વતીથી મેં ડૉક્ટરના નર્સિંગ હોમમાં જમા કરાવી દીધી છે !

વિશ્વંભર ચોધાર આંસુએ રડી પડ્યો હતો. શેઠના પગ પકડી એણે કહ્યું હતું : 'શેઠ, મુજ ગરીબ પર આટલી બધી કૃપા ! માગે તો સૌ આપે, વગર માગે આપે એનું નામ દેવતા ! આપના હૃદયમાં માતાજીનો સંદેશ

પહોંચી ગયો એ જ મારી પ્રાર્થનાનું ફળ.'

ઑપરેશન હેમખેમ પતી ગયું હતું. વિશ્વંભર અને રન્નાદેના આનંદનો પાર નહોતો.

અને બે વર્ષ બાદ રન્નાદેની કૂખે પુત્રીનો અવતાર થયો હતો. વિશ્વંભરે પોતાની પુત્રીનું નામ પણ વિશ્વંભરી રાખ્યું હતું.

વિશ્વંભર પર રીઝેલા એના શેઠે પોતાને જ બંગલે એક ભવ્ય પાર્ટીનું આયોજન કરી વિશ્વંભરીનો જન્મોત્સવ દબદબાપૂર્વક ઊજવ્યો હતો. અને જાહેર કર્યું હતું કે કોઈ પણ ગરીબ પરિવારમાં જન્મનાર અગિયાર બાળકીઓને દત્તકવત્ ગણી એના ઉછેર, ભણતર અને લગ્નનું તમામ ખર્ચ પોતે ઉઠાવશે.

પાર્ટીમાંથી કોઈકે સૂત્રોચ્ચાર કર્યો હતો : 'ભામાશાની જય.'

શેઠે તરત જ સૂત્રોચ્ચાર રોકાવી દેતાં કહ્યું હતું : 'માનવતા માટે થોડુંક દાન કરનારને ભામાશામાં ખપાવવાનું કૃપા કરી માંડી વાળો. રૂપિયો મને આ ધરતીએ આપ્યો છે અને એને વહેંચીને ધરતીનું ઋણ અદા કરવાની ભાવના મને ભગવાને શીખવી છે ! વિશ્વંભર જેવા અલ્પસાધન માનવીની આંતરડી ઠરશે તો દેવી-દેવતાની પણ આંતરડી ઠરશે... કળિયુગ એ ખિસ્સાં કાપવાનો નહીં, પણ ભૂખે-દુ:ખે તડપતાં લોકો માટે ખિસ્સું ખાલી કરવાનો યુગ છે ! આપણે કળિયુગી મંત્રી કે સંત્રી ન બનીએ તો કળિયુગ નિરાશ્રિત બની ધરતી પરથી ઉચાળા ભરશે.'

અને શેઠના હૃદયની વિશાળતા અને ધર્મ વિશેની સમજને સૌએ વંદન કર્યાં હતાં.

...વિશ્વંભરને શેઠે કહ્યું હતું : વિશ્વંભર, આપણે તારી પુત્રીને પ્રતિષ્ઠિત મોટી સ્કૂલમાં ભણાવીશું... ખર્ચની ચિંતા મારી ઉપર છોડી દે.

પણ વિશ્વંભરે હાથ જોડીને વિનંતી કરતાં કહ્યું હતું : 'હું મારી પુત્રીને મ્યુનિસિપલ સ્કૂલમાં જ ભણાવીશ. તેજસ્વી બાળકોની સિદ્ધિઓ સ્કૂલની પેદાશ નહીં, પણ બાળકની પોતાની મહેનતનું પરિણામ હોય છે ! મારી પુત્રી સાધારણ બાળકો સાથે જ ભણશે.'

શેઠને વિશ્વંભરની વાત સ્પર્શી ગઈ હતી અને ભવિષ્યમાં વિશ્વંભરીના ખર્ચ માટે વળી પાછી મોટી રકમ દર વર્ષે વિશ્વંભરના નામના ગુપ્ત ખાતામાં જમા કરાવવાનું શરૂ કરી દીધું હતું.

સમય પાણીની જેમ વહી ગયો... વિશ્વંભરી હાયર સેકન્ડરી વિજ્ઞાન પ્રવાહમાં બાણુ ટકા સાથે ઉત્તીર્ણ થઈ. બાયોલોજી વિષય પસંદ કરવાને કારણે એને મેડિકલ કૉલેજમાં પ્રવેશ પણ મળી ગયો. શેઠે વિશ્વંભરની વિનંતી મુજબ 'લોન' આપી તેના અભ્યાસનું ખર્ચ ભરી દેવાનું શરૂ કરી દીધું... એમ.બી.બી.એસ. બાદ ગાઇનેકોલૉજિસ્ટ બનવાનું પણ તેનું સ્વપ્ન સાકાર થયું...

એવામાં એક દિવસ શેઠને ઑફિસેથી ઘેર લઈ જતાં વિશ્વંભરની આંખે અંધારાં આવતાં એણે કારના સ્ટિયરિંગ વ્હીલ પરનો કાબૂ ગુમાવ્યો અને કાર ડિવાઇડર પર ચઢી જતાં ઊથલો ખાઈ ગઈ અને શેઠ અને વિશ્વંભર ભયંકર રીતે જખમી થયા.

બન્નેને હૉસ્પિટલમાં ખસેડવામાં આવ્યા. વિશ્વંભરના પગે ફ્રેક્ચર થયું હતું, પણ શેઠને ગંભીર ઈજાઓને કારણે તાત્કાલિક ઑપરેશન કરવું પડ્યું...

શેઠનો બ્લડટેસ્ટ કરવામાં આવ્યો. 'ઓ' ગ્રૂપના લોહીની જરૂર હતી અને આ ગ્રૂપનું લોહી સ્ટૉકમાં નહોતું.

વિશ્વંભરીએ કહ્યું કે મારું બ્લડ ગ્રૂપ 'ઓ' છે, તાત્કાલિક ટેસ્ટ કરી મારું લોહી શેઠજીને ચઢાવો.

અને ઑપરેશન સફળ રહ્યું... શેઠના ઋણનો બદલો પોતાની ડૉક્ટર દીકરી વિશ્વંભરીએ પોતાના રક્તથી ચૂકવ્યો એનો વિશ્વંભરને આનંદ હતો.

સાત દિવસ પછી સારવાર બાદ વિશ્વંભરને નર્સિંગ-હોમમાંથી ઘેર જવાની ડૉક્ટરે રજા આપી.

શેઠે હજી સારવાર માટે નર્સિંગ હોમમાં રોકાવાનું હતું.

એમણે વ્હીલચેરમાં બેસાડીને વિશ્વંભરને પોતાની પાસે લઈ

આવવાની ડૉક્ટર વિશ્વંભરીને વિનંતી કરી.

અને વિશ્વંભરી પોતાના પપ્પાજીને વ્હીલચેરમાં બેસાડીને શેઠના સ્પેશ્યલ રૂમમાં લઈ આવી. વિશ્વંભરે વ્હીલચેર શેઠના પગ તરફ લઈ જવાની સૂચના આપી, શેઠનો ચરણસ્પર્શ કરી રડતી આંખે એમનો આભાર માન્યો. પોતાની ખોટની દીકરી વિશ્વંભરીને ડૉક્ટર બનાવવાનું શેઠજીને કારણે જ શક્ય બન્યું હતું...

શેઠે વિશ્વંભરને પોતાની પાસે બોલાવીને તેના મસ્તક પર હાથ મૂકતાં કહ્યું : 'વિશ્વંભર, જિંદગીમાં તેં ખૂબ દુઃખ વેઠ્યું છે... તારી આખી જિંદગી સર્વન્ટ ક્વાર્ટરમાં તેં અભાવો વચ્ચે વિતાવી છે, પણ હવે તારી નહીં, 'આપણી' દીકરી વિશ્વંભરી ડૉક્ટર બની છે... એને લાયક મકાન એને મળવું જ જોઈએ. મેં એની વ્યવસ્થા અગાઉથી જ કરી રાખી છે. તારે માટે એક સરસ મજાનો બંગલો ખરીદી રાખ્યો છે. ફર્નિચર અને જરૂરી ચીજ-વસ્તુઓ સાથે એ તૈયાર છે... લે, એની ચાવી !'

વિશ્વંભર ઝૂકીને એ ચાવી લેવા જતો હતો, ત્યાં ડૉ. વિશ્વંભરીએ પોતાના પિતાજીને રોક્યા અને શેઠને વિનંતીપૂર્વક કહ્યું : 'શેઠજી, પક્ષીએ પોતાનો માળો ન ભૂલવો જોઈએ, તેમ માનવીએ જે ઘરમાં પોતાનાં સુખ-દુઃખનાં વર્ષો વીત્યાં હોય તેને ન ભૂલવાં જોઈએ. હું સામાન્ય સ્થિતિમાં મા-બાપની પુત્રી તરીકે રહેવા માગું છું. તેથી અહીંથી મારા પપ્પાજીને લઈને હું આપે એમને આપેલા સર્વન્ટ ક્વાર્ટરમાં જ જઈશ. અને હા, આપે અમને ભેટ આપવા તૈયાર રાખેલા બંગલાનો હું સ્વીકાર કરીશ, પણ રહેવા માટે નહીં, ગરીબ લોકોની સારવાર માટેના નિઃશુલ્ક નર્સિંગ માટે. મારા પેટગુજારા ખાતર હું ડૉક્ટર તરીકેની નોકરી સ્વીકારીશ અને મારી માનદ સેવાઓ નવા શરૂ થનાર નર્સિંગ હોમને અર્પીશ. રહીશ તો હું મારા પિતાશ્રી સાથે સર્વન્ટ ક્વાર્ટરમાં જ, કારણ કે એ ઘર મારે માટે તીર્થસ્થાન જ છે...'

નવા નર્સિંગ હોમનું નામ હશે 'શેઠ ધર્મવત્સલ અને સેવક વિશ્વંભર નર્સિંગ હોમ.' શેઠજી, મારી આટલી વિનંતી ઠુકરાવશો નહીં !'

અને શેઠ ધર્મવત્સલે ડૉ. વિશ્વંભરીના મસ્તક પર હાથ મૂકી કહ્યું

હતું : 'દીકરી, તારી ઇચ્છા માથા પર ! મને વચન આપ કે સ્ત્રી-ભ્રૂણહત્યા રોકવા માટે તું આગેવાની લઈશ.'

અને શેઠનો હાથ ચૂમી ડૉ. વિશ્વંભરીએ તેને અનુમોદન આપ્યું હતું...

આ વાત માતાજીના મંદિરના પૂજારીના કાને પહોંચતાં તેમના આનંદનો પાર નહોતો.

ડૉ. વિશ્વંભરી પોતાના ડ્રાઇવરપિતાની ઇચ્છાને માન આપી ઘેર જતાં પહેલાં એમને દેવી માતાના પેલા મંદિરે લઈ ગઈ હતી !

પૂજારી માતાજીની આરતી ભાવપૂર્વક ઉતારી રહ્યા હતા... ભાવિક ભક્તો એકાગ્ર ચિત્તે આરતી ગાઈ રહ્યા હતા.

'વિશ્વંભરી અખિલ વિશ્વતણી જનેતા,
વિદ્યાધરી વદનમાં વસજો વિધાતા.
દુર્બુદ્ધિને દૂર કરી સદ્દબુદ્ધિ આપો,
મા પાહિ ૐ ભગવતી ભવદુઃખ કાપો.'

❑

૧૨. 'માતૃદેવો ભવ'

'તમારી મમ્મીનું નામ ?'

'વૃંદાબહેન'.

'અને પપ્પાનું નામ ?'

'વૃંદાબહેન'.

'અરે, તમારું મગજ ઠેકાણે છે કે નહીં ? હું તમારા પપ્પાનું નામ પૂછું છું અને તમે પપ્પા તરીકે ફરીથી તમારી મમ્મીનું નામ બોલો છો !' નિર્દેશનાં પ્રમાણપત્રો ચકાસનાર હેડક્લાર્કે સહેજ છણકા સાથે કહ્યું.

'હું સંપૂર્ણપણે સ્વસ્થ છું અને ભાનમાં પણ છું. મેં પપ્પાને જોયા નથી અને મમ્મીએ જ મમ્મી તથા પપ્પા બન્નેની ફરજ બજાવી છે... તકલીફો અને આર્થિક આંધીઓ વચ્ચે પણ મને ભણાવ્યો છે ! અમને કોઈ એમ પૂછે કે તમે કયા ભગવાનમાં માનો છો ? તમે કઈ દેવીને પૂજ્ય માનો છો ? તોપણ મારો જવાબ એક જ હશે. વૃંદાબહેન, વૃંદાબહેન અને વૃંદાબહેન... મારી વહાલસોયી મમ્મી !' નિર્દેશની આંખો બોલતાં-બોલતાં ભીની થઈ ગઈ.

હેડક્લાર્ક પણ આ તરવરિયા યુવાનની માતૃભક્તિ જોઈ ગદ્‌ગદિત થઈ ગયો ! એ મનોમન વિચારવા લાગ્યો : 'શ્રવણની કથામાં સચ્ચાઈ શી હશે, એની તો મને ખબર નથી, પણ શ્રવણ કોઈ વ્યક્તિનું નહીં, પણ મા-બાપ પ્રત્યેના ઊંડા ભક્તિભાવનું નામ છે, એમ મને સતત લાગ્યા કરે છે ! શ્રવણત્વ મફતમાં નથી મળતું, એને લાગણીનાં નીર સીંચી સીંચી ઉછેરવું પડે છે, હૈયાને સતત લીલુંછમ રાખવું પડે છે.'

'શાબાશ, જેનું હૃદય આટલું બધું નિર્મળ હોય, એ જાત સાથે કશી

જ છેતરપિંડી ન કરે ! તમારાં પ્રમાણપત્રોની પાછળ હું 'વેરિફાઇડ'નો સિક્કો લગાવી સહી કરી દઉં છું એટલે તમને તમારા ઑફિસર અત્યારે જ ફરજ પર હાજર કરી દેશે.' હેડક્લાર્કે નિર્દેશને શુભેચ્છા પાઠવી વિદાય આપી.

અને ઉપરી અધિકારીએ નિર્દેશને ડેપ્યુટી મૅનેજરની કેબિનમાં બેસવા માટેની લીલી ઝંડી આપી ! ટેબલ પર ઇન્ટરકોમ જોઈ મનમાં થયું કે આ ખુશખબરી મમ્મીને આપી દઉં ! પણ બીજી જ ક્ષણે વિચાર આવ્યો, મોઢામોઢની વાતમાં જે મજા છે તે મશીનના માધ્યમ દ્વારા ન જ મળી શકે ! આંખને પોતાની ભાષા પણ હોય છે અને પોતાની લિપિ પણ. હું મમ્મીને સરપ્રાઇઝ આપવા બૉસની રજા લઈ આજે વહેલો ઘરે જઈશ.'

એટલામાં એટેન્ડેન્ટ વિપુલ આવી પહોંચ્યો... એણે કહ્યું : 'સાહેબ, ઑફિસની સામે જ મંદિર છે. બને તો રિસેસમાં આંટો મારી આવજો. ભગવાનના આશીર્વાદ મળે એનાથી બીજું રૂડું શું ?' વિપુલ નવા સાહેબના ચહેરા તરફ તાકી રહ્યો. પોતાની બ્રીફકેસ ખોલી એક ફોટો બહાર કાઢતાં નિર્દેશે કહ્યું : 'હું મારું મંદિર સાથે લઈને જ ફરું છું. એમ કર, આપણી કેન્ટીનના મહારાજને બોલાવી લાવ, એમનું નામ મને કહીશ ?'

'હા, જી. કેન્ટીનના મહારાજનું નામ છે દલપતસિંહ. સાહેબ, નાસ્તાની વાનગીઓ અને જમવાનું એવું સરસ બનાવે છે કે માણસ આંગળાં પણ ચાટી જાય' વિપુલે કહ્યું.

'તો પછી એમને કહે કે એક દીવો વાટ સાથે તૈયાર કરી ઘી પૂરી દીવાસળીની પેટી સાથે તમને આપે.' નિર્દેશે કહ્યું.

વિપુલ નવા સાહેબના ચહેરા તરફ જોઈ રહ્યો. એને લાગ્યું કે આ માણસ કંઈક જુદી જ માટીનો છે ! ચહેરા પર કેવી પવિત્રતા અને શાંતિ જોવા મળે છે !

'હા, સાહેબ, દલપતસિંહ મહારાજ પણ એવા સરસ માણસ છે કે દીવાની સામગ્રી લઈને તેઓ જાતે જ આવશે. મારી સાથે 'નહીં મોકલાવે.' કહીને વિપુલ હરખભેર કેન્ટીને પહોંચવા ચેમ્બરમાંથી બહાર નીકળ્યો.

મહારાજ દલપતસિંહ અને એટેન્ડેન્ટ વિપુલ આવે તે પહેલાં જ નિર્દેશે

પોતાના ટેબલ પર બ્રીફકેસમાંથી રેશમી કપડું કાઢી તેની પર એક ફોટો ગોઠવી દીધો.

એટલામાં મહારાજ અને વિપુલ આવી પહોંચ્યા. એમણે ચૂપચાપ દીવો અને દીવાસળીની પેટી ટેબલ પર ગોઠવાયેલા ફોટા પાસે મૂક્યાં.

એટલે તરત જ નિર્દેશ ઊભો થયો. દીવો પ્રગટાવ્યો. બે હાથ જોડી, મસ્તક નમાવી ફોટાને વંદન કર્યાં અને ખિસ્સામાંથી પચાસ-પચાસની બે નોટો કાઢી મહારાજ અને એટેન્ડેન્ટના હાથમાં મૂકતાં કહ્યું : 'પ્રસાદ તો હું નથી લાવ્યો, પણ તમે આ રૂપિયામાંથી પેંડા ઘેર લઈ જઈને ઘરનાં સૌ કોઈને વહેંચજો.'

દલપત મહારાજ સ્તબ્ધ થઈ ગયા. આવતાંવેંત ટેબલ પર નાસ્તો કે લંચની થાળી મગાવનાર 'સાહેબો' એમણે જોયા હતા, પણ ફોટાની પૂજા કરનાર સાહેબ એમને માટે આશ્ચર્યનો વિષય હતો.

મહારાજે કહ્યું : 'સાહેબ, આપ આજથી નોકરીમાં જોડાઈ રહ્યા છો, આપને મારી શુભેચ્છા.'

મહારાજે વિદાય થવા સાહેબની રજા માગી, પણ એકાએક જ એમના પગ થંભી ગયા. એમણે પાછા વળીને પૂછ્યું : 'સાહેબ, માફ કરજો, પણ એક સવાલ પૂછું : 'આ કઈ દેવી માતાનો ફોટો છે ?'

નિર્દેશે પળ વાર મૌન ધારણ કર્યું અને કહ્યું, 'આ 'વૃંદામાતા'નો ફોટો છે. મારી મમ્મીનો. મહારાજ, આપણને બધાંને પથ્થરની પ્રતિમાઓમાં જ દેવી-દેવતા દેખાય છે, પણ જીવતા-જાગતાં માનવ દેવી-દેવતાઓના પૂજન-અર્ચનમાં આપણને ઝાઝો રસ નથી પડતો, કારણ કે એમના ઉપકારોને આપણે સાંસારિક ફરજોની દૃષ્ટિએ મૂલવીએ છીએ... મારી માતા જ મારા માટે દેવી છે અને એનો ફોટો હું સદાય મારી સાથે જ રાખું છું.'

મહારાજને પોતાની માતાનું પળવાર માટે સ્મરણ થયું... છાતી પર પથ્થર મૂકીને અઢાર વર્ષની વયે માતાએ કમાવા માટે શહેરમાં જવા પોતાનાથી અળગો કર્યો હતો, ત્યારે માતાની આંખમાં ગંગા-જમના ઊભરાયાં હતાં. મહારાજ નિર્દેશની હાજરીમાં જ રડી પડ્યા ! 'સાહેબ,

મારી મા મને પણ વહાલી છે, પણ એને દેવી ગણવાનું મને કેમ ન સૂઝ્યું...' કહીને મહારાજ આંખ લૂછતાં-લૂછતાં વિપુલ સાથે નિર્દેશની કેબિનમાંથી બહાર નીકળી ગયા !

કર્મચારીઓ મળવા આવતા જ રહ્યા... ફાઇલો પણ આવતી રહી. એમ કરતાં સાંજના પાંચ વાગી ગયા.

નિર્દેશનું મન મમ્મીને મળવા, ભેટવા અને ચૂમીઓનો વરસાદ વરસાવવા આતુર હતું... એણે બૉસ પાસે વહેલા નીકળવાની અનુમતિ માગી અને ઑફિસની કારમાં બેસીને ઘેર જવા વિદાય થયો.

કાર હેવી ટ્રાફિકને કારણે ધીરે-ધીરે પસાર થઈ રહી હતી ! ફૂટપાથ પર એની નજર ગઈ. એણે ઝડપભેર ચાલતાં યુવાન-યુવતીઓ જોયાં. ધીમી ગતિએ પગ ઉપાડતા વૃદ્ધો જોયા. પ્રત્યેક વૃદ્ધા તરફ એ નજર કરતો. અને પોતાની મમ્મીના ચહેરાનું એમાં દર્શન કરતો...

એની સમક્ષ વીતેલાં વર્ષોનાં દશ્યો પસાર થવા લાગ્યાં.

ત્યારે મમ્મી જવાન હતી. મમ્મી-પપ્પા વચ્ચે ઝઘડો થયો હતો. પોતે પાંચ વર્ષનું બાળક હોઈ ઝઘડાનું કારણ એની સમજ બહાર હતું... પણ બીજે દિવસે સવારે પપ્પા ઘરમાં નહોતા. મમ્મીએ સગાં-વહાલાંને ફોન કર્યા... પણ પપ્પાના ટેબલ પરથી એક ચિઠ્ઠી મળી. એટલે મમ્મીએ આ ચિઠ્ઠી વાંચી અને રડવાનું બંધ કરી દીધું... સિનિયર કે.જી.ના અભ્યાસનું વર્ષ પૂરું થતાં પોતે હવે પ્રાઇમરી સ્કૂલમાં જવાનું હતું... મમ્મીએ નાસ્તાનું બૉક્સ તૈયાર કર્યું. અને શાળા ઘરની નજીક હોઈ મમ્મી જાતે જ શાળાએ મૂકવા આવી.

શાળા છૂટી ત્યારે પટાવાળાએ કહ્યું : 'નિર્દેશ, તું શાળાએ આવ્યો અને અત્યારે છૂટીને ઘેર જવા નીકળી રહ્યો છે, ત્યાં સુધી તારી મમ્મી અહીં જ બેસી રહી છે... આવી મા આ સ્કૂલમાં મેં હજી સુધી જોઈ નથી.'

અને મમ્મીને વહાલથી ભેટી નિર્દેશ મમ્મી સાથે ઘેર ગયો હતો. મમ્મી આખો દિવસ ભૂખી-તરસી બેસી રહી, પણ નિર્દેશ માટે એણે ગરમાગરમ રસોઈ તરત જ બનાવી દીધી.

ભોજન બાદ સરસ મજાની વાર્તા કહી નિર્દેશને સુવાડી દીધો હતો.

મમ્મી પપ્પાના ફોટાને સવાર-સાંજ વંદન કરતી. પણ પપ્પા વિશે હરફ સુધ્ધાંય ઉચ્ચારતી નહોતી. પોતે જેમ-જેમ મોટો થતો ગયો, મમ્મીના પ્રેમ અને લાગણીને વધુ ને વધુ સમજતો થયો... એને યાદ આવ્યું : ફી નહીં ભરી શકવાને કારણે સ્કૂલના પ્રિન્સિપાલે મમ્મીને બોલાવીને ધમકાવી હતી... અને બીજે દિવસે મમ્મીના ગળાનું મંગળસૂત્ર ગાયબ હતું... ફી ભરાઈ ગઈ હતી. પોતે મમ્મીને વગર પૂછે જ સઘળી વાત સમજી ગયો હતો.

પપ્પા ગયા તે ગયા જ. એમણે પાછું વળીને ઘર તરફ જોયું નહોતું. તેઓ મુંબઈમાં એક ખોલી ભાડે રાખી રહે છે, એવા સમાચાર મમ્મીને મળ્યા હતા, પણ મમ્મીએ લાચારીને બદલે ખુમારી કેળવી લીધી હતી.

નિર્દેશના અભ્યાસના ખર્ચને પહોંચી વળવા વૃંદાએ સવાર-સાંજ રસોઈ બનાવવાની નોકરી શરૂ કરી હતી. ઝડપથી રસોઈનું કામ પતાવી નિર્દેશના શાળાએ જવાના સમયે વૃંદા ઘેર આવતી. અગાઉના ક્રમ મુજબ જ એ નિર્દેશને શાળાએ મૂકવા અને લેવા જતી... નિર્દેશે બાર સાયન્સની પરીક્ષા આપી ત્યારે પરીક્ષાકેન્દ્ર પર મોટા ભાગના વિદ્યાર્થીઓનાં મમ્મી-પપ્પા હાજર હતાં. એક છોકરાએ નિર્દેશને પૂછ્યું : 'તારાં મમ્મી-પપ્પા ક્યાં છે ?'

'અને નિર્દેશ એને પોતાની મમ્મી પાસે લઈ ગયો હતો ! 'અરે, આ તો તારી મમ્મી છે, પપ્પા ક્યાં છે ?'

અને નિર્દેશે કહ્યું હતું : 'મમ્મી અને પપ્પા બન્નેની ગરજ સારે એવી મમ્મીનું સુખ બધાના નસીબમાં નથી લખાયેલું હોતું !'

હાયર સેકન્ડરીની પરીક્ષામાં ઊંચા ટકા સાથે પાસ થઈ નિર્દેશે બી.બી.એ. અને એમ.બી.એ.ની પદવી પણ મેળવી. એણે જોયું કે મમ્મીના કાને નહોતી બુટ્ટી કે નહોતી હાથમાં બંગડી ! ઘરમાં પિત્તળનાં વાસણો પણ નહીંવત્ રહ્યાં હતાં.

અને પોતાની તપસ્વિની માતાને નિર્દેશે દેવીની જેમ પૂજવાનો સંકલ્પ કર્યો હતો... પ્રાતઃકાળે ઊઠીને માતાને વંદન કરતો. રાત્રે થાકીને સૂતેલી માતાના પગે ડાયાબિટીસને કારણે કળતર થતાં નિર્દેશ મમ્મીના પગ દાબી આપતો.

અને એક દિવસ મમ્મીને પપ્પાના ફોટાને નમન કરતી જોઈ ગુસ્સામાં નિર્દેશે કહ્યું હતું : 'મમ્મી, પલાયનવાદી પુરુષ પ્રણામને લાયક નહીં, દંડને લાયક ગણાય. તારે માથે દુઃખના ડુંગર ખડકીને ચાલ્યા જનાર પુરુષની શા માટે આટલી બધી પૂજા કરે છે ?'

અને મમ્મીએ ત્યારે જે જવાબ આપ્યો હતો, નિર્દેશને કારમાં બેઠાં-બેઠાં તેનું સ્મરણ થયું... 'દીકરા, સંસાર એક યજ્ઞ છે. ક્યારેક એ યજ્ઞ સજોડે કરવો પડે છે, તો ક્યારેક એકલાઅટૂલા. આપણે સૌ સંસારીઓ પરસ્પરના દોષોને યાદ રાખીએ છીએ, પણ કોઈ એકાદ ગુણ કે ઉપકારને યાદ નથી રાખતાં. અહેસાનની શાન જાળવવી એ તો ભારતીય સંસ્કૃતિનો જીવનમંત્ર છે, દીકરા, આજે એ વાત સાવ ભુલાઈ રહી છે !'

'પણ મમ્મી, પપ્પાએ તારા પર શો અહેસાન કર્યો છે ? તારે માટે જીવનભરનો ઝુરાપો મૂકીને તેઓ ભાગી ગયા ! એમનો કયો ઉપકાર યાદ રાખીને તું એમને વંદન કરવાનું ચૂકતી નથી ?' નિર્દેશે મમ્મીને સહેજ રોષ સાથે પૂછ્યું હતું...

'દીકરા, તારા પપ્પાનો મારી પર જિંદગીભર હું ન ભૂલી શકું એવો એક મહાન ઉપકાર છે ! એમણે મને તારા જેવા માતૃભક્ત દીકરાની ભેટ આપી છે ! એનાથી વધુ મારે જોઈએ પણ શું ?' મમ્મીએ કહ્યું હતું...

અને મમ્મીની કોટે વળગીને નિર્દેશ નાના બાળકની જેમ છુટ્ટા મોઢે રડ્યો હતો...

નિર્દેશને કારમાંથી ઊતરતો જોઈ વૃંદાએ કલ્પના કરી લીધી હતી કે નિર્દેશ મોટા પગારની નોકરી પર હાજર થઈ ગયો છે !

'અને ઊભો રહેજે દીકરા' કહીને વૃંદા દોડતી ઘરમાં ગઈ હતી અને આરતીની થાળી અને કુમકુમ સાથે પાછી ફરી હતી... ચાંલ્લો કરી નિર્દેશની આરતી ઉતારી એને ઘરમાં લઈ ગઈ હતી... અને પોતાના પતિના ફોટા સમક્ષ ઊભા રહી ફોટાને આરતી કરતાં કહ્યું હતું : 'મેં તમારી થાપણને જાળવી છે અને સવાઈ કરીને સમાજને ચરણે ધરી છે... જ્યાં રહેતા હો ત્યાંથી મારા આ લાડકા દીકરાને દુવા દેજો.'

❑

૧૩. 'સગાં સહુ સ્વાર્થનાં'

પ્રમોદરાયને લાગ્યું કે પોતે કંઈક ઊંધું જ લલાટે લખાઈને ધરતી પર આવ્યા છે. જે કોઈ ધંધામાં હાથ નાખે, પાસા ઊલટા જ પડે ! ફેક્ટરીના ઉદ્ઘાટનનો કાર્યક્રમ ગોઠવ્યો. કારીગરો અને વહીવટી સ્ટાફ પણ નીમી દીધો. સવારે ૧૦ વાગ્યે ધાર્મિક વિધિ બાદ ઉદ્ઘાટનવિધિ ગોઠવાયો હતો, ત્યાં જ એકાએક શેઠનું છાપરું તૂટી પડ્યું, શોર્ટસર્કિટને કારણે આગ લાગી અને આનંદનું વાતાવરણ આઘાતમાં બદલાઈ ગયું.

ત્યાર બાદ કાપડનો વેપાર શરૂ કર્યો. એક નવી પેઢીને કાપડ મોકલતા જ રહ્યા. ઉઘરાણી ઘણી જ વધી ગઈ હતી અને એકાએક પેઢી કાચી પડતાં માલ લેનાર કંપનીનું ઉઠમણું થઈ ગયું ! પ્રમોદરાય દેવાના ડુંગર હેઠળ દબાઈ ગયા !

મિત્રોએ શેરમાં ઝંપલાવવાનું સૂચન કર્યું અને ગાંડાની જેમ શેર વગરવિચાર્યે ખરીદતા જ ગયા. શેરદલાલનો પાળેલો જ્યોતિષી એમને પાનો ચઢાવતો જ ગયો અને વ્યાજે પૈસા લાવીને પ્રમોદરાય શેરમાં મોટી મૂડીનું રોકાણ કરતા જ રહ્યા.

પણ ભાગ્યે ફરી એક વાર એમને લપડાક મારી. એમણે ખરીદેલા શેરના ભાવ ગગડી ગયા ! મોટી રકમ ચૂકવવાની જવાબદારી આવી પડી. ઘર અને પત્નીના દાગીના વેચીને માંડ-માંડ અડધું દેવું ચૂકતે કર્યું. નિષ્ફળતા અને આઘાતોની વણજારથી પ્રમોદરાય ભાંગી પડ્યા.

ઘરમાં કાલ સુધી એમનો વટ હતો. મોટો દીકરો વર્ણિત અને નાનો દીકરો તર્ક બન્ને એમનો પડતો બોલ ઉપાડતા હતા. મોટી પુત્રવધૂ ગોત્રજા તો પોતાના પિતા કરતાં પણ વધુ વહાલ સસરાજી પર દાખવતી હતી.

પણ આર્થિક સંકડામણે ઘરનું વાતાવરણ સાવ બદલી નાખ્યું. ઘરમાંથી રસોઇયાને છૂટો કરી દેવામાં આવ્યો. કચરાંપોતાં કરતી કામવાળીને પણ વિદાય કરી દેવામાં આવી અને ઘરનાં નાનાં-મોટાં કામોની જવાબદારી પણ વહુ અને પ્રમોદરાયનાં પત્ની સાવિત્રીદેવી પર આવી પડી.

...અને ઘરમાં ગણગણાટ શરૂ થઈ ગયો. પ્રમોદરાયના એકચક્રી શાસન અને સન્માનના ગઢમાં ગાબડાં પડવાનું શરૂ થઈ ગયું... ચા અને છાપું સમયસર મળતાં બંધ થઈ ગયાં. નહાવા માટે ગિઝર ચાલુ કરી ડોલ ભરાય એટલે સાબુ, ટુવાલ વગેરે તૈયાર મળવાને બદલે દસ-દસ વાર કહ્યા છતાં એમની સૂચનાનો અમલ ન થતો. પુત્રવધૂ ગોત્રજા વ્યંગ્યમાં કહેતી : 'સાઠે બુદ્ધિ નાઠે તે આનું નામ ! પપ્પાજીએ ધંધાના રવાડે ચઢવાને બદલ નોકરી કરી હોત તોય સુખેથી જીવત ! બન્ને દીકરાઓને 'બૉસ' બનાવવાનાં સપનાં દેખાડીને આજે નોકરી માટે ઠોકર ખાતા કરી દીધા ! મોટા ઘરની વધૂ બનવાના કોડમાં હું ખોટા ઘરની વહુ બની ગઈ !'

'ખરી વાત છે વહુ ! તારા સસરાજી પહેલેથી જ ભારે જિદ્દી. ધંધાની આવડત નહીં અને નોકરી તો કનિષ્ઠ કહેવાયની દલીલ પકડી મારે માથે કોઈ 'બૉસ' મને ન ખપે, એવા અહંકારમાં થાપ ખાતા જ રહ્યા ! હુંય નસીબની હીણી, નહીં તો આવા તરંગી પતિ સાથે મારા પનારા ક્યાંથી પડત ? પોતાનોય જન્મારો એમણે બગાડ્યો ને આપણને સહુનેય રસ્તે રઝળતાં કરી દીધાં ! કર્યું એમણે અને માઠાં પરિણામ ભોગવવાનાં આપણે ! સાવિત્રીદેવીએ પણ પુત્રવધૂ ગોત્રજાની વાતમાં ટાપસી પૂરી.'

એટલામાં વર્ણિત આવી પહોંચ્યો. એણે આક્રોશ ઠાલવતાં કહ્યું : 'મમ્મી, પપ્પાએ તો હદ કરી નાખી છે. વેપારીઓ અને કંપનીઓમાં પપ્પાની આબરૂ ખોટા રૂપિયા જેટલીયે રહી નથી ! નોકરી માટે ક્યાંક ઇન્ટરવ્યુ આપવા હું અને તર્ક જઈએ છીએ, તો લોકો અમારા પિતાનું નામ સાંભળતાં જ કહે છે : 'પ્રમોદરાયના દીકરાનો અમે વિશ્વાસ કેવી રીતે રાખીએ. આર્થિક ભીંસમાં સપડાયેલા માણસના પુત્રો ક્યારેય પાપ કરતાં અચકાય નહીં. તમે પૈસાની બાબતમાં કશુંક ઊંધું-ચત્તું કરો તો તમારા દેવાળિયા

બાપ પાસેથી અમારે પૈસા વસૂલ કેવી રીતે કરવા ? ગામમાં ઘર નહીં ને પાદરમાં ખેતર નહીં ! અમે તમને નોકરીમાં રાખી કશું જોખમ ખેડવા માગતા નથી !'

પ્રમોદરાયનું સ્વમાન આવી વાતો સાંભળી ઘવાતું.

રવિવારે માનસિક શાંતિ માટે દેવદર્શને જવા નીકળ્યા. મનોમન નક્કી કર્યું હતું કે ભગવાનની મૂર્તિ સમક્ષ ઊભા રહી ભગવાનને કાકલૂદી કરી પોતાના ગૃહસંસાર અને ધંધાની બગડેલી બાજી સુધારવા મદદ માગવી.

પણ ફરી એક વાર તેમની પર આફતની આંધીએ આક્રમણ કર્યું. રસ્તેથી પસાર થતા એક મોટરબાઇક સવારે પ્રમોદરાયને હડફેટે લીધા ને તેઓ ફંગોળાઈને પથ્થરની ધાર સાથે અથડાયા. પગના નળાનું હાડકું ભાંગી જતાં બેહોશ થઈ ગયા. અને એક દયાળુ માણસે પોતાની કારમાં સુવાડી એમને હૉસ્પિટલ ભેગા કર્યા અને એમના ઘરના સદસ્યોને પ્રમોદરાયને અકસ્માત નડ્યાની ખબર આપી.

પ્રમોદરાયના પગના ઑપરેશન અને દવા-દારૂમાં ખાસ્સું ખર્ચ થઈ ગયું એટલે એમની પત્ની અને દીકરાઓ નારાજ હતા ! એમની સારવાર પણ છણકા-છાકોટા સાથે થતી હતી એનો એમને ખ્યાલ આવી ગયો હતો.

બે મહિને તેઓ હરતા-ફરતા થઈ શક્યા અને બે દિવસ પછી ડૉક્ટરે તેમને ઘેર જવાની રજા આપી.

વૉર્ડની બહાર ગોત્રજા અને સાવિત્રીદેવીની વાતના શબ્દો એમના કાને પડ્યા :

'અત્યાર સુધી હરતા-ફરતા હતા તો નિરાંત હતી. હવે ખાટલે પડીને ખાવાનો વારો આવ્યો એટલે ચોવીસે કલાક આપણી છાતી પર ! એમને ખબર તો છે કે ભગવાન એમના પર રૂઠેલો છે, પછી ભગવાન પાસે ભીખ માગવા શું કામ દોડી ગયા ? ન જાણે કયા જનમનાં વેરની વસૂલાત કરવા મારા પતિ બન્યા છે.' સાવિત્રીદેવી પુત્રવધૂ ગોત્રજાને કહી રહ્યાં હતાં.

'મમ્મી, ચાલો હવે ઘરે જઈએ. ઘરનાં કામો હવે જાતે કરવાનો વારો આવ્યો છે ને ઉપરથી સસરાજીનું ટિફિન તૈયાર કરી હૉસ્પિટલના ધક્કા-

ધોડાં કરવાં પડ્યાં. મમ્મી, આવું જ ચાલશે તો હું અને વર્ણિત પરદેશનો વિઝા મળે તો ઘર છોડીને વિદેશ ચાલ્યાં જઈશું !' - ગોત્રજાએ બળતામાં ઘી હોમ્યું.

અને સાસુ-વહુ રિક્ષામાં બેસી ઘેર જવા વિદાય થયાં.

બીજે દિવસે સવારે વર્ણિત હૉસ્પિટલ આવ્યો અને કચવાતે મને હૉસ્પિટલનું બિલ ભરપાઈ કરી પોતાના પપ્પાજીને મળ્યા સિવાય વિદાય થઈ ગયો. જતાં-જતાં એણે વૉર્ડબોયને પોતાના ઘરનું સરનામું આપ્યું અને હાથમાં સો રૂપિયાની નોટ પકડાવી પપ્પાને ઘેર પહોંચતા કરવાની જવાબદારી સોંપી.

સાંજે વૉર્ડબોય પ્રમોદરાયને ઘેર પહોંચાડવા વૉર્ડમાં ગયો, ત્યારે નર્સે જણાવ્યું કે કાકા તો જાતે જ ડિસ્ચાર્જ પેપર લઈ ઘેર જવા નીકળી ગયા છે.

વૉર્ડબોય ભલો હતો. કાકા હૉસ્પિટલમાંથી ઘેર આવવા નીકળી ગયાના સમાચાર આપવા વર્ણિતે આપેલા સરનામે એમના ઘેર પહોંચી ગયો. પ્રમોદરાય ઘેર પહોંચ્યા નહોતા એટલે વૉર્ડબોયને વિદાય કરી સાસુમાને કહ્યું : 'ખોડા ઢોરને કોઈ સંઘરે નહીં. ઘરને એમણે પાંજરાપોળ બનાવી દીધું છે... એટલે ઘર સિવાય એમનો કોઈ ધડો કરવાનું નથી !'

રાત વીતી, બીજા દિવસની સવાર થઈ, પણ પ્રમોદરાય ઘેર ન પહોંચ્યા. વર્ણિતે કડક શબ્દોમાં કહ્યું : 'મમ્મી, હું પપ્પાને શોધવાનો નથી અને તમારે કોઈએ પણ તેમની શોધખોળ કરવાની નથી ! કેટલાક લોકો ગૃહસ્થાશ્રમના અપરાધી હોય છે. તેઓ દયાને પાત્ર નહીં, પણ સજાને પાત્ર જ ગણાય.'

અને સહુએ વર્ણિતની વાતમાં સૂર પુરાવ્યો. એમને ખાતરી હતી કે પ્રમોદરાય અંતે ઘેર પાછા આવવાના જ છે ! પ્રમોદરાયે વિચાર્યું : 'પોતાનો ભાણો ઘણા સમયથી પોતાને ઘેર મુંબઈ આવવા આગ્રહ કરે છે. પોતાની પાસે ગાડી-ભાડા અને હાથખર્ચીની રકમ છે એટલે મુંબઈ પહોંચવામાં મુશ્કેલી નહીં પડે...'

અને તેઓ પોતાના ભાણા ઉત્કૃષ્ટને ઘેર પહોંચ્યા. ઉત્કૃષ્ટની દુકાન

ધમધોકાર ચાલતી હતી. પ્રમોદરાયે સોગંદ નાખી પોતે એને ઘેર આવ્યા છે, એ વાત ખાનગી રાખવા તેને જણાવ્યું.

ઉત્કૃષ્ટ એકલા હાથે પોતાનો ધંધો સંભાળતો હતો. એને ઘરની એક વ્યક્તિની મદદની જરૂર હતી.

એ જવાબદારી સ્વીકારવાની પ્રમોદરાયે તૈયારી દર્શાવી. અને સવારથી સાંજ સુધી દુકાનની સઘળી બાબતો પર ધ્યાન આપવાનું શરૂ કર્યું... એમણે પોતાનો સ્વભાવ સાવ બદલી નાખ્યો હતો. અક્કડાઈને બદલે નમ્રતાના પ્રયોગો શરૂ કર્યા હતા. ગ્રાહકોનો તેઓ ઉમળકાભેર સત્કાર કરતા. એમની જરૂરિયાતો પર પૂરતું ધ્યાન આપતા. એક મહિનામાં તો ઉત્કૃષ્ટની દુકાનની લોકપ્રિયતા એટલી બધી વધી ગઈ કે એણે પોતાની નજીકમાં જ બીજી મોટી શોપ ખરીદી વેપારની પૂરી જવાબદારી પ્રમોદરાયમામાને સોંપી.

મામા બન્ને દુકાનો અને સ્ટાફ પર પૂરતું ધ્યાન આપતા. હિસાબનું પણ કડક ચેકિંગ કરતા. પરિણામે દુકાનમાંથી થતી નાની-નાની ચોરીઓ અને ગોલમાલ સાવ અટકી ગયાં. નફાનું પ્રમાણ વધતું જ ગયું અને ઉત્કૃષ્ટે નાનકડી ફૅક્ટરી કરવાનો નિર્ણય કર્યો. મામાનાં પગલાં તેના ઘર અને વેપાર-ધંધા માટે શુકનિયાળ નીવડ્યાં અને મામાનું નામ ફૅક્ટરી સાથે જોડી કંપનીનું નામ 'પ્રમોદ પ્રોડક્શન પ્રા. લિ.' રાખ્યું.

પ્રમોદરાયે ધંધામાં થાપ ખાધી હતી, પણ વેપારનો એમને બહોળો અનુભવ હતો. એમણે સાથે-સાથે રેડીમેઇડ ગારમેન્ટનો બિઝનેસ પણ વિકસાવ્યો.

પ્રસન્ન થયેલા ઉત્કૃષ્ટે મામા પ્રમોદરાયને તમામ દુકાનો અને ફૅક્ટરી તથા ધંધામાં સમાન હકના ભાગીદાર બનાવ્યા. સફળતા મળતાં પ્રમોદરાયનું સ્વાસ્થ્ય પણ સુધરી ગયું અને પ્રમોદરાય ત્રણ વર્ષમાં રોડપતિમાંથી લાખોપતિ બની ગયા. ઉત્કૃષ્ટે ગુપ્ત રીતે મામાનું તમામ દેવું ચૂકવી દીધું અને અમદાવાદના પૉશ વિસ્તારમાં મામાના નામે મોટો બંગલો પણ ખરીદી લીધો.

પ્રમોદરાયની ૭૫મી વર્ષગાંઠ ધામધૂમથી ઊજવવાનો ઉત્કૃષ્ટે નિર્ણય કર્યો. નવા બંગલાને ફર્નિચર સાથે તૈયાર કરી બંગલાની લૉનમાં જ મામાના જન્મદિનની ભવ્ય પાર્ટી યોજી.

અને એકાએક જ ઉત્કૃષ્ટ મામી અને મામાના દીકરાઓને મળવા ગયો. મામાના ખબરઅંતર પૂછ્યા. વર્ણિતે પેટ ભરીને પોતાના બેજવાબદાર અને ભાગેડુ પપ્પાની ઉત્કૃષ્ટ સમક્ષ ઝાટકણી કાઢી. સાવિત્રીદેવીએ પણ પોતાનો ભવ બગાડનાર પતિ પ્રત્યે ખાસ્સો રોષ ઠાલવ્યો.

ઉત્કૃષ્ટે કહ્યું : 'મામી, હવે મેં અમદાવાદમાં જ બિઝનેસ શરૂ કર્યો છે અને વર્ણિત અને તર્કને મારા ભાગીદાર બનાવવાનું નક્કી કર્યું છે. એ નિમિત્તે આવતી કાલે મારા નવા બંગલે કથા અને પાર્ટીનું આયોજન કર્યું છે. મને ખબર છે કે મામા ઘરની જવાબદારીઓથી ગભરાઈ નાસી ગયા એને કારણે તમે લોકોએ ભારે દુઃખ અને ત્રાસ વેઠવાં પડ્યાં છે. વર્ણિત, લે આ ૧૦ લાખનો ચેક, આપણે ભાગીદારીનો હિસાબ કરીશું ત્યારે ટુકડે-ટુકડે આ રકમ તારા હિસ્સાની આવકમાંથી મને આપતો રહેજે ! અને હા, કાલે સાંજે ઘરનાં તમે સહુ કથા અને પાર્ટીમાં આવવાનું ન ભૂલતાં.'

સાવિત્રીદેવીએ કહ્યું : 'અરે બેટા, તું અમારો ભાણો નથી, અમારે માટે દેવદૂત છે... અમારી જિંદગીના વેરાન બની ગયેલા બાગને તારી મદદ લીલોછમ બનાવશે. જિંદગીમાં સગાં બે પ્રકારનાં હોય છે : એક ઠારનારાં અને બીજાં બાળનારાં.'

'તારા મામાએ તો -' સાવિત્રીદેવી એમને બાળનારાં સગાંની યાદીમાં મૂકવાની તૈયારીમાં હતાં, પણ ઉત્કૃષ્ટે કહ્યું : 'મામી, વિતેલી વાતનો અફસોસ કરવાને બદલે ઊજળી આજનો આનંદ લોને. કોણ કોને માટે અભિશાપ અને કોણ કોને માટે વરદાન સાબિત થશે, એની લિપિ ઉપરવાળો કોઈનેય વાંચવા દેતો નથી ! ચાલો, વર્ણિત, હું જાઉં છું. બેસ્ટ લક... કાલની સાંજ આપણે માટે રળિયામણી હશે...

અને સાંજે સાવિત્રીદેવી પોતાના પરિવાર સાથે ઉત્કૃષ્ટને બંગલે પહોંચ્યાં. બંગલો રોશનીથી ઝળહળતો હતો.

અને આગંતુક મહેમાનો હરખઘેલા થઈને કહી રહ્યા હતા : 'પ્રમોદશેઠ ઝિંદાબાદ, પ્રમોદશેઠ ઘણું જીવો !'

વર્ણિત અને તર્કને આશ્ચર્ય થઈ ગયું... બંગલાના દરવાજે પણ 'પ્રમોદભુવન' તકતી હતી. કોણ છે આ પ્રમોદશેઠ ?

અને ઉત્કૃષ્ટે સાવિત્રીમામી અને વર્ણિત સહિત સહુ પરિવારજનોને કહ્યું : 'આવો, મારા મુરબ્બી ભાગીદાર પ્રમોદશેઠ સાથે તમારી મુલાકાત કરાવું.'

અને ઉત્કૃષ્ટ સૌને ડ્રોઇંગરૂમ તરફ દોરી ગયો. ત્યાં શેરવાની અને સુરવાલમાં સજ્જ પ્રમોદરાયને જોઈને સૌના આશ્ચર્યનો પાર ન રહ્યો.

ઉત્કૃષ્ટે કહ્યું : 'મામી, પ્રમોદરાયમામાનાં પગલાં એટલાં શુકનિયાળ છે કે મારી પાસે અઢળક લક્ષ્મી આવી. મામાએ ધંધો સંભાળી લીધો અને લક્ષ્મીદેવી રૂમઝૂમ કરતાં મારા ઘરમાં પધાર્યાં. આ બંગલો હવે તમારો છે... મામાની ભૂલ બદલ હું માફી માગું છું... મામા, તો ફિરશ્તા છે... સમય માણસને હરાવે પણ છે અને જિતાડે પણ છે. હારનાં એંધાણ વરતાય એટલે સ્વજનને તરછોડાય નહીં... હવે તમને સૌને આ નવું ઘર મુબારક... ચાલો, કથાની તૈયારી શરૂ કરીએ !'

અને સાવિત્રીદેવી અને પુત્ર, પુત્રવધૂ સહિત સૌ પ્રમોદરાયના પગમાં પડી ક્ષમાપ્રાર્થના કરવા લાગ્યાં... પ્રમોદરાયની આંખમાંથી સરતાં બોર બોર જેવડાં આંસુ ઘરના સ્વજનો પર અમીવર્ષા કરી રહ્યાં હતાં અને પ્રમોદરાયની શુભેચ્છાના જ્યજ્યકારમાં સૌ જોડાઈ ગયાં.

પ્રમોદરાય મનોમન વિચારી રહ્યા હતા : 'જિંદગી પ્રતિકૂળતાપૂર્વક કરવટ બદલે ત્યારે માણસનો વટ ઝૂંટવી લે છે અને ફરી પાછી સાનુકૂળ રીતે કરવટ બદલે ત્યારે માણસ પાસેથી એણે ઝૂંટવેલો વટ વ્યાજ સાથે પરત કરે છે.'

❑

૧૪. હૈયાસૂની પ્રતીતિ

શાળાએથી આવ્યા બાદ અંશે કહ્યું, 'મમ્મી, આજે સ્કૂલમાં અમને પ્રાથમિક સારવાર અને હોમનર્સિંગ વિશે ડૉક્ટરે માહિતી આપી. ઘરમાં કોઈને કશુંક વાગે તો પ્રાથમિક સારવાર આપતાં હવે મને આવડે. ડૉક્ટરે અમને પ્રૅક્ટિકલ પણ કરાવ્યા. પ્રૅક્ટિકલમાં પણ મારો નંબર પ્રથમ આવ્યો.'

અંશની મમ્મી પ્રતીતિએ કહ્યું : 'મને એ વાતની ખબર નથી પડતી કે સ્કૂલો શા માટે બિનજરૂરી શિક્ષણ આપીને સમયનો બગાડ કરે છે ! આપણા ઘરમાં તો ફૅમિલી ડૉક્ટર બાંધેલા જ છે. દરરોજ ફોન કરીને પૂછી લે છે કે કોઈને દવા કે સારવારની જરૂર છે ? અને અંશ, ઘરમાં કોઈ માંદું હોય તો તારાં દાદીમા છે જ ને ! હોમનર્સિંગની જવાબદારી એમને સોંપી દઈએ એટલે નિરાંત ! માળાના મણકા ફેરવીને આંગળાં ઘસ્યા કરે છે, એના કરતાં ઘરની થોડીક વધુ સેવા કરે તો એમાં ખોટું પણ શું છે ?'

'હા, મમ્મી, મારા પપ્પા તો, તારા શબ્દોમાં કહું તો સાવ 'બુદ્ધુ' છે ! દાદા, દાદી, મોટા કાકા, વિધવા ફોઈબા, જો ને કેટલા બધા લોકોને કામધંધા સિવાય પપ્પાજી પોષ્યા કરે છે ! બંગલાના બે-ત્રણ ઓરડા તો એમણે જ પચાવી પાડ્યા છે ! આપણા ઘરને પપ્પાએ 'વૃદ્ધાશ્રમ' બનાવી દીધું છે !' અંશે ખડખડાટ હસતાં કહ્યું.

'ચૂપ, આગળ એક પણ શબ્દ બોલ્યો છે તો ! અંશ, તારી પાસે બીજું કશું કામ જ નથી કે આટલી નાની ઉંમરે બિનજરૂરી ટીકા-ટિપ્પણ કરતો થઈ ગયો ! પ્રતીતિ, તું પણ ડબલ ગ્રેજ્યુએટ છે... પણ એટલુંય નથી સમજતી કે નાનાં બાળકોને આપણા રાગદ્વેષોનું કુશિક્ષણ ન અપાય ? પહેલાંની નારીઓ-માતાઓ ભલે તારી જેમ મોટી પદવીધારીઓ નહોતી,

પણ એમની કોઠાસૂઝ ભારે હતી. મા અને દાદીમા એ તો હરતી-ફરતી પાઠશાળા છે ! મા પાસેથી બાળકને ચાડીચુગલી, નિંદા અને વડીલોની ઉપેક્ષાના કુસંસ્કાર મળશે તો આપણાં ભાવિ ઘરો એકલપેટાપણાનાં કેન્દ્રો બની જશે ! જે બાળકોને નાનપણમાં કુટુંબીજનો અને વડીલો પ્રત્યે પ્રેમ અને લાગણી દર્શાવવાના સંસ્કાર નહીં મળ્યા હોય એમને સમાજ અને દેશની ચિંતા ક્યાંથી થશે ? પ્રતીતિ, પરિવાર એ બાવળિયું નથી, વડ છે ! આશરો લેનારને કાંટા વગાડે એવું ઝાડ શા ખપનું ? વિશાળ વડલાની ગોદમાં કેટકેટલાં પક્ષીઓને આશરો મળે છે ! વડ પક્ષીની ઉપયોગિતા, ઉંમર કે શક્તિ-અશક્તિને ધ્યાનમાં નથી લેતો ! જે નારીને ગૃહિણી બનવામાં રસ ન હોય તેણે ગૃહસ્થાશ્રમ માંડવાને બદલે સંન્યાસિની બનવું જોઈએ.'

'બસ-બસ હવે, આવાં તત્ત્વજ્ઞાનમાં ડૂબેલા રહેવાને કારણે જ તમારી જવાની સુકાઈ ગઈ છે ! જવાની ઝૂમવા માટે છે, માત્ર કર્તવ્યો આગળ ઝૂકવા માટે નથી ! સમયનું કૅલેન્ડર ભવિષ્યને નહીં, વર્તમાનને મહત્ત્વ આપે છે !... પણ એ વાત તમને સમજાવવાનો કોઈ જ અર્થ નથી મિ. નિરીક્ષક ઉર્ફે મારા આદર્શવાદી પતિદેવ !'

નિરીક્ષકને લાગ્યું કે પ્રતીતિ સાથે ચર્ચામાં ઊતરવાનો પ્રયત્ન એટલે ભેંસ આગળ ભાગવત વાંચવા જેવું છે !

અને નિરીક્ષક સીધો જ ઉપરના માળે પહોંચ્યો હતો. પોતાનાં વૃદ્ધ માતા-પિતાના ખબર-અંતર પૂછ્યા હતા. પોતાની વિધવા બહેનનું માથું દુખતું હોઈ તેને ગોળી ગળાવી હતી અને વૃદ્ધ મોટા ભાઈને વ્હીલચૅરમાં બેસાડી વિશાળ બાલ્કનીમાં બેસાડી શીતળ પવનનો આહ્લાદક સ્પર્શ માણવાની સગવડ કરી આપી હતી !

એટલામાં મહારાજે 'જમવાનું તૈયાર છે' નો ભોજનસાદ કર્યો હતો. નિરીક્ષકે કહ્યું હતું કે પહેલાં ઉપરના ખંડમાં વડીલોની થાળીઓ તૈયાર કરીને મોકલવામાં આવે, એમને જમાડીને પોતે, અંશ અને પ્રતીતિ સાથે ભોજન કરશે...

મહારાજ ઉપર આવ્યા હતા, અને એમણે દબાતા સ્વરમાં કહ્યું હતું :

'સાહેબ, બાબાભાઈ અંશ અને પ્રતીતિ મેડમે તો જમી લીધું છે... અને બપોરના શોમાં એમને ગમતું પિક્ચર થિયેટરમાં પડ્યું હોઈ તેઓ બન્ને પિક્ચર જોવા ચાલ્યાં ગયાં છે અને મને કહ્યું છે : 'તું શેઠને જમાડી દેજે... અને પછી તું જમીને નવરો પડે એટલે ઘરના બાકીના વૃદ્ધોને જમવા માટે નીચે બોલાવી લેજે.'

નિરીક્ષકના ગુસ્સાનો પાર ન રહ્યો, પણ એણે પોતાની જાતને સંભાળી લીધી. મહારાજને કહ્યું : 'હું પણ સૌ વડીલો સાથે આજે અહીં ઉપરના માળે જ જમીશ. જા, પીરસેલાં ભાણાં લઈ આવ, પછી ખૂટતું-કરતું પીરસવા તું હાજર રહેજે.'

મહારાજ મનોમન પોતાના શેઠની મહાનતાને વંદન કરી ભોજનની તૈયારી માટે રસોડામાં પહોંચી ગયા.

અંશ અને પ્રતીતિ પિક્ચર પૂરું થયા બાદ સાંજના ભોજન માટે અદ્યતન રેસ્ટોરાંમાં ગયાં અને ઘરના વૃદ્ધો અને નિરીક્ષક માટે ખીચડી-કઢી બનાવવાનો ટેલિફોનિક ઑર્ડર મહારાજને આપી દીધો !

નિરીક્ષકે કંકાસની બીકને કારણે ગમ ખાઈને ચૂપ રહેવાનું નક્કી કરી લીધું !

બીજે દિવસે સવારે ટેલિફોન આવ્યો : 'વૃદ્ધ મામાનું અવસાન થયું છે. નિરીક્ષકભાઈ અને પ્રતીતિભાભીને મામીએ બોલાવ્યાં છે.'

મામાના મૃત્યુના સમાચાર જાણી નિરીક્ષકે ભારે આઘાત અનુભવ્યો. મામા-મામીએ પોતાના ખર્ચમાં બચત કરી, ખેતર વેચી નિરીક્ષકને ભણાવ્યો હતો. પોતે આજે ફૅક્ટરીનો માલિક છે એનું શ્રેય મામાને જ જાય છે ! મામાના ઉપકારોનું સ્મરણ કરી નિરીક્ષક પોતાનો અશ્રુધોધ ખાળી શક્યો નહીં. એટલે રડતાં-રડતાં મામાના અવસાન અને મામીએ પોતાને તથા પ્રતીતિને બોલાવ્યાંનો ફોન આવ્યાના સમાચાર પ્રતીતિને આપ્યા. મામાના અહેસાનોની વાત નિરીક્ષકે લગ્ન અગાઉ પણ પ્રતીતિને કરી જ હતી. એટલે એણે માની લીધું હતું કે પ્રતીતિ પણ મામાના અવસાનના સમાચાર જાણી આઘાતની લાગણી અનુભવશે.

પણ પ્રતીતિએ નિરીક્ષકની વાત સાંભળી લેશમાત્ર આઘાત ન અનુભવ્યો. એણે કહ્યું : 'નિરીક્ષક, સંસાર છે, એમાં તો જન્મનાં વધામણાં અને મૃત્યુના માતમ (શોક)ની ઘટનાઓ ચાલ્યા જ કરવાની ! દસ દિવસ પછી અંશની પરીક્ષાઓ શરૂ થવાની છે. એટલે એમ કર, હમણાં તું એકલો જઈ આવ. હું પછીથી આંટો મારી આવીશ. આમેય મામીએ તને અને મને દસમા-બારમા-તેરમાની વિધિ અને વ્યવસ્થા વિશે પૂછવું હશે ! હું તો એ બધી બાબતમાં અલગ વિચારો ધરાવું છું એટલે મને એવી મરણોત્તર ક્રિયાઓમાં રસ પણ નથી અને એનું જ્ઞાન પણ નથી !'

અને પંદર દિવસ માટે પોતાની ફેક્ટરીનું ધ્યાન રાખવાની જવાબદારી પોતાના એક આત્મીય મિત્રને સોંપીને નિરીક્ષક વિધવા મામી પાસે દોડી ગયો હતો...

દસમા-બારમાની ઉત્તરક્રિયા તથા શય્યાદાન પ્રસંગે નિરીક્ષકનાં વૃદ્ધ માતા-પિતા, મોટા ભાઈ તથા વિધવા બહેન સૌ વડીલો હાજર રહ્યાં હતાં, પણ પ્રતીતિ હાજર રહી નહોતી એનું મામીને ભારે દુઃખ હતું... અંશની પરીક્ષાઓ ચાલુ હોવાનું બહાનું બતાવી નિરીક્ષકે મામીને મનાવી લીધાં હતાં... ! નિરીક્ષકે મામાની સઘળી મરણોત્તર ક્રિયાઓ શ્રાદ્ધ, અસ્થિવિસર્જન બધાં જ કર્તવ્યો એક પુત્રની નિષ્ઠાથી પૂર્ણ કર્યાં હતાં... મામી પાસે આભારના શબ્દો નહોતા...

નિરીક્ષકની ગેરહાજરીમાં ગામના સરપંચ નિરીક્ષકને મળવા આવ્યા હતા. અને ગામના ઘરના વહીવટદાર વાડીભાઈએ તેમને સોંપેલી ચાવીઓ પ્રતીતિના હાથમાં સોંપતા જણાવ્યું હતું કે નિરીક્ષકે ભાડે આપેલું મકાન ભાડૂતે ખાલી કર્યું છે અને ભાડાની રકમનો ચેક પણ વહીવટદારે સાથેના કવરમાં મોકલ્યો છે... અને પુછાવ્યું છે કે નવા કોઈ ભાડૂતને મકાન ભાડે આપવું છે કે કેમ ?

પ્રતીતિએ તરત જ કહ્યું હતું : 'ના, હવે મકાન કોઈને ય ભાડે આપવું નથી. નિરીક્ષકનાં માતા-પિતા-મોટાભાઈ અને વિધવા બહેન ગામડે રહેવા ઇચ્છે છે એટલે હું તેમને ત્યાં મોકલી આપીશ. એક રસોઇયણ બાઈ અને

નોકરની વ્યવસ્થા તમે કરી આપજો. ખર્ચની રકમની ચિંતા ન કરતા. હું દર પહેલી તારીખે તમને પૈસા પહોંચતા કરીશ.'

પંદર દિવસ પૂરા થતાં નિરીક્ષકે મામીની રજા માગી ઘેર જવાની ઇચ્છા દર્શાવી હતી. મામીએ રજા તો આપી, પણ ઘરનાં પેલા ચાર વૃદ્ધોને થોડાક દિવસ પોતાની સાથે રહેવા દેવાની નિરીક્ષકને વિનંતી કરી હતી. નિરીક્ષકનાં માતા-પિતા સહિત સહુ વૃદ્ધોએ પણ મામીની વિનંતીનો ખુશી સહિત સ્વીકાર કર્યો હતો.

અને નિરીક્ષક પોતાને ઘેર પાછો ફર્યો હતો... નિરીક્ષકને એકલો આવેલો જોઈ પ્રતીતિ મનોમન ખુશ થઈ હતી... એણે ગામડાનું મકાન ખાલી થવાની અને ભાડાના ચેક સહિત સરપંચના આગમનની સઘળી વાતો નિરીક્ષકને કહેવાનું ટાળ્યું હતું...

પંદરેક દિવસ પછી મામીનો ફોન આવ્યો હતો અને નિરીક્ષકનાં માતા-પિતા તથા અન્ય વૃદ્ધો હવે ઘેર પાછાં આવવા ઇચ્છે છે એટલે એમને લઈ આવવા માટે ગાડી-ડ્રાઇવરની વ્યવસ્થા ગોઠવી દેવા જણાવ્યું હતું.

પ્રતીતિએ કહ્યું હતું : 'નિરીક્ષક, આમેય અંશની પરીક્ષા પૂરી થયા બાદ હું મામીને મળવા જવાની જ હતી... હું જ સુમો જીપ લઈને મામીને મળવા જઈશ અને વૃદ્ધ વડીલોને તેડતી આવીશ. એક પંથ, દો કાજ !'

નિરીક્ષક પ્રતીતિની વાત સાંભળી ખુશ થઈ ગયો હતો ! એકલાં રહેવાને કારણે પ્રતીતિમાં આવેલાં પરિવર્તનનાં ચિહ્નો જોઈ અને ભવિષ્યમાં પ્રતીતિમાં આવનાર વધુ સારાં પરિવર્તનોનાં એંધાણ દેખાયાં હતાં...

અને નિરીક્ષકની અનુમતિ મળતાં પ્રતીતિ સુમો લઈને વિધવા મામીને મળવા નીકળી હતી ! મામી સમક્ષ છૂટ્ટા મોઢે રડારોળ કરી મામીનું હૈયું જીતી લીધું હતું ! મામીએ નિરીક્ષકનાં માતા-પિતાને કહ્યું કે જોયું, વહુ સાસુ-સસરા તથા ઘરના વડીલોને જાતે તેડવા આવી ! તમે સૌ સાચે જ નસીબદાર છો ! નિરીક્ષકનો આત્મા જ પુણ્યશાળી છે એટલે તો પ્રતીતિ જેવી શાણી પત્ની એને મળી છે !! સૌએ દંભી રીતે મામીની વાતમાં સૂર પુરાવ્યો...

ભોજન બાદ સૌ વડીલો સુમોમાં ગોઠવાયાં અને મામીને આશ્વાસન આપી સૌ રવાના થયાં...

થાકેલા વડીલો ભોજન બાદ નિદ્રાધીન થયા... અને ત્રણ કલાક પછી એમની આંખ ખૂલી તો ગાડી પોતાના ગામને પાદરે પહોંચી પોતાના મકાન તરફ આગળ વધી રહેલી નજરે પડી !

એમણે તરત જ પ્રતીતિને કહ્યું : 'અરે વહુભા, ડ્રાઇવર રસ્તો ભૂલી ગયો લાગે છે... આપણે શહેરમાં તારે ઘેર પહોંચવાને બદલે અમારે ગામ પહોંચી ગયાં... ગાડી પાછી લેવડાવ.'

'ડ્રાઇવર ભૂલો નથી પડ્યો પપ્પાજી, મારી ભૂલ એ સુધારી રહ્યો છે ! મારે અને નિરીક્ષકે સ્વતંત્રતાપૂર્વક જીવવું છે, જિંદગીનાં ઉત્તમ વર્ષો વૃદ્ધોની સેવામાં જ નથી વિતાવવાં... એટલે તમારા સૌ માટે તમારા આ ગામડાના મકાનમાં જ રહેવાની વ્યવસ્થા કરી છે. ગામના સરપંચ અને તમામ વહીવટદારને કહી નોકર અને રસોઇયણની વ્યવસ્થા પણ ગોઠવી દીધી છે... દર પહેલી તારીખે ખર્ચની રકમ તમને પહોંચતી થઈ જશે... પ્રભુ-ભજન માટે તો તમારા જેવા સૌ વૃદ્ધો માટે શહેર કરતાં ગામડાનું વાતાવરણ વધુ સારું. લો, આ મકાનની ચાવી અને તમે નીચે ઊતરો એટલે હું વિદાય થાઉં... મારો દીકરો અંશ મારી રાહ જોતો હશે...'

કહીને પ્રતીતિએ સૌને આઘાત આપી સુમોમાંથી નીચે ઉતારી દીધાં હતાં. એટલામાં નિરીક્ષકની કાર આવી પહોંચી હતી... નિરીક્ષકે કહ્યું હતું : 'તું તારા દીકરા સાથે જા અને હું મારાં મા-બાપ સાથે રહીશ. મેં પણ સઘળા ખર્ચની વ્યવસ્થા ગોઠવી દીધી છે. ખર્ચની રકમ તને દર પહેલી તારીખ મળી જશે... મને સરપંચે ફોન કરી દીધો હતો અને તું બધાંને લઈને ગામ આવી રહી છે, એવા તારા ફોનથી પણ મને વાકેફ રાખ્યો હતો... પ્રતીતિ, હું બધાં વૃદ્ધોને અત્યારે જ મારી સાથે લઈ શહેર પાછો ફરીશ. પણ હા, તારી સાથે રહેવા નહીં, મારી સાથે મેં ભાડે રાખેલા અલગ બંગલામાં રહેવા માટે ! મારી એક જ વિનંતી, મારા દીકરા અંશને તારા જેવો ન બનાવતી, નહીં તો એ પણ મોટો થઈ તને વૃદ્ધાશ્રમમાં મૂકી આવશે...

અંશ માટે મારા ઘરના દરવાજા સદાય ખુલ્લા રહેશે અને તારે માટે સદંતર બંધ.'

નિરીક્ષકનાં માતા-પિતાને શું થઈ રહ્યું છે તેની કશી ખબર પડી નહીં, પણ નિરીક્ષકની સૂચના મળતાં સૌ વડીલો સુમોમાં ગોઠવાઈ ગયાં, એટલે નિરીક્ષકે કારની ચાવી પ્રતીતિને આપતાં કહ્યું : 'લે, આ કારની મારા કરતા તારે વધારે જરૂર છે... મોજશોખને જ તું જિંદગી માને છે... પણ યાદ રાખજે. જિંદગી સાથે જે કાવતરાનો સંબંધ રાખે છે, જિંદગી પણ એની સાથે કાવતરાનો જ સંબંધ રાખે છે... તારી જેલમાંથી આ વડીલોને હું આઝાદી અપાવું છું, એનો મને આનંદ છે.'

◻

૧૫. યત્નાની મહાનતા

વાવાઝોડું, મુશળધાર વરસાદ અને એકાએક જ વીજળીના પુરવઠામાં ગડબડ થતાં ઘોર અંધારું. મોબાઇલ ફોન પપ્પા લઈ ગયા હતા અને લેન્ડ લાઈન ફોન બંધ થઈ ગયો હતો. યત્ના ભારે મૂંઝવણમાં હતી. એને બીક નહોતી લાગતી, પણ ચિંતા હતી મમ્મી-પપ્પા અને નાની બહેન મહત્તાની ! આવી મેઘલી રાતે કોઈને ત્યાં મહેમાન તરીકે પરાણે રોકાવું પડે.. અને એ પણ અલ્પપરિચિત વ્યક્તિના ઘેર !

યત્ના અને મહત્તાની ઉંમરમાં ત્રણ વર્ષનો ફેર ! યત્ના ત્રણ વર્ષ પૂર્વે જન્મી, પણ રૂપ, રંગ, આકાર વગેરે પપ્પાજીને મળતાં. યત્નાની મમ્મી ગૌર વર્ણની અને પપ્પાજી શ્યામ રંગના. મમ્મીએ પોતાના રૂપનો વારસો મહત્તાને આપ્યો એટલે અકારણ જ ઘરમાં એનાં માન વધી ગયાં..

યત્નાનાં મમ્મી-પપ્પાને પુત્ર-પ્રાપ્તિની ઠીક-ઠીક લાંબા સમય સુધી પ્રતીક્ષા કરી, પણ 'પુત્રરત્ન'નાં માતા-પિતા બનવાનાં અરમાન અધૂરાં રહ્યાં...

એટલે યત્નાને બદલે રૂપાળી મહત્તાને જ પુત્રની જેમ ઉછેરવાનું એમણે શરૂ કરી દીધું...

મહત્તાને મનગમતાં વસ્ત્રો પહેરવાની છૂટ, સાહેલીઓ સાથે મુક્તપણે વિહરવાની છૂટ, વર્ષગાંઠ નિમિત્તે પાર્ટી યોજવાની છૂટ, ટ્યૂશન માટે મનપસંદ શિક્ષક નક્કી કરવાની છૂટ. આઠમા ધોરણમાં ભણતી મહત્તાનો સ્કૂલમાં પણ ભારે વટ.. એનાથી ત્રણ ધોરણ આગળ ભણતી યત્નાનો કોઈ ભાવ પણ ન પૂછે. યત્ના વક્તૃત્વ, અભિનય, પાદપૂર્તિ, ચિત્ર, સહિત અનેક બાબતોમાં મહત્તા કરતાં આગળ, પણ મહત્તાનો ખુશામતખોર સ્વભાવ આચાર્ય અને શિક્ષકોનું દિલ જીતવામાં મેદાન મારી જતો. બધી જ રીતે યોગ્ય હોવા છતાં યત્ના ઉપેક્ષિત રહેતી.

ક્યારેક તો યત્નાના મનમાં 'ઉપરવાળા' પ્રત્યે પણ આક્રોશ જન્મતો ! ભલે વ્યક્તિનાં રૂપ-રંગનિર્ધારણમાં જૈવિક તત્ત્વો ભાગ ભજવતાં હોય, પણ એમાં જન્મનારનો શો વાંક ? ન માગે તેવું કોઈના લલાટે લખી લેવું એ શું વિધિની વક્રતા અને ક્રૂરતા નથી ? કુદરતની વાત જવા દઈએ, પણ મા-બાપેય સંતાનો પ્રત્યેના વહાલમાં ડાબી-જમણી આંખનું અંતર શું કામ રાખતાં હશે ?

યત્નાનાં મા-બાપ કહેતાં : 'યત્ના, તારો રંગ શ્યામ છે, એટલે તને તો સાદાં સફેદ વસ્ત્રો જ શોભે. હા, મહત્તાની વાત જુદી છે. એના ગોરા રંગ પર તો રંગબેરંગી કપડાં ફૂલવાડીની જેમ શોભી ઊઠે !.. મોટી થયા બાદ લગ્નના માર્કેટમાંય એની માગ તો જોરદાર જ રહેવાની છે !'

મહત્તા મોંની છૂટી ! મમ્મી-પપ્પા એને રોકે-ટોકે તો રજનું ગજ કરે ! પણ એના નવ નહીં, નવસો નવ્વાણું અપરાધ હોય તોય મમ્મી-પપ્પાની એ અપરાધો માફ કરવાની તૈયારી !

વર્ષો વહી ગયાં.. યત્ના ભણવામાં અત્યંત તેજસ્વી હતી.. બી.કોમ.ની પરીક્ષા એણે ડિસ્ટિંક્શન સાથે પસાર કરી અને એકાઉન્ટન્સી વિષયમાં ગોલ્ડ મેડલ મેળવ્યો, પરંતુ મહત્તાને વાંચન અને વિદ્યા સાથે બારમો ચંદ્રમા હતો. પરીક્ષાની આગલી રાતે પણ એ મનગમતા પિકચરની સી.ડી. લાવી મોડી રાત સુધી જાગતી ! ઉજાગરાને લીધે પ્રશ્નપત્રના ઉત્તરો લખવામાં તેને કંટાળો આવતો અને એ.ટી.કે.ટી.ની ટેકણલાકડી લઈ મંદગતિએ એ આગળ વધતી.

યત્ના એને સમજાવવાની કોશિશ કરતી, ત્યારે મહત્તા કહેતી 'જેના નસીબમાં મહારાણી બનવાનું કુદરત લખે છે એના ચિત્તને અભ્યાસનાં થોથાંથી દૂર રાખે છે. મહારાણીનું રૂપ વખણાય છે, વિદ્યા નહીં.. મહારાણીની પસંદગી વખતે એનાં સાસરિયાંએ કદી ડિગ્રીનું સર્ટિફિકેટ માગ્યું હોય તો મને બતાવ ! હા, તારી વાત જુદી છે.. જેની પાસે રૂપની ખોટ હોય એનો તારણહાર રૂપાળો જવાન નહીં, પણ રૂપિયો જ બની શકે ! માટે તું નિરાંતે ભણ અને મને નિરાંતે જીવનને માણવા દે !'

...અને મહત્તાના આક્ષેપોએ યત્નાને ભારે આઘાત પહોંચાડ્યો હતો.

એવામાં જ ઘરના સંજોગોએ પલટો ખાધો.. બૅંકમાં ચોરી થતાં યત્નાના પપ્પાજીને માથે આળ આવ્યું ! કોઈકે ડુપ્લિકેટ ચાવીનો ઉપયોગ કરીને તેમના ડ્રૉઅરમાંથી મોટી રકમ તફડાવી લીધી હતી..

એમણે પત્નીના દાગીના વેચીને ચોરાયેલી રકમ તાત્કાલિક ભરી દીધી એટલે બૅંકે ભીનું સંકેલી લીધું..

પણ પોતાની પ્રતિષ્ઠાને અકારણ હાનિ પહોંચ્યાના ક્ષોભથી તેમની તબિયત લથડી અને એક દિવસ સ્કૂટર પરથી તેઓ પડી ગયા.. માથામાં અને આંખ પર ગંભીર ઈજાઓ થતાં તેઓ બચી તો ગયા, પણ આંખના દીવા સદા માટે બુઝાઈ ગયા !

સ્વૈચ્છિક નિવૃત્તિ લઈ એમણે ઘરે રહેવાનું શરૂ કર્યું, પણ નિયમિત આવક બંધ થઈ જતાં એમણે ઘરખર્ચ અને પરચૂરણ ખર્ચમાં કાપ મૂકવાનું શરૂ કર્યું... મહત્તાને 'પોકેટ મની' તરીકે મળતા પૈસામાં ઘટાડો થઈ ગયો.. પાર્ટીઓ યોજવાનું સદંતર બંધ કરી દેવામાં આવ્યું..

ઘરની ચિંતાને લીધે યત્નાએ નોકરી કરવાનું નક્કી કર્યું.. એના કૉલેજના સહપાઠી સ્પર્શના પપ્પાને ઇમ્પોર્ટ-એક્સપોર્ટનો મોટો બિઝનેસ હતો... એમને હિસાબ-કિતાબ અને પત્રવ્યવહાર સંભાળી શકે તેવા કર્મચારીની આવશ્યકતા હતી.. સ્પર્શની ભલામણથી યત્નાને એ કંપનીના કર્મચારી તરીકે નોકરી મળી ગઈ !

યત્ના નિષ્ઠાથી કામ કરતી, ક્યારેક મોડી રાત સુધી રોકાઈને પણ કંપનીનાં કામો પતાવતી. એટલે સ્પર્શના પપ્પાજી પણ ખુશ હતા.

મહત્તા ફૂલફટાકિયણ થઈને ફરતી રહેતી. હજી એની માર્કશીટમાંથી એ.ટી.કે.ટી. જવાનું નામ નહોતી લેતી !

એક દિવસ યત્નાને ઘેર આવતાં વધુ મોડું થયું એટલે પપ્પાજીએ મહત્તાને સ્કૂટી લઈ યત્નાને ઘેર લઈ આવવાની જવાબદારી સોંપી.

યત્ના પોતાની ઑફિસના વાતાવરણની ભરપેટ પ્રશંસા કરતી હતી. સ્પર્શની કાબેલિયતનાં ઉદાહરણો પણ તે વારંવાર આપતી હતી એટલે સ્પર્શ

કેટલા પાણીમાં છે, એ માપવાનો મોકો મહત્તાએ ઝડપી લીધો !

એણે કંપનીના પાર્કિંગ ઝોનમાં સ્કૂટી પાર્ક કરી અને સીધી પહોંચી ગઈ સ્પર્શની કેબિન પાસે ! સ્પર્શની સેક્રેટરી કશું કહે તે પહેલાં 'વી.આઈ.પી. ગેસ્ટ' કહી મહત્તા કેબિનમાં ઘૂસી ગઈ !

સ્પર્શે કોઈ મહત્ત્વની ચર્ચા માટે યત્નાને પોતાની કેબિનમાં બોલાવી હતી એટલે મહત્તાએ કશી ભૂમિકા વગર જાતે જ બોલવાનું શરૂ કરી દીધું : 'હું ઉર્ફે મહત્તા, પાતળો બાંધો, ઊંચાઈ ૫ ફૂટ ૬ ઇંચ, લોકોની નજરે બ્યુટીક્વીન, પણ ફેમિલીની દૃષ્ટિએ તમારી આસિસ્ટંટ યત્નાની બહેન, હવે કૃપા કરી એમ ન કહેશો કે 'ઈમ્પોસિબલ !' હા, મૂળ વાત પર આવીએ, મારી બહેનને તમારી કેદમાંથી છોડાવવા આવી છું ! આમ તો એ યુવતીઓએ સહેવા પડે એવા 'ખતરા'થી મુક્ત છે છતાં સ્ત્રી એટલે સ્ત્રી !... હવે યત્નાને હું મારી સાથે ઘેર લઈ જઈ શકું ?'

એક અજાણી યુવતી અને તેનામાં આટલી બધી સાહસિકતા ! સ્પર્શ આશ્ચર્યચકિત્ત થઈ ગયો.. ઘડીમાં એ યત્નાના ચહેરા તરફ નજર કરતો અને ઘડીકમાં એ મહત્તાના ગૌર વર્ણને નીરખતો ! 'મને લાગે છે તમારા મનમાં પેલું 'રાધા ક્યોં ગોરી, મૈં ક્યૂં કાલા' - વાળા ગીતની પંક્તિઓ ઘૂમતી લાગે છે ! પણ હું ગોરી છું એમાં મારો કાંઈ વાંક ખરો ? દેનેવાલા જબ દેતા હૈ, છપ્પર ફાડ કર દેતા હૈ !' મારી બહેન યત્નાના સૌંદર્ય ક્વોટામાંથી ખાસ્સો ભાગ કુદરતે મને ફાળવી દીધો છે ! જોઈએ હવે, 'રૂપ' મને ફળે છે કે નહીં' કહીને મહત્તાએ ચાલતી પકડી...

'સર, ખોટું ન લગાડતા. મારી બહેન જરા વધુ પડતી વાચાળ છે, ચંચળ છે અને બિન્ધાસ્ત છે. ! એને ક્યારે, ક્યાં શું બોલવું એનું ભાન નથી ! નહીં તો એના ગોરાપણા અને મારા શ્યામ રંગની અત્યારે ચર્ચા કરવાની કશી જરૂર હતી ખરી ?'

'ના મિસ. યત્ના, મને ખોટું નથી લાગ્યું ! અને આજકાલ ડાહી-ડમરી સીતા કે સાવિત્રીનો જમાનો તો રહ્યો નથી ! માણસને ઘનઘોર ઘટામાં પણ મેઘધનુષ્ય જોવામાં જ રસ પડે છે !.. અને તમારી બહેન તો વીજળી

છે વીજળી ! એનો ચમકારો જ ભલભલાને આંજી નાખે તેવો છે ! તમે નસીબદાર છો મિસ. યત્ના કે તમને રૂપરૂપના અંબારસમી આવી બહેન મળી છે.' સ્પર્શે પોતાનું 'યૌવન-દર્શન' વગર પૂછ્યે સ્પષ્ટ કરી દીધું.

'મહત્તાની પ્રશંસા બદલ આભાર, એ મારી રાહ જોઈ રહી હશે.. ગુડ નાઇટ સર' કહીને યત્નાએ સ્પર્શની વિદાય લીધી !

અને મહત્તા યત્નાને સ્કૂટી પર બેસાડી ઘેર પહોંચી..

મમ્મીએ બન્ને બહેનોને જમવા માટે સાદ કર્યો, પણ મહત્તા યત્ના સાથે વાતો કરતાં થાકતી નહોતી. તે વારંવાર સ્પર્શની 'પર્સનાલિટી'ની પ્રશંસા કરવાનો મોકો શોધી લેતી...

...અને બીજા દિવસથી યત્નાને તેની ઑફિસે મૂકવા-લેવા જવાની સેવાઓ મહત્તાએ વગર માગ્યે શરૂ કરી દીધી. યત્ના હંમેશાં રિક્ષા દ્વારા જ ઑફિસે જતી, પણ મહત્તાએ યત્નાએ માસિક ધોરણે બાંધેલા રિક્ષાવાળાને છૂટો કરી દીધો..

સ્પર્શને પણ મહત્તાનું આગમન ગમતું. મહત્તાને કૉફી પીવડાવ્યા સિવાય સ્પર્શ જવા દેતો નહીં !

યત્નાની સાથે જ મિ. પ્રકાશ નામનો પાંત્રીસેક વર્ષનો યુવક કામ કરતો હતો. ભરજુવાનીમાં જ એની પત્નીનું અકસ્માતમાં અવસાન થતાં એ વિધુર બની ગયો હતો. યત્ના બપોરે એની સાથે જ લંચ લેતી. બન્ને વચ્ચે નિર્મળ દોસ્તી હતી.

મહત્તા ઇચ્છતી હતી કે સ્પર્શ એને કોઈ પણ રીતે પોતાની ઑફિસમાં નોકરી આપે, જેથી મળવા માટેનું બહાનું મળે ! પણ 'નોકરી'ની વ્યાખ્યા મહત્તાની પોતાની હતી... એનામાં પોતે 'મહારાણી' સમાન હોવાનું 'અહં' હેમખેમ હતું... વળી મનમાં એવો ચસકો પણ ખરો કે પોતાની મોટીબહેન યત્નાની પોતે 'બૉસ' બને !

એક દિવસ એણે યત્નાની ગેરહાજરીમાં આ વાત છેડી : 'સ્પર્શ, મારે હવે બહેન 'યત્ના'ની તેડાગર તરીકે અહીં દરરોજ નથી આવવું !... તમને મારું સાન્નિધ્ય ગમતું હોય તો મારે 'લાયક' કોઈ જગ્યા વિચારી શકો !'

'તમે કહો તો પી.આર.ઓ.ની જગ્યા ખાલી જ છે ! મહેમાનોની સ્વાગત-સરભરા અને મિટિંગોનું આયોજન તમને સોંપી દઉં, સ્પર્શે નિખાલસતાથી કહી દીધું !

'હું પી.આર.ઓ. થવા માટે નહીં, પી.આર.ઓ. રાખવા જન્મી છું મિ.સ્પર્શ. અને મારાં એ સપનાં તમારે જ પૂરાં કરવાનાં છે, સમજ્યા ?' મહત્તાએ અટ્ટહાસ્ય કરતાં કહ્યું...

'એ વાત ખરી, પણ તમારી બહેનના ઉપરી અધિકારી તરીકે તમને જ મુકાય.. વળી એ હજી કુંવારી છે એટલે તમારાં મમ્મી-પપ્પા લગ્ન માટે પણ એને જ પ્રાયોરિટી આપે !' - સ્પર્શ ગણતરીપૂર્વક આગળ વધી રહ્યો હતો.

'પરંતુ તમે જાણો છો કે મારી બહેનને એવો કયો હૈયાફૂટ્યો વર મળે ?' - એને કારણે મારે પણ લગ્ન માટે વેઇટિંગ-રૂમમાં પડ્યા રહેવાનો વારો આવવાનો છે !' મહત્તાએ સહેજ દુઃખ સાથે કહ્યું..

'મારી પાસે આ સમસ્યાનો રસ્તો છે ! યત્ના અમારી ઑફિસના એક વિધુર મિ. પ્રકાશ સાથે સારો સંબંધ ધરાવે છે... હું પ્રમોશન આપી તમારા પરિવાર વતી દહેજના બહાના હેઠળ પાંચેક લાખ રૂપિયા ભેટ આપું તો યત્ના અને પ્રકાશનું લગ્ન ગોઠવાઈ જાય ! એક પંથ અને દો કાજ ! તમારો મારી જીવનસંગિની બનવાનો માર્ગ મોકળો થશે... જો તમે ઇચ્છતાં હો તો !' સ્પર્શે દાવ ફેંક્યો..

'પણ એની શરૂઆત તમારી ઑફિસમાં તમારા પછીના 'બૉસ' જેવા મહત્ત્વના સ્થાને મારી નિમણૂક કરો. પછી તો મારી શ્યામા મોટી બહેન યત્ના અને વિધુર પ્રકાશનું નસીબ ! પણ મારાં મમ્મી-પપ્પા કદાચ વિધુર પ્રકાશ સાથે યત્નાનાં લગ્ન માટે તૈયાર નહીં થાય ! જોઈએ, આગે... આગે હોતા હૈ ક્યા !'

મહત્તા સ્પર્શની ચેમ્બરમાંથી બહાર નીકળી ત્યારે કોઈ મહત્ત્વની ફાઈલ વિશે ચર્ચા કરવા માટે યત્ના ચેમ્બરની બહાર ઊભી હતી !

'સૉરી યત્ના, તારા 'બૉસે' મને કૉફી પીવા માટે રોકી રાખી એટલે

રાહ જોવી પડી ! મને વાતોડિયા માણસો બહુ જ ગમે છે ! જે ફાંકડો હોય અને ફક્કડ હોય એને જ પુરુષ કહેવાય ! બાકી બધા શ્વાસ લેતાં પૂતળાં !... સ્પર્શ જેવી પર્સનાલિટી તો કોઈ નસીબદાર યુવકને જ મળે છે !' મહત્તાએ જતાં-જતાં કહ્યું હતું...

અને તે સાંજે ટેલિફોન બૂથ પરથી યત્નાએ સ્પર્શને ફોનમાં કહ્યું હતું : 'સર, મેં તમારી અને મહત્તાની વાતો સાંભળવાનું 'પાપ' કર્યું છે, એ બદલ ક્ષમા માગું છું, પણ તમે મારાં લગ્નની ચિંતા ન કરશો. પ્રકાશને 'લાંચ' આપી મારો પતિ બનાવવાનું આપ વિચારશો, પણ હું એ રીતે લગ્ન કરવા માગતી નથી ! હું મહત્તાની મોટી બહેન છું ! ઉંમરમાં મોટા હોવું એ હક ભોગવવાનો વિષય નથી, પણ ખરેખરી મોટાઈ દેખાડવાની ફરજ છે ! મને મારા શ્યામલ રૂપને કારણે કોઈક સ્વાર્થથી સમાધાનવૃત્તિ દાખવી મને અપનાવે એવું મંજૂર પણ નથી ! તમે મહત્તાની બીજી વાત સ્વીકારી લો.. આવતી કાલથી જ તેને જોઈન્ટ મૅનેજિંગ ડિરેક્ટર તરીકે નીમીને એના 'બૉસ' બનવાના અભરખા પૂરા કરો. હું તમને કે મહત્તાને મારી હાજરીથી સંકોચભરી સ્થિતિમાં મૂકવા માગતી નથી ! એટલે મારા આ ફોન પરની વાતને મારું રાજીનામું ગણી લો... અને હા, આવતી કાલે આપના પપ્પાજીને મળવા માટે મારાં મમ્મી-પપ્પા આવશે.. અને મહત્તા માટે તમારા હાથની માગણી કરશે.. હું જ તેમને આગ્રહ કરીને મોકલીશ.. વર્ષા ઋતુ છે, આકાશમાં વાદળીઓની દોડાદોડ છે.. વરસવા તત્પર દરેક વાદળીના નસીબમાં વરસવાનું વરદાન લખાયું હોતું નથી ! મને એક કોરી રહેવા જન્મેલી વાદળી ગણી માફ કરશો અને મહત્તાના છલોછલ યૌવનનું સ્વાગત કરજો..'

અને યત્નાએ ફોન મૂકી દીધો હતો... આષાઢી આકાશ જાણે કહી રહ્યું હતું : વણપોંખ્યા અને વણપારખ્યા સંબંધોની લિપિ ઉકેલવાનું કામ કેટલું કપરું છે ! બોલકા જાપની તો જગને જાણ થાય છે, પણ મૂંગા ત્યાગ અને તપસ્યાનો તાગ મેળવવામાં દુનિયા કંજૂસાઈ દેખાડે છે !

❑

૧૬. ગાંધીનું થાણું

કુમક ટપાલીના આવવાના સમયે બેચેન થઈ જાય છે. પપ્પાજીની થોકબંધ ટપાલ ! એમાં પોતાના નામનો એક પણ પત્ર નહીં.

પપ્પાજીની ટપાલમાં મોટા ભાગે સામયિકો અને ચોપાનિયાં હોય, પપ્પાજીએ આપેલાં નૈતિકબોધલક્ષી ભાષણોની પ્રશંસા હોય, કાર્યક્રમનાં આમંત્રણો હોય... અને ?

બાકી બિલોની ઉઘરાણી. કુમક વિચારતી : સમાજસેવકો તરી ગયા અને સિદ્ધાંતોનું પોટલું માથે મૂકીને ઘૂમનારા વગર મોતે મરી ગયા ! સમાજસેવા પણ એક 'બિઝનેસ' બની ગયો છે ! દરેક સમાજસેવકને ખપે છે એક ભોટ અનુયાયી. ગાંઠનું ગોપીચંદન કરીને બીજાનો પડતો બોલ ઝીલે એવો એક આદર્શવાદી. કુમકની મમ્મી પોતાના પતિને કહેતી : 'આટઆટલાં લોકોનાં જીવન તમે ઉજાળ્યાં, પણ તમારાં છોકરાંની ચિંતા કોણે કરી ? ત્રણ-ત્રણ સંતાનો અને આપણે બન્ને એક રૂમ-રસોડાના મકાનમાં પડ્યાં રહીએ છીએ ! દીકરા-દીકરી પરણાવવા લાયક થયાં, પણ જ્યાં માગું નાખીએ ત્યાંથી 'ના' આવે છે ! લોકો કહે છે મુફલિસને વેવાઈ બનાવીને આપણા હાથમાં શું આવવાનું ?

પણ કુમકને પોતાના પપ્પાજી પર ગર્વ હતો. દુનિયા આખી બદલાઈ ગઈ, પણ પપ્પા ન બદલાયા. આઝાદ દેશમાં બાવળ ઉગાડનારા ઝાઝા નીકળ્યા, ગુલાબના રોપા ઉછેરનારા દીવો લઈને શોધતાંય ન જડે. દરેકે ગુલાબનો છોડ ઉગાડવો છે, પણ માત્ર પોતાના આંગણામાં ! દેશ ગંધાતો રહે એની ચિંતા કોઈનેય નથી ! પોતાના પપ્પા જેવા સાચકલા માણસો આજે 'મ્યુઝિયમ'ના વિષય બની ગયા છે !

પપ્પાજી નાનકડી દુકાન ચલાવતા અને તે પણ પેટગુજારા પૂરતી. 'આજે રોકડા કાલે ઉધાર'ને બદલી પપ્પાજીની દુકાનમાં વણલખ્યું સૂત્ર હતું : આજે ઉધાર, અપાય તો આપજો રોકડા.' એમની દુકાને એટલે જ ગ્રાહકોની ભીડ રહેતી, પણ વકરાપેટી ખાલી રહેતી ! દુકાને વસ્તી કર્યા બાદ કુમકના પપ્પાજી પ્રૌઢશિક્ષણના વર્ગો ચલાવતા, સીવણકામ શીખતી બહેનોને મદદ કરતા. રવિવારે ઝૂંપડપટ્ટીમાં કોથળો ભરી પુસ્તકો લઈ સહુને પુસ્તકો વાંચવાની પ્રેરણા આપતા. એમની સમાજસેવાની આવી ધૂન જોઈ સૌ એમને 'ધૂનીદાદા' કહેતા...

એમની સમાજસેવાની ધૂનમાંથી એમના સંપર્કમાં આવ્યો અંકન. અંકન કુમકની સાથે જ કૉલેજમાં ભણતો હતો. અંકનની આર્થિક સ્થિતિ કમજોર, પણ 'ધૂનીદાદા' તો સપનોના સોદાગર હતા ! પોતે મુશ્કેલી વેઠીને પણ અંકન ઑફિસર બને એ એમનું સ્વપ્ન હતું.

અંકન કુમકની મમ્મીને ગમી ગયેલો. એમણે આડકતરી રીતે અંકનને પોતાના 'પ્રભાવ'માં રાખવાનું કુમકના પપ્પાજીને સૂચન પણ કરેલું ! પરંતુ કુમકના પપ્પાજીએ ચોખ્ખું સુણાવી દીધું : 'મદદ એ સ્વાર્થની ખીચડી પકાવવાનું સાધન નથી ! સ્વાર્થી મદદ એટલે ગુપ્ત ષડ્‌યંત્ર. એવાં ષડ્‌યંત્રો રાજકારણીઓ અને ખંધા ધંધાદારીઓને પોસાય, સમાજસેવકોને નહીં. અંકન સામેથી તૈયારી દર્શાવે એ વાત જુદી છે. સંબંધ એ ઉંદર પકડવાનું પાંજરું નથી, જેમાં ભાખરીનું આકર્ષણ મૂકી કોઈની આઝાદીને સમાપ્ત કરવાની કોશિશ કરાય !'

કુમક વિચારતી : પપ્પાજીની વાત તો સાચી છે. વગર સમજે મદદ લેનારને મદદ કેટલી મોંઘી પડતી હોય છે ! પોતે અંકનને ફસાવવા નથી માગતી !

અંકન કુમકને ઘેર આવતો પણ કદી લાંબી વાતચીત પણ કરતો નહોતો. વિવિધ સ્પર્ધાઓમાં પારિતોષિકો અને ચંદ્રકો મળતાં, પણ ક્યારેય પોતાની બડાશ દેખાડવાનો અંકન પ્રયત્ન નહોતો કરતો...

અંકન યુ.પી.એસ.સી.ની પરીક્ષામાં ઉત્તીર્ણ થયો, ત્યારે એની સાથે

ભણતા મિત્રોએ કહ્યું હતું : 'યાર, તું તો દેશના લીલાછમ ખેતરનું પક્ષી બની ગયો ! ફરવાનો ને ચરવાનો અને બેરોક-ટોક અધિકાર ! 'રામ કી ચીડિયા, રામ કા ખેત, ખા લો ચીડિયા ભર-ભર પેટ !' તું નસીબદાર છે યાર !'

'ખબરદાર, આવી વાહિયાત વાત કરી છે તો ! યુવાનો પણ દેશને લૂંટવાનાં સપનાં જોશે તો કોણ બચાવશે આ દેશને ? અધિકારી બનવું એટલે તમામ ક્ષેત્રે અધિકારો ભોગવીને ખિસ્સું ગરમ કરવાના ખ્વાબમાં રાચવું ?... આજથી આપણી દોસ્તી ખતમ ! દિમાગ બગાડે એવા દોસ્તો દોસ્ત નહીં, પણ પવિત્રતાના કિલ્લામાં ખાતર પાડનારા ચોરો છે !' અને અંકનના મિત્રો 'ગાંધીજીની પૂંછડી' - કહીને અટ્ટહાસ્ય કરતા વીખરાયા હતા...

તાલીમ બાદ પોસ્ટિંગ દૂરના શહેરમાં થતાં અંકન ધૂનીદાદાના પરિવારથી સાવ કપાઈ ગયો. ક્યારેક એ ફોન કરતો, પણ કુમક વિશે વધુ ઉત્સાહ દેખાડતો નહોતો. મોટા ભાગે એ ધૂનીદાદા સાથે જ વાત કરીને ઘરનાં સૌની ખબર પૂછી લેતો.

કુમકની મમ્મીના મનમાં હજી અંકનની તસવીર હેમખેમ હતી. ધૂનીદાદા કુમક માટે મૂરતિયા જોતા... પણ સૌ 'કહેવડાવીશું'નો વાયદો કરી વિવાહની વાત પર પૂર્ણવિરામ મૂકી દેતા !

કુમકને પચ્ચીસમું બેઠું અને એની નાની બેન એષણાને બાવીસમું. કુમક સ્વભાવે શાંત અને ગંભીર હતી. એષણા ચંચળ અને મનમોજી. કુમક ઘઉંવર્ણી હતી અને એષણા અત્યંત ગોરી અને રૂપકડી. ઘરમાં થતી ચર્ચાઓ એ ધ્યાનથી સાંભળતી. એ ચર્ચામાંથી એણે તારવ્યું હતું કે પપ્પાજીની બાંધી આવક એ સારો 'વર' મેળવવા માટેની મોટી આડખીલી છે ! યૌવનનાં વર્ષો સુખની પ્રતીક્ષામાં વેડફી દેવાં એ યૌવન સાથે અન્યાય છે ! સુખ મળવાની શક્યતા ન દેખાય ત્યારે સુખના લૂંટારા બનવામાં પાપ નથી ! મોટી બહેન કુમકની જેમ બુદ્ધુ બનીને નસીબને સહારે જીવવામાં શાણપણ નથી !

અને એણે પોતાના રૂપના જાદુથી એક અમીર ઘરના નબીરા સુજ્ઞને વશ કરી લેવામાં સફળતા પ્રાપ્ત કરી લીધી હતી. સુજ્ઞ એના પપ્પાજીનો ખૂબ જ લાડકો હતો એટલે એમણે સુજ્ઞને પોતાની મનપસંદ જીવનસંગિની પસંદ કરી લેવાની વણમાગી છૂટ આપી દીધી હતી.

...અને એષણાએ પોતાનાં મમ્મી-પપ્પાને વગરપૂછે સુજ્ઞ સાથે લગ્ન કરી લીધું હતું...

સુજ્ઞની કાર જ્યારે પોતાના આંગણે આવીને ઊભી રહી ત્યારે પળવાર માટે તો કુમકને થયું હતું કે અંકન પોતાને મળવા આવ્યો છે, પણ ગુલાબના હાર અને પાનેતરમાં સજ્જ એષણાને જોઈ કુમકને આશ્ચર્ય થયું હતું. એની પાછળ રુઆબદાર પગલે ચાલતો હતો સુજ્ઞ. સુજ્ઞને કુમક સારી રીતે ઓળખતી હતી. કૉલેજમાં એ 'ગોરખધંધા' માટે કુખ્યાત હતો, પણ હવે કશું બોલવાનો અર્થ નહોતો. મમ્મી રોષમાં હતી પણ પોતાની એષણાને અમીર પતિ મળ્યો એમ વિચારી એણે રોષને તિલાંજલિ આપી દીધી !

એષણાના પપ્પાજી આવ્યા એટલે સુજ્ઞે તેમને પ્રણામ કર્યાં અને 'થોડુંક જરૂરી કામ પતાવીને' આવું છું, કહીને સુજ્ઞે વિદાય લીધી !

અને કુમકે એષણાને કહ્યું હતું : 'એષણા, જિંદગીનો આટલો મોટો ફેંસલો તેં જાતે કર્યો, એ પહેલાં વડીલોને પૂછવું તો હતું ! ઉતાવળે પરણવું એ ઘણી વાર પશ્ચાત્તાપની ઘડીઓને આગોતરું આમંત્રણ સાબિત થતું હોય છે !'

'બસ, આવા જ આશીર્વાદ આજે મને તમારે આપવાના છે ? તમારા જેવી કુંવારી મોટી બહેનો ફૂંકી-ફૂંકીને નિર્ણય કરતી હોય છે એટલે જ લગ્નના બજારમાં એમના ભાવ ગગડી જતા હોય છે. તમારે મન જિંદગી એક ચડાવ છે, મારે મન જિંદગી તીવ્ર સંવેદના છે, ગતિ છે, મસ્તી છે, તોફાન છે... એમાં ડાહ્યા-ડમરાપણાને અવકાશ નથી ! ભલે પાસા ઊંધા પડે, હારવાનો વારો આવે, પણ જિંદગીની બાજી ડરી-ડરીને ખેલવામાં લિજ્જત પણ શી ? તમને તમારું શાણપણ મુબારક, મને મારું જોખમી પાગલપણ મુબારક !'

એષણાએ આકરા શબ્દો સંભળાવી કુમકની બોલતી બંધ કરી દીધી હતી...

ધૂનીદાદા ચૂપચાપ બન્નેની વાતો સાંભળતા હતા. તેઓ કશું બોલે એ પહેલાં જ એમનાં શ્રીમતીજીએ એષણાનો પક્ષ લેતાં કહ્યું : 'કુમક, તારે તો નારાજ થવાને બદલે આજે ખુશ થવું જોઈએ કે તારી બહેન આજે ગરીબીની જેલમાંથી છૂટી ! તારા પપ્પામાં તો જિંદગીનાં ઝેર પચાવવાની તાકાત છે... એમણે ગરીબી પહેરી છે, ઓઢી છે, ખાધી છે અને પચાવી છે ! આપણને સૌને સુખની વ્યાખ્યા જ એમણે ભુલાવી દીધી છે ! હું નથી ઇચ્છતી કે અભાવોના અંધકારમાં ઠેબાં ખાઈખાઈને ઊછરેલી મારી દીકરીઓના લલાટે એમના પપ્પાને પગલે ચાલનારો સેવાભાવી વર લખાય ! ગઈ કાલે સમાજસેવા એ વ્રત હતું, આજે એ 'વેશ' છે, એવો વેશ, જે ભજવીને, 'લોક રિઝવણી'ને બદલે 'ખિસ્સાની રિઝવણી' સમાજસેવક, નજર સમક્ષ રાખતો હોય છે. બેટા એષણા, સુજ્ઞ સાથે તું સુખેથી જીવજે, મારા તમને આશીર્વાદ છે !'

...અને એક કલાક પછી સુજ્ઞ આવી પહોંચ્યો હતો. એણે કહ્યું હતું : 'હું એ.સી.માં રહેવા ટેવાયેલો છું... આ ખખડધજ પંખાની ગરમ હવાથી હું આકુળ-વ્યાકુળ થઈ જાઉં છું... મને અને એષણાને આપ સૌ રજા આપશો ? બળી-જળી એષણાને પણ મારા વિશાળ બંગલામાં ટાઢકનો અનુભવ થશે, ખરું ને ડાર્લિંગ ?'

અને એષણાને નફ્ફટાઈપૂર્વક જોરથી સુજ્ઞને તાલી આપતાં કહ્યું હતું : 'આવજો મારાં શાણાં દીદી કુમકબહેન, આવજો મમ્મી-પપ્પા... મારે આવવું હશે તો અને ત્યારે હું આંટો મારી જઈશ, મને તેડાવવાની કોશિશ ન કરશો...' કહીને સુજ્ઞ કારમાં બેસે એ પહેલાં જ પાછલી સીટ પર ગોઠવાઈ ગઈ હતી...

કુમક સુજ્ઞના સ્વચ્છંદીપણા વિશે ઘરમાં વાતો કરી મમ્મી-પપ્પાને ચિંતા કરાવવા નહોતી માગતી ! એણે મનોમન વિચાર્યું કે દરેકને પોતાની જિંદગીની વ્યાખ્યા કરવાનો અધિકાર છે.

રાબેતા મુજબ ઘરમાં ટપાલો આવતી રહે છે. ઉઘરાણીનાં બિલો જોઈ ચિંતિત બનેલી કુમકે નોકરી સ્વીકારી લેવાનો નિર્ણય કર્યો. એની કૉલેજના આચાર્યની ભલામણથી એને એક પ્રતિષ્ઠિત કંપનીનાં સેલ્સ એક્ઝિક્યુટિવ તરીકે નોકરી પણ મળી ગઈ હતી.

બધી જ ટપાલ આવે છે, પણ અંકનની ટપાલ આવતી નથી ! એના વિશેના કશા વિશેષ સમાચાર પણ મળતા નથી એટલે કુમક ચિંતિત હતી...

ત્યાં એક સાંજે અંકન આવ્યાના સમાચાર તેને મળે છે... અંકનનો ફોન આવે છે કે અતિથિગૃહમાં યોજેલી એક મિટિંગ પતાવી પોતે 'ધૂનીદાદા'નો મહેમાન બનશે અને રાત્રે ધૂનીદાદાને ઘેર જ જમશે અને અતિથિગૃહને બદલે ધૂનીદાદાના પરિવારનાં સ્વજનો સાથે જ રાત્રે રોકાશે...

ધૂનીદાદા તો ખુશ થઈ ગયા, પણ કુમક અને તેની મમ્મી ચિંતામાં પડી ગયાં... આવડા નાનકડા ઘરમાં અંકન જેવા 'મોટા સાહેબ'ને રાખવો ક્યાં અને જમાડવું શું ?

અંકનને કુમકની મમ્મીએ સીધો જ ફોન કરીને કહ્યું કે અમે સૌ રાત્રે તને મળવા આવીશું અને અમારા ઘરનું જ ભોજન કરવાની તારી ઇચ્છા છે એટલે ટિફિન બૉક્સ તૈયાર કરીને લેતાં આવીશું. તારા જેવા મોટા ઑફિસરને અતિથિગૃહમાં જ રોકાવાનું વધુ અનુકૂળ રહે ! પરંતુ અંકન એકનો બે ન થયો તે ન જ થયો અને સાંજે સાત વાગ્યે એ ધૂનીદાદાને ઘેર આવી પહોંચ્યો.

કુમકે બહાર આંગણામાં બે ખુરસીઓ ગોઠવી હતી, પરંતુ અંકન સીધો જ ઘરમાં પ્રવેશ્યો. એણે ધૂનીદાદાને વંદન કર્યા. પોતાની બ્રીફકેસમાંથી રેશમી છભ્ભો, ધોતી અને શાલ કાઢી ધૂનીદાદાનું અભિવાદન કર્યું. કુમકની મમ્મીનો ચરણસ્પર્શ કરી સાડી ભેટ આપી અને કુમકને પણ એમ્બ્રોયડરી ભરેલો સુંદર પંજાબી ડ્રેસ આપ્યો અને બહાર બેસવાને બદલે ઘરમાં પલંગ પર બેસવાનું પસંદ કર્યું...

કુમકની મમ્મીએ કહ્યું : 'દીકરા, તારું સ્વાગત અમે યોગ્ય રીતે કરી શકતાં નથી એ બદલ દિલગીર છીએ... પણ તું જાણે છે ને કુમકના પપ્પાજી

તો ગૃહસ્થ હોવા છતાં સંન્યાસી જેવા છે. નથી એમને પૈસાની મોહમાયા કે નથી એમને ઘરની જવાબદારીની ચિંતા ! એમને મન ગૃહસ્થ જીવન એટલે વૈભવ વિલાસ નહીં પણ તપસ્યા છે ! પણ આવા સિદ્ધાંતવાદીઓની આપણા દેશમાં કદર પણ કોને છે ?...'

'મમ્મી, આપ આવા શબ્દો બોલીને દાદાજીના તપનું મૂલ્ય ઓછું ન કરો... આપને ગર્વ થવો જોઈએ કે આજના ઘોર સ્વાર્થી વાતાવરણમાં ગાંધીજી કે રવિશંકર મહારાજના આદર્શોનો સંત્રી બનીને જીવનારો એક માણસ આપણી વચ્ચે છે ! ભોગનો રોગ ન વળગે એવું સ્વસ્થ અને સ્વચ્છ જીવન જીવવું એ પણ કંઈ નાનું તપ નથી ! હું આજે જે કંઈ છું એ ધૂનીદાદાને કારણે છું... એમણે પ્રગટાવેલી પરોપકારની જ્યોત જલતી રાખવી એ મારી પણ જવાબદારી છે !' - અંકને કહ્યું હતું...

...'અને હા, આપના આશીર્વાદ હોય તો કુમકને હું મારી જીવનસંગિની બનાવવા ઇચ્છું છું... સરકારી ક્વાર્ટરમાં રહેવા નહોતો ઇચ્છતો... એટલે મેં મારું નાનકડું સાદું ઘર અને ઘરવખરી વસાવી છે... એવી પૂર્વતૈયારી ન કરું ત્યાં સુધી હું કુમકનો હાથ આપની પાસે માગવાની ઉતાવળ કરવા નહોતો માગતો.'

અને કુમકની આંખમાં અનાયાસે જ અશ્રુ વહેવા લાગ્યાં હતાં... કુમકની મમ્મીએ પાસે આવીને અંકનના હાથમાં કુમકનો હાથ મૂક્યો હતો અને ધૂનીદાદા એ પવિત્ર મિલનને પ્રભુના આભાર સાથે અનિમેષ નયને નીરખી રહ્યા હતા...

એ પછી એક માસે કુમક અને અંકનનો લગ્નોત્સવ ગોઠવાયો હતો... એક સાદા હૉલમાં અંકન અને કુમકનાં સ્વજનોની હાજરીમાં લગ્ન સંપન્ન થયાં હતાં... અંકન લગ્નનિમિત્તે કોઈ પણ પ્રકારની ભેટ કે ચાંલ્લો લેવા ઇચ્છતો નહોતો એટલે એણે પોતાના પરિચિતો, ઑફિસરો કે જ્ઞાતિજનોને લગ્નપ્રસંગે નોતર્યા નહોતા.

ધૂનીદાદાના આગ્રહ છતાં અંકને લગ્ન નિમિત્તે પોતાના શ્વશુરપક્ષ તરફથી કોઈ પણ ચીજવસ્તુ કે રોકડ રકમ સ્વીકારવાનો ધરાર ઇનકાર

કર્યો હતો. કુમકે પહેરવાનાં વસ્ત્રો પણ એ પોતાને ખર્ચે જ લાવ્યો હતો...

...અને રિસેપ્શનનો સમય થતાં સુજ્ઞ આવી પહોંચ્યો હતો. એણે રુઆબદાર ડ્રેસ પહેર્યો હતો, ગળામાં સોનાની મોંઘીદાટ ચેન શોભતી હતી અને કુમક તથા અંકન માટે જાતજાતની ભેટો લઈને સેવક સાથે હાજર હતો... અને અંકન કશું બોલે એ પહેલાં જ એણે કહ્યું હતું : 'અંકન, આપણા સસરાજીના માર્ગે ચાલશો તો દુઃખી થશો... આજના જમાનામાં આદર્શો અને સિદ્ધાંતોના પોટલાને દરિયામાં પધરાવીને જીવવામાં જ સાર છે. અને તમે તો સરકારી અધિકારી છો... મારી દૃષ્ટિએ તમારો હોદ્દો કામધેનુ જેવો છે ! એને દોહતા રહો અને અમારા જેવાનેય એ દૂધનું પાન કરવાનો મોકો આપતા રહો ! 'દુનિયા ઝૂકતી હૈ, ઝુકાનેવાલા ચાહિયે !' લો, અમારી આ નાચીઝ ભેટ સ્વીકારીને આપણી પ્રથમ મુલાકાતને યાદગાર બનાવો.' - સુજ્ઞ ખડખડાટ હસતો રહ્યો... હસતો જ રહ્યો...

પણ અંકને કહ્યું હતું : 'સુજ્ઞ, તમે સગપણમાં મારા સાઢુ થયા, પણ મારી અને તમારી જીવનશૈલી અને દૃષ્ટિકોણમાં આભ-જમીનનો ફેર છે ! હું ધૂનીદાદાનો જમાઈ હોવા છતાં દીકરો છું અને તમે માત્ર એષણાના પતિ છો. નથી તમારામાં એમના જેવા મહાન માણસના જમાઈ બનવાની દાનત કે નથી દીકરો બની એમના જીવનના મહાન આદર્શોને જીવનમાં ઉતારવાની તમન્ના ! રૂપિયામાં આમ તો સુગંધ હોય છે, પણ એમાં અપ્રમાણિકતા અને અહંકારની ગંધ ભળે ત્યારે રૂપિયાની ખુશબો ખતમ થઈ જાય છે ! રૂપિયો મને જાળવે કે ન જાળવે, પણ મારો હોદ્દો રૂપિયાની ઇજ્જત જાળવે એ મારું વ્રત છે... કારણ કે હું ધૂનીદાદાના સંસ્કારનું અમૃત પીને ઊછરેલો યુવાન છું ! એ સંબંધની મર્યાદા જળવાય તો આપણો સંબંધ સાચો !'

... અને વાતાવરણમાં જાણે વણકથ્યા શબ્દો પડઘાતા હતા : આજે પણ ક્યાંક ગાંધી... ક્યાંક રવિશંકર મહારાજનું કોઈકના હૃદયમાં થાણું છે. એ થાણું એટલે જ સ્વર્ણિમ ગુજરાત !

❑

૧૭. 'આજથી હું આસ્તિક'

'તારા ભગવાનને કહી દેજે કે માણસોની ક્વૉન્ટિટી ઉર્ફે વસ્તી તો વધી રહી છે, પણ 'ક્વૉલિટી' દિવસે-દિવસે બગડી રહી છે. એના પરત્વે ધ્યાન આપે.'

'અને જ્યાં સુધી ગરીબોને બે ટંકનું ખાવાનું ન મળે ત્યાં સુધી પોતે અન્નકૂટોના થાળને સૂંઘશે પણ નહીં, એવી જાહેરાત પણ તારા પ્રભુ પાસે કરાવી દેજે !'

'અને હા, અનેક દ્રૌપદીઓનાં છડેચોક ચીર ખેંચાય છે અને નગ્ન કરી એમને સડક પર ફેરવવામાં આવે છે, ત્યારે એવી અબળાઓ માટે સાડીઓનું પોટલું ઢીલું કરે.'

આલંબનના પપ્પાજી એક પછી એક વ્યંગ્યબાણો દ્વારા ભગવાનને પડકારો ફેંકી રહ્યા હતા. આલંબન જેટલો શ્રદ્ધાવાદી, એના પિતા એટલા જ નાસ્તિક !

આલંબનને સંસ્કારવારસો મળ્યો હતો એની માતા પ્રકામ્યાદેવીનો. પ્રકામ્યાદેવીના પિતાજી પણ ઈશ્વરની શરણાગતિમાં અટલ વિશ્વાસ ધરાવે. વિજ્ઞાનમાં ડૉક્ટરેટની પદવી પ્રાપ્ત કર્યા છતાં એમણે નોકરી કરવાને બદલે વારસાગત અધિકારનો આદર કરી પૂજારી બનવાનું પસંદ કર્યું. તેઓ ધર્મ અને વિજ્ઞાન બન્નેનો સમન્વય કરી લોકોને અંધશ્રદ્ધાથી બચવાનું સમજાવતા. એમને મન મંદિર એ લોકજાગૃતિનું મહાકેન્દ્ર હતું. એટલે એમના મંદિરમાં ભેટ મૂકવાની કે બાધા-બંધણી નિમિત્તે કોઈ કર્મકાંડ કરવાની મનાઈ હતી.

આલંબનના પૂજારી નાનાજી પાસે ૭૦ વીઘાં જમીન હતી. એમાં

મોસમી ખેતી સાથે ફળ-ફળાદિ, શાકભાજી વગેરે બારેમાસ મળી રહે તેની પણ ગોઠવણ કરતા. પ્રસાદ પણ પોતાના વાડીનાં ફળોનો જ વિતરિત કરતા.

આલંબનના નાનાજી પોતાની કથાઓ કે દૃષ્ટાંતોમાં ઈશ્વરના ચમત્કારો વિશે ક્યારેય વાત કરતા નહીં ! એક વાર પ્રવચન દ્વારા એમને કોઈ જિજ્ઞાસુએ પૂછ્યું : 'વિજ્ઞાનની મોટી પદવી ધારણ કર્યા છતાં આપ 'અવતારવાદ'માં માનો છો, એનું મને આશ્ચર્ય છે ! તમે કયા ભગવાનની પૂજા કરો છો ?'

ડૉક્ટર પૂજારીએ તરત જ જવાબ આપ્યો હતો : 'હું અવતારને 'દેવ' સ્વરૂપે જોતો જ નથી. એક જનમમાં સામાન્ય રીતે માણસ ન કરી શકે એવાં હજારો પરોપકારી કામો દ્વારા જીવનનો આદર્શ ચરિતાર્થ કરી બતાવે તે અવતાર ! એમાં દેવત્વનું દર્શન કરવું એ આપણી ભાવનાની વાત છે... હું મંદિરને 'ઉત્તમ પુરુષો' કે 'ઉત્તમ સન્નારી'ઓની પ્રતિમાઓ દ્વારા આપણી ગતિ અને મતિને મહાન બનાવવાનું પ્રેરણાસ્થાન માનું છું. સત્કાર્ય કરનાર કોઈ પણ વંદનીય છે ! મારામાં રહેલી પરમ ચૈતન્ય-શક્તિનું જ હું દેવ પ્રતિમામાં ભાવનાપૂર્વક દર્શન કરું છું... અને એમાં મને કશું અજુગતું નથી લાગતું ! શ્રદ્ધા એ અપરાધ નથી, પણ અંધશ્રદ્ધા એ અપરાધ છે, એ વાત હું મારા શ્રોતાજનોને શીખવું છું.'

આલંબનના નાનાજીના આવા ઊંચા ખ્યાલો લોકોને ઓછા માફક આવતા. એટલે એમના મંદિરમાં દર્શનાર્થીઓની સંખ્યા પણ ઓછી રહેતી. દાન આપનારના નામની તકતી કે સન્માનની વાત તેઓ સ્વીકારતા નહીં એટલે કીર્તિભૂખ્યા દાતાઓ પણ એમનાથી અળગા રહેતા. રામનવમી કે જન્માષ્ટમીની ઉજવણીની એમની રીત પણ અનોખી હતી. રામનવમીને દિવસે તેઓ બહેનોની સભા રાખતા અને તેમને કાગળ આપી કૈકેયી અને મંથરામાં તથા રાવણમાં કયા-કયા દોષો દેખાયા તેની યાદી કરવા જણાવતા અને પછી કહેતા કે જે દોષોની યાદી તમે કરી છે એવો દોષ જો તમારામાં હોય તો એને દૂર કરવાની મનોમન પ્રતિજ્ઞા કરો અને દોષોની યાદીનો ઢગલો કરી તમે જાતે જ એ દોષોનું દહન કરો ! અને એકઠી થયેલી સહુ

નારીઓ દોષદહનક્રિયામાં જોડાતી. જન્માષ્ટમીના દિવસે પણ મિલકત, જમીન કે સંપત્તિના અધિકારો માટે લડતા લોકોને એકઠા કરતા. ખેડૂતો અને ગોવાળિયાઓનું સન્માન કરતા. અને લોકોમાં એકતા અને સહિષ્ણુતા તથા ત્યાગવૃત્તિ વધે અને ભાઈચારો વધે એવી કોશિશ કરતા.

જ્ઞાની પિતાની ખોટની દીકરી પ્રકામ્યાના વિવાહની વાત થઈ ત્યારે લોકોએ એમને ચેતવ્યા હતા, 'જુઓ, તમે જે યુવક કર્મેન્દ્ર સાથે પ્રકામ્યાનું માગું નાખવા ઇચ્છો છો એ છોકરો માથાનો ફરેલો છે... અહંવાદી છે ! ભગવાનના નામ સાથે એને બારમો ચંદ્રમા છે ! પ્રકામ્યા જેવી સંસ્કારી દીકરી કર્મેન્દ્ર સાથે લગ્ન કરીને દુઃખી થઈ જશે !'

ત્યારે પ્રકામ્યાના પિતાએ કહ્યું હતું, 'મારી પુત્રીની કૂખેથી ક્યાધૂની કૂખેથી જન્મેલા પ્રહ્લાદ જેવો કોઈ આસ્તિક પુત્ર જન્મશે અને એ પોતાના પિતાના હૃદયપરિવર્તન માટે પ્રયત્ન કરશે. ઈશ્વરમાં ન માનનારને હું હિરણ્યકશિપુ નથી માનતો. દરેકને પોતાની માન્યતા ધરાવવાની સ્વતંત્રતા હોવી જોઈએ. અને એવી માન્યતામાં જડતા ન હોવી જોઈએ. જરૂર પડ્યે માન્યતાને બદલતાં પણ માણસે સંકોચ પામવો જોઈએ નહીં.'

અને કર્મેન્દ્ર સાથે પ્રકામ્યાનાં લગ્ન થઈ ગયાં હતાં. કન્યાવિદાય પ્રસંગે પણ પ્રકામ્યાના પિતાજીએ દીકરીને કહ્યું હતું : 'દીકરી, સંઘર્ષ એ જ સત્યરક્ષાનું એકમાત્ર સાધન નથી, પણ અંતિમ સાધન છે એટલું યાદ રાખજે. સત્યનો ઉપયોગ જીદ અને વટ માટે ન કરતી. સંવાદ એ જ સાસરિયાંમાં સ્થિર થવાનું અમોઘ શસ્ત્ર છે. બસ, આટલું યાદ રાખીશ તો ઘણીબધી સમસ્યાઓનું સમાધાન આપોઆપ થઈ જશે. મીરાંની કૃષ્ણભક્તિ સાચી, પણ દરેક મીરાંને મેવાડ છોડવાનું ન પણ પોસાય. ત્રાસના મૂળ પર ત્રાટકવું એ પણ કૃષ્ણભક્તિ જ છે ! તારી જાતને તું 'અબળા' ન માનીશ અને છતાંય અહંકારી બની તારું 'સબળા'પણું પ્રદર્શિત કરવાના મોહમાં પણ ન પડીશ.'

અને પ્રકામ્યાને પોતાની જીવનશૈલી માટેનું પોતાના પપ્પાજીનું મૂલ્યવાન માર્ગદર્શન મળી ગયું હતું.

પ્રકામ્યાને એ વાત સ્પષ્ટપણે સમજાઈ ગઈ હતી કે ભગવાનવિષયક પોતાની માન્યતા અને પોતાના પતિ કર્મેન્દ્રે માન્યતામાં આભ-જમીનનું અંતર છે ! પણ એ અંતરને પોતે વિવાદનો વિષય નહીં બનાવે... અને કર્મેન્દ્રે પણ પ્રકામ્યાને કહ્યું હતું : 'તારા વ્યક્તિત્વનો હું આદર કરીશ. તારી માન્યતા ધરાવવાનો પણ તને અબાધિત અધિકાર, પણ મહેરબાની કરી મારી માન્યતાઓ પર તારી માન્યતાઓને ઠોકી બેસાડવાની કોશિશ ન કરીશ. મારે તને પતિવ્રતા પણ નથી બનાવવી અને મારે 'પત્નીવ્રતી' પણ નથી બનવું. બસ, તું આટલું સમજીશ તો આપણે માટે ક્યારેય સંઘર્ષમાં ઊતરવાનો વારો નહીં આવે.'

અને પ્રકામ્યાએ પોતાના પતિ કર્મેન્દ્રની ખેલદિલીની અંતઃકરણપૂર્વક મનોમન કદર કરી હતી. માણસને માપવાનું કાર્ય કેટલું બધું અટપટું છે ! માણસ એટલે 'મેજરટેપ'થી ન મપાય એવું પ્રાણી ! માણસને માપવા માટે પળે-પળે નવો માપદંડ અજમાવવો પડે !

...અને પ્રકામ્યા તથા કર્મેન્દ્રનું જીવન-ઝરણું નિરપવાદ રીતે વહેતું રહ્યું... કર્મેન્દ્ર અને પ્રકામ્યા એક જ કારમાં સાથે નીકળતાં. કર્મેન્દ્ર પોતાની ઑફિસે જતાં પ્રકામ્યાની ઇચ્છા મુજબ અને દેવદર્શન કાજે મંદિર પાસે ઉતારી દેતો. એ દેવદર્શનનો 'લાભ' લીધા સિવાય જ એ કાર હંકારી મૂકતો. વળતાં પ્રકામ્યા ચાલીને ઘેર પહોંચી જતી.

બે વર્ષ પછી પ્રકામ્યા પુત્રની માતા બની. પ્રકામ્યાની ઇચ્છા હતી કે પુત્રનું નામ કોઈ ધાર્મિક કે આધ્યાત્મિક સંદર્ભ ધરાવતું હોય ! પણ કર્મેન્દ્રે પોતાની ઇચ્છા પુત્રના નામને ધાર્મિક નામથી અલિપ્ત રાખવાની પ્રદર્શિત કરી હતી અને પ્રકામ્યાએ પતિની એ ઇચ્છાનો આદર કરી કર્મેન્દ્રની પસંદગી મુજબના 'આલંબન' નામ પર પસંદગીનો કળશ ઢોળ્યો હતો. આલંબનના નાનાજીને પણ 'આલંબન' નામ ગમ્યું હતું... સંતાન અંતે તો માતા-પિતાનું આલંબન કે ટેકો અથવા આધાર જ છે ને !

આલંબનના સંસ્કારો પણ તેના પિતાના સંસ્કારોથી અલગ હતા. એ વહેલી સવારે ઊઠી સ્નાન પતાવી ધ્યાન કરતો અને અભ્યાસ કરતાં

પહેલાં માતા-પિતાને વંદન કરવાનું ક્યારેય ચૂકતો નહીં...

શાળાના અભ્યાસ દરમિયાન એને ગણિત અને વિજ્ઞાનમાં રસ. પરીક્ષાનું પરિણામ આવે ત્યારે પ્રથમ નંબર આલંબનનો જ હોય !

હાયર સેકન્ડરીની પરીક્ષા પાસ કર્યા બાદ આલંબને મેડિકલ ક્ષેત્રે કારકિર્દી વિકસાવી ડૉક્ટર બનવાનું પસંદ કર્યું. પ્રકામ્યા એને પ્રોફેસર બનાવવા ઇચ્છતી હતી અને કર્મેન્દ્રની ઇચ્છા એને વૈજ્ઞાનિક બનાવવાની હતી, પણ બન્નેમાંથી એકેએ પોતાની ઇચ્છા પુત્ર પર લાદવાની કોશિશ ન કરી અને આલંબનની દાક્તરી અભ્યાસની યાત્રા શરૂ થઈ !

એમ.બી.બી.એસ.માં પ્રથમ વર્ગ સાથે ઉત્તીર્ણ થયા બાદ એને એમ.એસ.માં એડમિશન મળ્યું અને સર્જન બનવાની આલંબનની ઇચ્છા સંતોષાઈ.

એમ.એસ.ની પરીક્ષા પણ એણે ફર્સ્ટ ક્લાસ સાથે પસાર કરી. કર્મેન્દ્રે તેની પીઠ થાબડતાં કહ્યું : 'આલંબન, અંતે તો પિતાને માર્ગે ચાલ્યો અને દેવી-દેવતાઓ વિષયક માન્યતાઓની જાળમાં ન ફસાયો. આખરે દીકરો તો મારો જ ને !'

આલંબને કહ્યું : 'હું સર્જન ભલે બન્યો, પણ 'સર્જનહાર'ને ક્યારેય નહીં ભૂલું. પપ્પાજી, મારી બુદ્ધિ, મારી ઇન્દ્રિયો બધું જ સુપેરે કામ કરે, પણ એમાં શક્તિ અને ચૈતન્યના સંચારને હું કોઈ અકસ્માત નથી માનતો. એટલે હું મારી કર્મનિષ્ઠાને જ 'સર્જનહાર'નું સ્વરૂપ માનીશ. મારી સામે આશા લઈને આવેલો દર્દી એ જ મારે મન 'નારાયણ' છે... મારું ઑપરેશન થિયેટર એ જ મારે મન દેવમંદિર છે ! અને મારું જ્ઞાન, મારી બુદ્ધિ અને ચીવટ મારા દર્દીના જીવનનું રક્ષક બને, એ જ મારે મન પરમશક્તિની આરતી છે ! સફળતાનો મને સંતોષ હશે, પણ એનું શ્રેય તો કોઈ અગમ્ય શક્તિને જ ફાળે જાય ! હું જિવાડવાનો પ્રયત્ન કરનારો છું, જિવાડનારો નહિ, એટલું સદાય યાદ રાખીશ.'

'પણ તારી મમ્મી તો બધું શ્રેય ભગવાનને આપે છે' કર્મેન્દ્રે હસતાં-હસતાં કહ્યું હતું.

'અને હું તો પપ્પા, તમારામાં અને મારી મમ્મીમાં પરમાત્માનું દર્શન

કરું છું... જીવતાં-જાગતાં ઉપકારકર્તા માનવો એ પણ દેવો જ છે ! માનવીથી દેવોને જુદા માનવાનો અપરાધ મારે નથી કરવો અને સાથે સાથે બધું આપોઆપ જ બને છે અને એમાં કોઈ પરમતત્ત્વનું કશું જ પ્રદાન નથી, એવા શ્રદ્ધાવિહોણા દૃષ્ટિકોણની પણ મારે તરફદારી નથી કરવી ! હું વધુ અભ્યાસ માટે અમેરિકા જઈશ, પણ મારી કર્મભૂમિ તો ભારત જ રહેશે.'

અને એક વર્ષ પછી વિઝા મળતાં આલંબનના અમેરિકા જવા માટે પ્રસ્થાન કરવાનું સમયપત્રક નક્કી થયું હતું...

મધરાતની ફ્લાઇટમાં એ જવાનો હતો એટલે પ્રકામ્યા અને કર્મેન્દ્ર એને વિદાય આપવા માટે એરપોર્ટ પહોંચ્યાં હતાં. ફ્લાઇટ સમયસર હતી એટલે પ્રકામ્યા અને કર્મેન્દ્ર આલંબનનું વિમાન ઊડ્યા બાદ પરત ફર્યાં હતાં...

કર્મેન્દ્ર ખૂબ જ થાકેલો હતો. આંખોમાં ઊંઘ પોતાનો મજબૂત ડેરો જમાવવા બિસ્તરો પાથરી રહી હતી. પાંચેક કિલોમીટર દૂર ગયા બાદ એક યુવકને કર્મેન્દ્રની કારે અડફેટે લીધો. યુવક કારના વ્હીલની ટક્કર વાગતાં બાજુ પર ફેંકાયો... પ્રકામ્યા માઠા પરિણામના એંધાણને લીધે મનોમન ભગવાનને પ્રાર્થના કરતી-કરતી નીચે ઊતરી. કર્મેન્દ્ર પણ કાર બંધ કરી એ યુવક પાસે દોડી ગયો... યુવકને સહેજ ટેકો આપ્યો, એટલે ઊભો થયો અને એણે કહ્યું : 'સાહેબ, ચિંતા ન કરશો. મને સહેજ પણ વાગ્યું નથી. આપની કારે મને ટક્કર મારી અને હું ભોંય પર પટકાયો, ત્યારે મને લાગ્યું કે કોઈ અદૃષ્ટ હાથે મને ઝીલી લઈને આરામથી નીચે સુવાડી દીધો છે ! આપ જાઓ, મારે આપની સામે કશી જ ફરિયાદ નથી કરવી.'

કર્મેન્દ્રે એને થોડાક પૈસા આપવાની તૈયારી દર્શાવી, પણ એ યુવકે ધરાર ઇનકાર કરતાં કહ્યું : 'કોઈનાથી અકારણ થઈ ગયેલી ભૂલના તાપણે ખીચડી ન પકાવાય... આવજો.' અને એ યુવક અદૃશ્ય થઈ ગયો.

કર્મેન્દ્ર વિચારમાં ને વિચારમાં ગાડી હંકારે જતો હતો. સડક પર 'ડેન્જર' દર્શાવતું લાલ ફાનસ તેને ન દેખાયું અને આગળ વધતાં અટકાવતું દોરડું તોડી તેની કાર ઊંડા ખાડામાં ધકેલાઈ ! કર્મેન્દ્રને મોત સામે દેખાતું હતું... પ્રકામ્યાએ તો આંખો મીચી દઈને જોવાનું જ બંધ કરી દીધું હતું !

કાર ખાડામાં પડી. કારના દરવાજા તૂટી ગયા, પણ કર્મેન્દ્ર અને પ્રકામ્યા બહાર ફેંકાવાને બદલે અંદર જ ઢળી પડ્યાં. રસ્તેથી પસાર થતાં લોકો દોડી આવ્યા. ખાડામાં પડેલી કારમાં ભયાનક રીતે જખમી થયાં હોવાની તેમને આશંકા હતી... પણ અંદરથી અવાજ આવ્યો : 'અમે બન્ને સલામત છીએ... અમને માત્ર બહાર નીકળવા માટે ટેકાની જરૂર છે !'

અને લોકોએ હાશકારો અનુભવ્યો. બે-ત્રણ જવાનિયા ખાડામાં ઊતર્યા અને કારને સહેજ સાઇડમાં હડસેલી પ્રકામ્યા અને કર્મેન્દ્રને કારમાંથી બહાર કાઢ્યાં.

લોકોએ એ બન્નેનાં શરીર પર હાથ ફેરવી તપાસી જોયું કે ક્યાંક કશી ઈજા તો નથી થઈ ને ! લોકો એ બન્નેને બહાર લઈ આવ્યા. ત્યાં એક ડૉક્ટર પણ પોતાની કાર થોભાવીને અકસ્માતનો ભોગ બનેલાને મદદ કરવા થોભેલા હતા.

ડૉક્ટરે કર્મેન્દ્ર અને પ્રકામ્યાને તપાસી જોયા, પ્રકામ્યા ખૂબ ગભરાયેલી હતી, પણ કર્મેન્દ્ર પ્રમાણમાં સ્વસ્થ હતો.

ડૉક્ટરે એ બન્નેને તેમને ઘેર પહોંચતા કરવાની તૈયારી દર્શાવી અને કર્મેન્દ્ર અને પ્રકામ્યા આભાર સાથે ડૉક્ટરની કારમાં ગોઠવાયા.

કર્મેન્દ્રનો દીકરો સર્જરીના વધુ અભ્યાસ માટે આજે અમેરિકા જઈ રહ્યો હતો એ જાણી એ ડૉક્ટરને પણ આનંદ થયો. ડૉક્ટર પોતે પણ સર્જન હતા.

એમણે હળવેકથી કહ્યું : 'મિ. કર્મેન્દ્ર, તમે ભગવાનમાં માનો છો ? તમને નથી લાગતું કે અણીના સમયે કોઈ અદૃષ્ટ શક્તિ તારણહાર બની આપણું રક્ષણ કરે છે ?'

'હા, પણ અકસ્માતો અનેક સર્જાય છે, પણ એનો ભોગ બનનાર સૌને અદૃષ્ટ શક્તિ બચાવી શકતી નથી ! કેટલાક એવા અકસ્માતમાં મૃત્યુ પામે છે' કર્મેન્દ્રે કહ્યું.

'કબૂલ. પણ કેટલાક બચી પણ જાય છે ને ! અને આપણે નકારાત્મક પાસાનો પહેલાં વિચાર કરીએ છીએ, પછીથી હકારાત્મકતાનો. અને એ

પણ જરૂર લાગે અને તર્કજાળમાં વધુ ન અટવાઓ તો.' ડૉક્ટરે કહ્યું અને ઉમેર્યું : 'આ બાબતમાં 'પસંદ અપની અપની, ખ્યાલ અપના અપના.' આપણી માન્યતાઓ આપણે ઇચ્છીએ તેમ સદાય અફર નથી રહેતી ! તમને પણ સમય આવ્યે આ વાત સમજાશે.' કર્મેન્દ્રનું ઘર આવી પહોંચ્યું અને ડૉક્ટરનો આભાર માની પ્રકામ્યાએ એમને વિદાય આપી. અને કર્મેન્દ્રે નિરાંતનો શ્વાસ લીધો...

બીજે દિવસે રાબેતા મુજબ કર્મેન્દ્ર અને પ્રકામ્યા સાથે નીકળ્યાં... કાર અકસ્માતને કારણે ગેરેજમાં હતી એટલે ઑફિસની ટેક્સી દ્વારા કર્મેન્દ્ર ઑફિસ જવાનો હતો અને પ્રકામ્યા દેવદર્શને જવાની હતી...

મંદિર આવતાં પ્રકામ્યા નીચે ઊતરી અને 'બાય-બાય' કહી મંદિરનાં પગથિયાં ચઢી ભગવાનની મૂર્તિ સમક્ષ પહોંચી ગઈ. કાકલૂદીભર્યા સ્વરે ભગવાનની પ્રાર્થના કરતી રહી. બન્ને અકસ્માતમાં પોતાને મદદરૂપ થનાર ભગવાનનો એ આભાર માનતી રડી રહી હતી...

પૂજારીએ પ્રસાદ આપ્યો એટલે પ્રકામ્યાએ પ્રસાદ લીધો અને કહ્યું : 'એક પડીકામાં અલગ પ્રસાદ મને બાંધી આપો... મારા પતિ પણ કદાચ આજે પ્રસાદ આરોગશે.'

'પડીકાની જરૂર નથી પૂજારીજી, પ્રસાદ લેવા માટે હું હાજર છું !' પ્રકામ્યાની પાછળ ઊભેલા કર્મેન્દ્રે કહ્યું.

અને પ્રકામ્યાએ નીચે ઝૂકીને કર્મેન્દ્રને વંદન કર્યાં... કર્મેન્દ્રે કહ્યું : 'પ્રકામ્યા, આજે મને કોઈક પરમશક્તિની કૃપાની પ્રતીતિ થઈ છે ! એ શક્તિ કોણ છે અને કેવી છે એની ચર્ચામાં મારે નથી પડવું ! આપણી કારની ટક્કર વાગવા છતાં પેલો યુવક હેમખેમ અને ખાડામાં પડ્યા છતાં આપણા બન્નેનો વાળ પણ વાંકો ન થયો ! આ બધું મારી સમજ બહારનું છે... એટલે તર્કની હદ બાંધી હું શ્રદ્ધાને ખોળે માથું મૂકું છું !'

અને કર્મેન્દ્રનો જાણે કે પુનર્જન્મ થયો હતો. પ્રકામ્યાના આનંદની કશી સીમા નહોતી !

❑

૧૮. જીવનનો નવો અધ્યાય

પંચમ આજે એન્જિનિયરની પદવી અને સુપ્રતિષ્ઠિત કંપનીના ચીફ મૅનેજરનો નિયુક્તિપત્ર લઈને આવી રહ્યો હતો... એણે મનમાં નક્કી કર્યું હતું કે પ્રેમદાને પોતાની મમ્મીના ત્રાસમાંથી છોડાવશે અને પોતાની સાથે મુંબઈ લઈ જશે. કંપની તરફથી સરસ એપાર્ટમેન્ટ પણ મળ્યું છે. પંચમની ઇચ્છા પ્રેમદાને ખૂબ જ સુખ આપવાની હતી.

પંચમને પોતાની મમ્મીએ પ્રેમદા પર કરેલા ત્રાસનું સ્મરણ થયા કરતું હતું. પંચમ સાથે લગ્ન કર્યા બાદ પ્રેમદા એક દિવસ માટેય ચેનથી રહી શકી નહોતી. આમ તો પંચમ અમીર પિતાનો પુત્ર હતો... તેના પિતાની મોટી પેઢી હતી, પણ પંચમની સ્વતંત્રતા કેટલી ? મહિને માંડ બે હજાર રૂપિયાના ઉપાડ જેટલી. પંચમના ત્રણ ભાઈઓ પેઢીમાં પરિશ્રમ કરતા, પણ શાસન તો તેમના પિતાનું જ રહેતું. પંચમના પિતા સ્વભાવે કંજૂસ, ઘમંડી અને ઈર્ષ્યાળુ હતા... અને તેની મમ્મી તો તેના પપ્પાનેય પાછળ પાડી દે તેવી ક્રૂરતાની મૂર્તિ સમાન હતી.

પ્રેમદાએ પિયર જવું હોય તો પહેલાં તેના પપ્પાને પત્ર લખીને મનીઑર્ડરથી રકમ મગાવવાની, પછી ઘર બહાર પગ મૂકવાનું વિચારવાનું. પ્રેમદા લગ્ન પછી એક દિવસ માટેય પંચમ સાથે બહારગામ ફરવા માટે જઈ શકી નહોતી, કારણ કે તેની સાસુમાએ તેનું હરવા-ફરવાનું બજેટ નામંજૂર કર્યું હતું. ઘરમાં પંચમ સૌથી નાનો હતો એટલે ઘરમાં એને કોઈ પૂછતું નહોતું. પ્રેમદા ઘરમાં સૌથી નાની હતી, પણ કામકાજની સૌથી વધુ જવાબદારી તેના ઉપર હતી. ઘરનો દરેક સભ્ય પ્રેમદા પર હુકમ ચલાવતો. પ્રેમદાનાં માતા-પિતા મધ્યમવર્ગનાં હતાં, પંચમની ત્રણેય મોટી ભાભીઓ

એક થઈ ગઈ હતી અને પ્રેમદાને એકલી પાડી દીધી હતી. પ્રેમદા આવે એટલે તેઓ સૌ હસતાં હોય કે વાતો કરતાં હોય તો બંધ થઈ જાય. પ્રેમદા આ બધાની ફરિયાદ પંચમને કરતી, ત્યારે પંચમ કહેતો : 'પ્રેમદા, તું આ ઘરમાં સૌથી નાની છે અને તેથી તારી જવાબદારી મોટી છે. મોટાં ભાભીઓ આજ સુધી ઘરની જવાબદારી અદા કરતાં આવ્યાં છે, હવે તારો વારો છે. થોડીક નમ્રતા ધારણ કર. પરિવારનાં સભ્યો સાથે હળીમળીને રહેતાં શીખ, ચાડીઓ ખાઈને ઘરની શાંતિ હણવાની કોશિશ ન કર.'

પ્રેમદાએ પંચમની વાત માની લીધી અને સૌ સાથે ભળી જવાનો પ્રયત્ન કર્યો, પણ ભાભીઓ તો એના પર વ્યંગબાણ છોડવાની એક પણ તક જતી કરતી નહીં અને એનાં સાસુમા તો પ્રેમદાના પિયર પક્ષના લોકોને હરતાં-ફરતાં નિંદવાનું ભૂલતાં નહીં, પરિણામે પ્રેમદા અને પંચમનું દામ્પત્યજીવન ક્લેશમય બની ગયું.

પ્રેમદા પરણ્યા બાદ પ્રતીક્ષા કરતી હતી પંચમ સાથે પ્રસન્નતાભર્યા જીવનની, પણ પંચમ ઘરમાં અને પેઢીમાં ઉંમરની દૃષ્ટિએ નાનો હોવાને કારણે તેની ઉપેક્ષા જ થતી.

પંચમ પ્રેમદાનો પક્ષ લઈને બોલવાની હિંમત કરે તે પહેલાં જ એની મમ્મીએ તેના નામ સાથે વિશેષણ જોડી દીધું 'કહ્યાગરો કંથ'. કાશ, પંચમ ખરેખર કહ્યાગરો કંથ બની શક્યો હોત તો સારું થાત. પ્રેમદા જેવી શાણી, સમજુ અને સંસ્કારી પત્નીનો પડતો બોલ ઝીલવામાં કોને આનંદ ન થાય ? જ્યાં નમ્રતાની સુવાસથી મહેકતી આજ્ઞા હોય, જ્યાં પ્રણયનીતરતા શબ્દોનું પાલન થતું હોય, જ્યાં સન્માન અને ગૌરવથી શોભતી આધીનતા હોય, ત્યાં બંધન પણ મુક્તિ બની જતું હોય છે. પ્રેમદાનું બંધન કંઈક આવું જ હતું.

શીલ, સૌજન્ય અને સંસ્કારિતાની જીવંત પ્રતિમાસમી પ્રેમદામાં પંચમનાં મમ્મી-પપ્પાએ દોષ સિવાય કશું જ ન જોયું, પણ પ્રેમદા તો સહિષ્ણુતાની મૂર્તિ હતી. મોઢેથી ફરિયાદનો એક શબ્દ પણ ઉચ્ચારતી નહીં.

પંચમનું ઘડતર પણ અમુક રીતે જ થયેલું, એટલે સત્ય શું, એ

સમજવા છતાં સત્ય કહેવાની હિંમત કેળવી શક્યો નહીં. પંચમના પપ્પાનું 'મિલિટરી માઇન્ડ' અને મમ્મીની જોહુકમી, આ બન્ને સત્તાધીશોના કઠોર વલણે પંચમના વ્યક્તિત્વને મુક્ત રીતે વિકસવા જ ન દીધું.

પણ પ્રેમદાએ પોતાના મનને ધીરજ આપીને એમ સમજાવ્યું કે પંચમનાં માતા-પિતાનો ત્રાસ પંચમનો અભ્યાસ પૂરો થયા પછી ક્યાં રહેવાનો છે ? પંચમને નોકરી મળશે અને સ્વતંત્ર જીવન શરૂ થશે, અને જીવનમાં સુખશાંતિની પળો આવશે.

પ્રેમદાની બધું સહન કરવાની તૈયારી હતી, પણ ઘરમાં કોઈક એનું છે, એવી ખાતરી તો થવી જોઈએ ને ! વડીલોનાં છણકા-છાકોટા, મહેણાં-ટોણાંની પ્રેમદાના માથે પસ્તાળ પડે, પણ પંચમ ન્યાયોચિત વાતમાંય પ્રેમદાની તરફેણ ન કરે, ત્યારે એને ખૂબ લાગી આવતું. પંચમે પણ નિર્ધાર કર્યો હતો કે અભ્યાસ પૂરો કરીને બહારગામ સરસ કોઈ નોકરી સ્વીકારી લેવી અને પ્રેમદાને પોતાની સાથે લઈ જવી. પંચમે પોતાના મનની વાત મનમાં જ રાખી. સમય જતાં પંચમે ઇજનેરી અભ્યાસ પૂર્ણ કર્યો. અને એક દિવસ ઘરમાં ચાલતા કલેશ અને કંકાસથી પોતે કંટાળી ગયો છે, એવું બહાનું કાઢી પંચમ મુંબઈની એક કંપનીમાં ઇન્ટરવ્યૂ આપવા ચાલી નીકળ્યો.

પંચમે પ્રેમદાને 'સરપ્રાઈઝ' આપવાના ઇરાદે ઇન્ટરવ્યૂની વાત તેનાથી છુપાવી.. આમ પંચમના એકાએક ચાલ્યા જવાથી પ્રેમદા પણ હતાશ થઈ ગઈ. પિતાનું ઘર છોડી પતિના સંગે જીવનપથ પર નવલું પ્રસ્થાન આદરતી સ્ત્રીના મનને સમજદારીપૂર્વક પારખવાની, સહાનુભૂતિપૂર્વક આશ્વસ્ત કરવાની આવશ્યકતા પુરુષના મનમાં કેમ ઊગતી નહીં હોય ? લગ્ન કરીને નવીન સંબંધોના મેળા વચ્ચે ભીડમાંય સ્ત્રી કેટલી એકલી-અટૂલી હોય છે ! એને કેવળ મહોબ્બતની મહેફિલ માણવાની ઉત્કટ અભિલાષા નથી હોતી, પરંતુ પુરુષની પૌરુષભરી છાયામાં શ્રદ્ધા, વિશ્વાસ અને સલામતીભર્યા શ્વાસ લેવાની સુવિધા એ ઝંખતી હોય છે. પણ આ બધી વાત પંચમને કોણ સમજાવે ? અને કદાચ સમજાવે, તોપણ

પરિસ્થિતિના પડકારો ઝીલીને સન્માનભેર જીવવાની ખુમારી પંચમમાં એકાએક ક્યાંથી જન્મવાની હતી ?

પંચમના એકાએક ઘર છોડીને જવાથી પ્રેમદાની સહનશીલતાનો અંત આવી ગયો. પ્રેમદાનું મન વિદ્રોહી બન્યું. પ્રેમદાને લાગ્યું કે વડીલોના જુલમને ચૂપચાપ સહન કરવામાં ગૌરવ નથી. સામે ન થવાય એ કબૂલ, પણ નમ્રતાપૂર્વક સાચી વાત સમજાવવા માટે મોં ખોલવાની મનાઈ કોઈએ નથી ફરમાવી. માતૃ-પિતૃભક્તિ એ પુત્રની ફરજ હોય, તો પત્નીના સ્વમાનનું રક્ષણ પણ પતિનું કર્તવ્ય જ હોઈ શકે. અંધ ભક્તિ તો કોઈ પણ રીતે સહ્ય નથી. એ પતિને 'કાયર' માનવા તૈયાર નહોતી, પણ યોગ્ય ક્ષણે પૌરુષ દેખાડવામાં એ ઊણો ઊતર્યો હતો એ પણ હકીકત હતી.

શું માત્ર રોટી-કપડાં-મકાન માટે તિરસ્કારભરી જિંદગી જીવ્યા કરવી ? દામ્પત્ય દયાજનક સ્થિતિમાં જીવવાનો અવસર નથી, પણ તૃપ્તિના ઓડકાર સાથે જીવવાનો મોકો છે, એ વાત હવે પ્રેમદાને સમજાવા લાગી હતી. પશુ પણ ઉઠાવી શકે એનાથી વધુ ભાર એના પર લાદવામાં આવે તો વિદ્રોહ કરે છે !

અપમાન અને ઉપેક્ષા સહન કરવાની પ્રેમદાની હદ આવી ગઈ હતી.

અને પંચમ પણ એકાએક અદશ્ય થઈ ગયો હતો ! સધવાપણું સાધ્વીપણા જેવું લાગે ત્યારે દામ્પત્યની મીઠાશ સમાપ્ત થઈ જાય છે !

અને પ્રેમદાએ 'ગૃહત્યાગ'નો નિર્ણય કર્યો ! પ્રેમદાની એક સાહેલી ક્રાન્તિ સમાજસેવાનાં કાર્યમાં ગળાડૂબ હતી. પ્રેમદાને લાગ્યું કે ક્રાન્તિની મદદથી નોકરી શોધી લેવી અને સમાજસેવાનાં કાર્યોમાં પણ તેની સાથે જોતરાવું.

...અને એ ક્રાન્તિની ઑફિસે પહોંચી. ક્રાન્તિએ કહ્યું : 'પ્રેમદા, તું બૅગ લઈને આવી છે એટલે મારી પહેલી ફરજ તારી સખી તરીકે તને હૂંફાળા વાતાવરણમાં સાથે રાખવાની છે ! મારો પ્યુન તને મારા ક્વાર્ટર પર લઈ જશે ! હું અહીંનાં કામ પતાવી સાંજે ઘરે આવીશ. ઘરમાં ભોજન તૈયાર જ છે ! જમી લેજે !'

બીજી તરફ પંચમને એક મોટી કન્સ્ટ્રક્શન કંપનીના ડેપ્યુટી ચીફ મૅનેજર તરીકે મુંબઈમાં મોટા પગાર અને બંગલા સાથેની નોકરી મળી ગઈ હતી ! એના આનંદનો પાર નહોતો. પ્રેમદા સાથે પ્રસન્ન દામ્પત્ય માણવાની કલ્પનાથી પંચમ રોમાંચિત થઈ ગયો હતો. ગુજરાત મેલના સેકન્ડ એ.સી.ના ઠંડા વાતાવરણમાં પણ એને ઊંઘ નહોતી આવતી. પ્રેમદાને મળીને પોતે માફી માગશે અને એણે દાખવેલી સહનશીલતાનો એને ભરપૂર બદલો આપશે.

પહેલી વાર એક યુવાન તરીકે પોતાને 'મનપસંદ' જિંદગી જીવવાનો અધિકાર મળશે એનો પંચમનો આનંદ હતો.

સવારે રિક્ષા દ્વારા સ્ટેશનથી ઘેર જવા એ નીકળ્યો ત્યાં એકાએક બેફામ ગતિએ દોડતી કારે રિક્ષાને ટક્કર મારી. રિક્ષા ઊંધી પડી ગઈ. પંચમ અને રિક્ષા ડ્રાઇવર બન્ને ગંભીર રીતે ઘવાયાં.

લોકોએ બન્નેને સરકારી હૉસ્પિટલ ભેગા કર્યા. તાબડતોબ સારવાર શરૂ થઈ. પંચમના ડાબા હાથે અને જમણા પગે ઈજાઓ પહોંચી હતી. ઑપરેશન જરૂરી હતું... પંચમનાં માતા-પિતાને પોલીસે ખબર આપી... તેઓ આવી પહોંચ્યાં અને ડૉક્ટરોએ ઑપરેશન સફળતાપૂર્વક પાર પાડ્યું.

પંચમ જેવો ભાનમાં આવ્યો, મમ્મી-પપ્પા અને ભાભીઓ વચ્ચે એ શોધવા લાગ્યો પ્રેમદાને ! મમ્મીને પ્રેમદા વિશે પૂછ્યું, ત્યારે મમ્મીએ હરખભેર કહ્યું : 'દીકરા, એક ખુશખબર. બલા ગઈ !'

'કઈ બલા ? તું કોના વિશે વાત કરે છે ? હું પ્રેમદા વિશે પૂછી રહ્યો છું.' પંચમે સહેજ છણકા સાથે કહ્યું.

'હા, દીકરા, હા. હું તારી પ્રેમદાની જ વાત કરું છું ! આપણા ઘર માટે એ લપ હતી, બલા હતી ! પ્રેમદા જાતે જ ઘર છોડીને ચાલી ગઈ છે ! તું સાજો થઈ જા પછી...' મમ્મીએ અચકાતાં-ખચકાતાં કહ્યું.

'મમ્મી, મારી ગેરહાજરીમાં એની પર એવો તે કેવો ત્રાસ ગુજારવામાં આવ્યો કે એણે ઘર છોડીને ચાલ્યા જવું પડ્યું !' - પંચમે આક્રોશ વ્યક્ત કરતાં કહ્યું.

'ઊલટો ચોર કોટવાળને દંડે ! તું એને રેઢી મૂકીને અદશ્ય થઈ ગયો ને ત્રાસનો દોષ અમારે ઉપર ઢોળે છે ? ચાલ, બાકી વાતો પછી કરીશું' કહીને પંચમની મમ્મીએ વાત ટૂંકાવી.

...અને બીજે દિવસે રિક્ષાને અકસ્માત નડતાં રિક્ષાચાલક અને પંચમ ઘવાયાના અને બન્ને સરકારી હૉસ્પિટલમાં સારવાર હેઠળ હોવાના સમાચાર વાંચી પ્રેમદા ખળભળી ઊઠી હતી.

...એણે સવારનું છાપું વાંચી કાન્તિને ઊંઘમાંથી જગાડીને પંચમને અકસ્માત નડ્યાના સમાચાર જણાવ્યા હતા.

...અને પ્રેમદા પંચમને મળવા હૉસ્પિટલ પહોંચી ગઈ હતી.

પંચમના શરીરે પાટા-પિંડી જોતાં તેનું હૃદય પીગળી ગયું હતું !

પંચમે કશું જ બોલ્યા સિવાય પોતાના ઓશીકા નીચેથી એક કવર કાઢવા પ્રેમદાને સૂચના આપી હતી.

પ્રેમદાએ ચિંતા સાથે એ કવરમાંથી કાગળ કાઢ્યો હતો. મુંબઈ ખાતેની કન્સ્ટ્રક્શન કંપનીમાં ડેપ્યુટી મૅનેજર તરીકેની પંચમની નિમણૂકનો પત્ર હતો અને સાથે હતો એક અંગત પત્ર, જેમાં પોતે પ્રેમદાને 'સરપ્રાઇઝ' આપવા નોકરીના ઇન્ટરવ્યૂની વાત છુપાવી મુંબઈ જવા બદલ પંચમે માગેલી ક્ષમાભાવનાનું હૃદયસ્પર્શી વર્ણન હતું... અને મુંબઈમાં સ્વતંત્ર જીવન શરૂ કરી પ્રેમદાની ઝોળીમાં મબલક આનંદનાં પુષ્પો અર્પવાની ઉદાત્ત ભાવના પંચમે વ્યક્ત કરી હતી...

પ્રેમદા પોતાને મળવા આવી હતી એ વાત પંચમે પોતાનાં ભાઈ-ભાભીઓ અને મમ્મીથી છુપાવી હતી. પોતાને ડૉક્ટર રજા આપે ત્યાં સુધી પિયર જઈ આવવાની પંચમે પ્રેમદાને સલાહ આપી હતી.

અને પ્રેમદા પોતાના પિયર પહોંચી હતી. જમાઈરાજને મુંબઈમાં ઊંચા હોદ્દાની નોકરી મળ્યાના સમાચારથી પ્રેમદાનાં માન પિયરમાં વધી ગયાં હતાં. પ્રેમદાએ પંચમને અકસ્માત નડ્યાના સમાચાર પિયરમાં કોઈને કહ્યા નહોતા...

અને હૉસ્પિટલમાંથી રજા અપાયાના સમાચાર મળતાં પંચમે પ્રેમદાને

ફોન કર્યો હતો. પંચમનાં મમ્મી-પપ્પા અને મોટા ભાઈ તેને ઘેર લઈ જવા માટે કાર સાથે હાજર થઈ ગયાં હતાં.

સાંજનો ચારેક વાગ્યાનો સમય હતો. એટલામાં પ્રેમદા આવી પહોંચી હતી.

સાસુમાએ પ્રેમદાને જોઈને છણકા સાથે કહ્યું હતું : 'તારું અહીં શું કામ છે ? વગર તેડાવે દોડી આવતાં તને શરમ ન આવી ?'

પંચમે તરત જ કહ્યું હતું : 'મમ્મી, પ્રેમદા મારી પત્ની છે અને પત્નીએ પતિ પાસે આવવા કે પતિને મળવા માટે કોઈની પરવાનગી નથી લેવાની હોતી !'

'એટલે ? ...તારે પ્રેમદા ખાતર અમારું અપમાન કરવું છે ?' મમ્મી તાડૂક્યાં હતાં.

'ના, મારે તો મારી અને આપણી ભૂલ બદલ પ્રેમદાની માફી માગી એનું સન્માન કરવું છે.' પંચમે દૃઢતાપૂર્વક કહ્યું હતું.

એટલામાં ડૉ. જતીન મહેતા અને ડૉ. દીપ્તિ હસતાં-હસતાં આવી પહોંચ્યાં હતાં. ડૉ. મહેતાએ કહ્યું હતું : 'મિ. પંચમ, તમે મગાવેલી પ્લેનની બે ટિકિટો આવી ગઈ છે. હૉસ્પિટલનું સઘળું બિલ પ્રેમદાબહેને ચૂકવી દીધું છે... એમ્બ્યુલન્સ તૈયાર છે... તમને ઍરપૉર્ટ સુધી પહોંચાડી દેશે !'

અને પંચમના ઘરના સહુ વડીલો સ્તબ્ધ થઈ ગયાં હતાં !

પંચમ વૉકિંગ સ્ટિક સાથે ઊભો થયો. મમ્મી-પપ્પા અને મોટા ભાઈને પગે લાગ્યો હતો... મમ્મીએ પૂછ્યું... 'પંચમ, કહે તો ખરો કે તું ક્યાં જાય છે ?'

'મમ્મી, જ્યાં મારે જવું હતું ત્યાં જાઉં છું... જાગ્યા ત્યારથી સવાર ! હું અને પ્રેમદા હવે મુંબઈમાં રહીશું. આવજો.' અને પ્રેમદાને સહારે પંચમ એમ્બ્યુલન્સમાં ગોઠવાઈ ગયો હતો.

વસંતનું આગમન હતું... વૃક્ષો ફૂલોથી લદાયેલાં હતાં... અને પંચમ અને પ્રેમદા ઘરના 'પાનખર' - શા વાતાવરણમાંથી વસંતને વધાવતાં જીવનનો નવો અધ્યાય શરૂ કરવા વિદાય થયાં હતાં.

❑

૧૯. અપરાધી કોણ ?

અનુગ્રહ ૨૫ વર્ષ પછી પોતાને ગામ પાછો ફરી રહ્યો છે. ગયો ત્યારે એ એકલો હતો... આજે તેની સાથે પુત્ર સુકાન અને પત્ની આશંસા છે... ત્યારે એ ખભે એક બગલથેલો લટકાવીને નીકળ્યો હતો, આજે આશંસાએ બે સૂટકેસ ભરીને કપડાં સાથે લીધાં છે... માત્ર ચાર દિવસના રોકાણ માટે...

અનુગ્રહની નજર સમક્ષ બધું જ તરવરે છે... પ્રાતઃકાળનો સમય. રામાકાકાનું ગાડું... અને એમાં ભરેલા બટાકાંના કોથળા વચ્ચે દબાઈ-સંકોચાઈને બેસવા માટે રામાકાકાએ કરી આપેલી જગ્યા.

'અનુગ્રહ, એવું તે શું બન્યું કે તારા ભાઈબંધ માર્મિકનું ઘર છોડી તારે નીકળી જવું પડ્યું ?... એના પપ્પા તો તને પોતાના સગા દીકરા માર્મિકથીયે વધુ સારી રીતે રાખતા હતા. આખરે તું એમના મિત્રનો દીકરો તો ખરો જ ને.' બળદને પરોણો મારી ગાડાની ગતિ વધારવાનો પ્રયત્ન કરતાં રામાકાકાએ પૂછ્યું હતું.

આંસુ વહેવડાવી દેવાનું સહેલું છે, એને પી જવાનું મુશ્કેલ છે... પી જવા પડતાં આંસુ પાસે કેટકેટલા માઠા અનુભવો, વણકથી વેદનાઓનો ભંડાર હોય છે ! અનુગ્રહે રામાકાકાની વાતનો જવાબ આપવાને બદલે કાકાનું ધ્યાન બીજી વાતોમાં પરોવવાનો પ્રયત્ન કર્યો... એણે કહ્યું : 'કાકા, આખા ગામમાં કોઈ પરગજુ માણસ હોય તો તે તમે ! આપણું નાનકડું ગામ, ધૂળિયા કાચા ખાડા-ખૈયાવાળા રસ્તા ! ઘોડાગાડીવાળોય આપણા ગામમાં આવવા તૈયાર ન થાય, પણ રામાકાકા એટલે અડધી રાતનો હોંકારો. કોઈ સાજું-માંદું હોય અને એને નજીકના તાલુકામથકે સારવાર

માટે લઈ જવાનું હોય તો રામાકાકા ઘડીનોય વિલંબ ન કરે ! કાકા, તમને એંસીએક વરસ તો થયાં હશે ને ! આ ઉંમરે તો...'

'ચૂપ, થાક-બાકની વાત મારી આગળ નહીં કરવાની ! આ કાયા ને હાડકાં બળીને ખાખ થઈ જવાનાં છે ! એનો ઉપયોગ થાય તેટલો કરીને જઈએ તો જીવતર એળે ગયાનો વસવસો ન રહે ! માણસનું શરીર તો લાલચુ છે... એને લાડ લડાવો એટલે એ થઈ જાય તમારા કહ્યાની બહાર ! આપણે બંદા શરીરને નાચવું હોય તેમ નહીં, પણ આપણે નચાવવું હોય તેમ નચાવનારા માણસ ! તમારા જેવા સપોતરા જેવી કાયાવાળા તે કંઈ જવાન કહેવાય ! કળિયુગ પહેલાં ત્રાટકે છે જવાની પર ! તકલાદી જવાન પેઢી ભોગ-વિલાસમાં રાચે એટલે કળિયુગને પોબારા, ખરું કે નહીં ?' કાકા મૂળ વાતથી હટીને પ્રશંસાના વટેમાર્ગુ બની ગયા હતા.

થોડીક વાર અટક્યા પછી કાકાએ પોતાની જિજ્ઞાસા પર ઢાંકેલો પડદો ઉઠાવી લેતાં કહ્યું, 'એ બધું તો દીકરા, ઠીક, પણ માર્મિકથી તું જુદો થઈને શહેરમાં કેમ જાય છે, એ વાત તો અધૂરી જ રહી.'

અનુગ્રહને લાગ્યું કે રામોકાકો જમાનાનો ખાધેલ છે... એમને ઉલ્લુ બનાવવાનું સરળ નથી ! કાકા જ્યાં સુધી સાચી વાત જાણશે નહીં, ત્યાં સુધી છાલ નહીં છોડે ! એટલે અનુગ્રહે કહ્યું : 'કાકા, તમને તો ખબર છે કે મારા પપ્પાના મૃત્યુ પછી માર્મિકના પિતાજી જ મારા જીવનનો આધાર હતા ! મારા મૃત પિતાની થાપણ ગણીને મને જીવથીયે અધિક જાળવતા. ફી-પુસ્તકો-ગણવેશ કશુંય મારે માગવું પડતું નહીં. પહેલો હું, પછી માર્મિક. હું ભણવાનો થોડોક તેજ, એટલે વર્ગમાં હંમેશાં પ્રથમ આવું અને માર્મિક લહેરીલાલો ! સત્રાંત પરીક્ષામાં નાપાસ થાય અને વાર્ષિક પરીક્ષામાં પરાણે-પરાણે તેને આગળના વર્ગમાં ચઢાવવામાં આવે ! મારું વાર્ષિક પરીક્ષાનું પરિણામ જોઈ માર્મિકના પપ્પા ધર્મેન્દ્રઅંકલ મારી પીઠ થાબડે ! રૂપિયા એકસોની નોટ મને ઇનામ તરીકે આપે અને માર્મિકના ગાલ પર બે તમાચા ઝીંકી દે !'

'એ ખોટું કહેવાય ! બધાય કાંઈ થોડા એકસરખી બુદ્ધિવાળા હોય !'

ધર્મેન્દ્રભાઈ માર્મિકને ઝૂડી નાખે, તો તારે એમને રોકવા જોઈતા હતા' રામાકાકાએ માર્મિકનો બચાવ કર્યો.

'અરે કાકા ! હું એમાં કંઈ પૂછવાનો વારો રાખતો હોઈશ ! માર્મિકને બચાવવા વચ્ચે પડતાં ધર્મેન્દ્રઅંકલના 'બળપ્રયોગ'ની પ્રસાદી મને પણ મળે જ ! પણ આખરે મારી વિનવણીથી અંકલ શાંત થાય ! પણ માર્મિક મારો અહેસાન માનવાને બદલે મારી ઈર્ષ્યા કરે ! એ એવું માનતો હતો કે મારે પણ ભણવામાં નબળું રહેવું જોઈએ, જેથી ધર્મેન્દ્રઅંકલને સરખામણીની તક ન રહે ! ધીરે-ધીરે માર્મિકના મનમાં મારા પ્રત્યે ઈર્ષ્યાભાવ પેદા થવા લાગ્યો... અને એનાં માઠાં પરિણામનો હું ભોગ બન્યો !' - બોલતાં-બોલતાં અનુગ્રહને ગળે ડૂમો ભરાઈ આવ્યો... રામાકાકાએ તેને આશ્વાસન આપ્યું...

થોડીક વાર પછી વળી પાછી વાત આગળ ચાલી : 'કાકા, મને ખબર નહીં કે ઘરમાંથી મારો કાંટો કાઢવા માર્મિકે કાવતરું રચ્યું હશે ! બીજે દિવસે ફરવાને બહાને એ મને એક આંબાવાડિયામાં લઈ ગયો... અધપાકી કેરીઓ જોઈ એણે મને કેરીઓ તોડવા લલચાવ્યો. મિત્ર તરીકે માર્મિકની કેરી ખાવાની ઇચ્છાને સંતોષવા મેં કેરીઓ તોડવા માંડી ! માર્મિકે આંબા પર જ રખેવાળને પૈસા આપી બેસાડ્યો હતો ! મેં કેરીઓ તોડી કે તરત જ એ ત્રાટક્યો. મને ડંડાથી ફટકાર્યો અને ચોરી કરવા બદલ મને મારતો-મારતો ધર્મેન્દ્રઅંકલ પાસે લઈ ગયો ! આખું ફળિયું ભેગું થયું... માર્મિક પોતાની શાહુકારી સાબિત કરી રહ્યો હતો અને રોકવા છતાં હું કેરીની ચોરી કરતો રહ્યો, એવો જુઠ્ઠો પ્રચાર કરતો રહ્યો ! ધર્મેન્દ્રઅંકલ સમક્ષ માર્મિકના કાવતરાની વાત કરી તેને હું હલકો ચીતરવા નહોતો માગતો. અંકલે મારી પર લ્યાનત વરસાવી અને મારી કુટેવના વિરોધમાં સાંજનું વાળુ આપવાનું પણ માંડી વાળ્યું ! રામાકાકા, હવે તમે જ કહો, હું કયા મોઢે ધર્મેન્દ્રઅંકલના ઘરમાં પડ્યો રહું ?' હું ધ્રુસકે-ધ્રુસકે રડી પડ્યો.

ઉદાર હૃદયના રામાકાકા મને પોતાના સમાજની એક બોર્ડિંગમાં મૂકી ગયા અને કામ સાટે મને મફત રાખવાની ગોઠવણ પણ કરતા ગયા...

અને ત્યારથી મારી જિંદગીનો એક નવો અધ્યાય શરૂ થયો...

બોર્ડિંગના ગૃહપતિએ મને હાઈસ્કૂલમાં દાખલ કર્યો. મારી આર્થિક સ્થિતિને કારણે મારી ફી પણ માફ કરાવી દીધી. અને મેં સંઘર્ષ કરીને પણ વિકાસનો સંકલ્પ કર્યો.

વહેલી સવારે ઊઠીને હું એક છાપાના એજન્ટના 'બૉય' તરીકે છાપાં નાખવાનું કામ કરતો. ત્યાંથી આવ્યા બાદ ગૃહપતિએ મને સોંપેલી ફરજ પ્રમાણે મારે રસોડામાં શાક સમારવાની અને ભોજનની તૈયારી માટે થાળી-વાડકા ને આસનિયાંને લગતી કામગીરી બજાવવાની હતી. મોડી રાત સુધી વાંચવાને કારણે વર્ગમાં એકાદ ઝોકું આવી જવાને કારણે વર્ગ બહાર ઊભા રહેવાની કે વ્યાયામ-શિક્ષકના કઠોર હાથની અડબોથ ખાવાની પરિસ્થિતિ પણ ઉદ્ભવતી... પણ વેઠવું એ મારી જીવનકિતાબના પ્રત્યેક પાના પર લખાયેલું અંકિત થયેલું વાક્ય હતું... મેં ક્યારેય પરાજય માન્યો નહીં.

મૅટ્રિકની પરીક્ષામાં હું ડિસ્ટિંક્શન માર્કસ સાથે ઉત્તીર્ણ થયો. એટલે મારે માટે આગળ અભ્યાસના દરવાજા ખૂલી ગયા !

ગ્રેજ્યુએટ થયા બાદ મારી કૉલેજના કરુણાશીલ આચાર્યની મદદથી મને એક પ્રતિષ્ઠિત કંપનીમાં નોકરી મળી.

પણ નોકરી કરીને જ હું સંતુષ્ટ ન રહ્યો. મેં નાના-નાના સોદા થકી પણ વધારાની આવક ઊભી કરવાની કોશિશ કરી. શૅરમાં પણ રોકાણ કરવા માંડ્યું. એવામાં મારી ઓળખાણ થઈ આશંસા સાથે.

આશંસાના પપ્પાજીની સોના-ચાંદીની લે-વેચની પેઢી હતી... મને સોના-ચાંદીનાં ખરીદ-વેચાણમાં રસ પડ્યો... શરૂઆતમાં હું કમિશનથી કામ કરતો હતો, પણ મારી વેપારી કાબેલિયત જોઈ આશંસાના પપ્પાજીએ મને પાર્ટનર બનવાની ઑફર કરી. એટલું જ નહીં, પેઢીની જવાબદારી સંભાળવા અંગેનો મોટી રકમનો પગાર, કાર વગેરેની પણ સુવિધા આપી.

આશંસાના પપ્પાજીએ મારી સમક્ષ આશંસા સાથે લગ્ન કરવાની દરખાસ્ત મૂકી. આશંસા મને પણ પસંદ હતી. એની જીવન વિશેની સમજ, સંસ્કારસંપન્નતા અને નમ્રતા કોઈ પણ વ્યક્તિનું દિલ જીતી શકે તેવી હતી...

પણ મેં આશંસાને દિલ ખોલીને વાત કરી. મારા પપ્પાજી પણ

બિઝનેસમેન હતા. અનેક વ્યક્તિઓ પાસેથી એમણે ઉછીના પૈસા લીધા હતા. કેટલીક શરાફી પેઢીઓ પાસેથી વ્યાજે પણ પૈસા લીધા હતા.

ધર્મેન્દ્રઅંકલે અમારું ઘર વેચીને થોડું-થોડું દેવું ચૂકવ્યું, પણ હું અનાથ બન્યો હોઈ મારા તરફની દયાને લીધે એમણે દેવું ચૂકવવા પર પૂર્ણવિરામ મૂકી દીધું... ધર્મેન્દ્રઅંકલે મારા પપ્પાજીના હિસાબી ચોપડા પોતાની પાસે રાખીને મને બધો જ હિસાબ સમજાવ્યો હતો.

પણ હું કોઈનો કરજદાર રહેવા નહોતો માગતો... જેમણે અણીને સમયે મારા પપ્પાજીને મદદ કરી હતી એમની સઘળી મૂડી હું વ્યાજ સાથે ચૂકવી દેવા માગતો હતો. એટલે હું દેવામુક્ત ન થાઉં ત્યાં સુધી થોડોક સમય લગ્ન માટે રાહ જોવાની મેં આશંસાની વિનંતી કરી.

આશંસા મારા મનનો ભાર હળવો કરવા ઇચ્છતી હતી. એના પપ્પાએ મને ઋણમુક્ત થવા માટે જોઈએ તેટલી રકમ તાત્કાલિક આપવાની તૈયારી દર્શાવી, પણ હું એવા અહેસાનના બોજ તળે દબાવા નહોતો માગતો.

સોના-ચાંદીના બિઝનેસ સાથે મેં ડાયમંડ એસોર્ટમેન્ટનું કામ પણ શીખી લીધું અને માણસો રાખી ડાયમંડ બિઝનેસમાં પણ મેં ઝંપલાવ્યું...

ભાગ્ય મને યારી આંપવા ઇચ્છતું હતું... એક પછી એક તમામ બિઝનેસમાં હું સફળ થતો ગયો... અને સમયે મને ત્રીસીના આરે લાવીને મૂકી દીધો ! 'હવે ત્રીસના થયા, બધાંનું દેવું ચૂકવાઈ જાય એટલા પૈસા તો તમે કમાઈ લીધા છે ! હવે તો...' આશંસાની વાત હું સમજી ગયો ! એ મારી જીવનસંગિની બની મને ઠારવા ઇચ્છતી હતી. એ માનતી હતી કે માણસે વધુ ધનસંચયને બદલે સંતોષી ગૃહસ્થ બનીને જીવવું જોઈએ. હું ભવ્ય બંગલો, મોંઘીદાટ કાર અને વૈભવી જીવન જીવવાનાં સપનાંમાં રાચતો હતો, જ્યારે આશંસા સાદગીની ઉપાસક હતી.

સતત સંઘર્ષરત રહેવાને કારણે મેં પણ મન સાથે સમાધાન કરી વધુ કમાવાની ઇચ્છાને વશ થઈ ઉધામા કરવાનું માંડી વાળ્યું...

અંતે વસંતપંચમીને દિવસે આશંસાના પપ્પાજીની ભાવના અનુસાર મેં લગ્ન માટે સંમતિ આપી. આશંસાના પપ્પાજી કરિયાવરમાં દિલ ખોલીને

મને એમની દીકરી ખુશખુશાલ થઈ જાય એટલું આપવા ઇચ્છતા હતા અને એ બધું આપવાની એમણે ગુપ્ત તૈયારી પણ કરી રાખી હતી.

પણ લગ્નને દિવસે જ આશંસાના પપ્પાને હાર્ટએટેક આવ્યો અને હૉસ્પિટલ એમને પહોંચાડવામાં આવે તે પહેલાં જ તેઓ અવસાન પામ્યા.

આશંસાના વડીલોએ નક્કી કર્યું કે અવસાનના સમાચાર ગુપ્ત રાખી અમારાં લગ્ન સાદગીથી પતાવી નાખવાં, પણ મેં એવી ઉતાવળ કરવાનો ઇનકાર કર્યો...

અમે ભારે હૈયે આશંસાના પપ્પાજીની ઉત્તરક્રિયા સંપન્ન કરી. ફરી પાછી ફોઈબાએ લગ્ન માટે નવું મુહૂર્ત જોવડાવવાની વાત વહેતી મૂકી. હું ઇચ્છતો હતો કે આશંસાના હૃદયને કળ વળે ! નિસાસા હૃદયમાં પરાણે દાબી દઈ દામ્પત્યની દેરડીએ કદીયે કદમ ન જ મંડાય, એવો મારો ખ્યાલ આશંસાને પણ ગમ્યો...

આશંસા એના પપ્પાની એકની એક દીકરી હતી... આશંસાના પપ્પાજીએ મરતાં અગાઉ જ વિલ કરી તેમની તમામ મિલકત અને સંપત્તિ આશંસાને નામે કરી દીધાં હતાં.

આશંસાએ એ કાગળો મને સોંપ્યા, પણ મેં એ મિલકતના માલિક તરીકે નહીં, પણ ટ્રસ્ટી તરીકે વર્તવાનો નિર્ણય કર્યો... અને એ રકમ સમાજકલ્યાણની પ્રવૃત્તિઓ માટે અર્પણ કરવાનો વિચાર વ્યક્ત કર્યો. આશંસા મારી ભાવના સમજતી હતી. એણે મારા વિચારને અનુમોદન આપતાં મેં હળવાશ અનુભવી.

અને એક વર્ષ બાદ આશંસા અને હું લગ્નવિધિ બાદ પતિ-પત્ની બન્યાં.

આશંસા ખૂબ જ સમજદાર હતી... એણે એક તરફ મને પત્નીની વફાદારી આપી અને બીજી તરફ નાનપણમાં અનાથ બનેલા યુવકને મમતાની ખોટ ન સાલે એવી લાગણીથી ભીંજવવાનું પણ શરૂ કરી દીધું.

એક વર્ષ પછી અમારી દામ્પત્યની વાડીમાં ફૂલ-શા સુકાનનું આગમન થયું... મારી જિંદગીને એક પછી એક વરદાનની લહાણી કરતા

ભગવાનનો મેં આભાર માન્યો...

મને યાદ આવી મારા વતનની, ચૂકવવાના લહેણાની અને ધર્મેન્દ્રઅંકલે મારા પર કરેલા ઉપકારનું ઋણ અદા કરવાની...

અને હું આશંસા અને સુકાનને લઈને મારા વતન જવા નીકળ્યો છું...

ગામડાની સિકલ - હવા બદલાઈ ગઈ છે... પાકી સડક પરથી મારી કાર પૂર ઝડપે આગળ વધી રહી છે... એક પછી એક દશ્યો પસાર થતાં જાય છે... અને એકાએક જ સડક પાસેના ખેતર તરફ મારી નજર જાય છે... યાદ તાજી થાય છે... હા, એ જ નાનકડી નાગદેવતાની દેરી, એની પાસેનો વડ, એની નજીકનો આંબો ! કેરીઓ તોડવાની અને ચોરવાની ઘટના ! માર્મિકે કરેલી છેતરપિંડી ! મારે માથે લાગેલું 'ચોર'નું ખોટું આળ ! રામાકાકાનું ગાડું ! રામાકાકાના ઉપકાર !

મારી કાર ગામ નજીક પહોંચે છે... એક ગરીબ બાઈ કાખમાં છોકરું અને માથે અનાજનું પોટલું મૂકીને ચાલતી નજરે પડે છે ! હું કાર રોકું છું ! બાઈ આધેડ વયની હતી... હું રામાકાકાના સમાચાર પૂછવા અધીરો બનું છું... કાકા મળશે તો એમના પગે પડીશ, ધ્રુસકે-ધ્રુસકે રડીને મન હળવું કરીશ...

'ભાઈલા, રામાકાકા તો ગઈ સાલ પાછા થયા... જીવ્યા ત્યાં સુધી ગામનું ભલું કરતા ગયા... તે હેં સાહેબ, તમે એમને ઓળખો છો ?' પેલી બાઈ કુતૂહલથી મારી સામે જોઈ રહી !

મેં કહ્યું, 'હા મા ! હું પણ આ જ ગામનું ફરજંદ છું ! નાનપણમાં ગામ છોડીને ગયો, પછી પાછું વાળીને ગામનાં ઝાડવાં જોવાનો મને સમય જ નથી મળ્યો ! તમે ગાડીમાં બેસી જાઓ, મારે ધર્મેન્દ્રકાકાને ઘેર જવું છે.'

હું એ બાઈને આગલી સીટ પર બેસાડી અનાજનું પોટલું ડેકીમાં મુકાવવાની ડ્રાઇવરને સૂચના આપું એ પહેલાં નાનકડો સુકાન એકાએક બોલી ઊઠે છે : 'પપ્પા, આ આન્ટી તો 'ડર્ટી' છે... આપણી કારમાં એમને બેસાડાય ?'

હું સુકાનની આંખમાં નાચતાં વૈભવનાં સપનાં જોઉં છું ! ભારતમાંય કેટકેટલાં ભારત વસે છે ! નવી પેઢીને એ ખ્યાલ પણ નહીં આવે કે તેઓ જે અનાજ ખાય છે, શાકભાજી અને ફળોનો ઉપયોગ કરે છે, એ બધું પૂરું પાડવા માટે તો બિચારી આવી ગ્રામીણ આન્ટીઓએ 'ડર્ટી' રહેવું પડે છે ! મેં ઇશારો કરી સુકાનને ચૂપ રહેવાનો સંકેત કર્યો ! સારું થયું કે પેલી આન્ટી 'ડર્ટી' શબ્દનો અર્થ સમજ્યાં નહોતાં !

...'તે તમે ધર્મેન્દ્રદાદાના સગા થાઓ ?' પેલાં માજી પૂછે છે !

'હા, મા. સગાથી પણ વધારે !' હું ટૂંકમાં પતાવું છું.

'અરેરે ! તો પછી બાપડા ડોસાની તમે આટલા દી ખબરેય ન લીધી ! એમનો દીકરો કપાતર પાક્યો... જમીન ફૂંકી મારી ! ઘર પણ ગીરો મૂકી દીધું અને બાપડા દાદા વિરોધ કરે તો હાથ ઉપાડતાંય એમનો દીકરો અચકાતો નથી !' માજીએ ધર્મેન્દ્રઅંકલની 'કરમ-કહાણી' ટૂંકમાં કહી દીધી...

હું ભારે હૈયે ધર્મેન્દ્રઅંકલને ત્યાં પહોંચ્યો... વૃદ્ધત્વથી વળી ગયેલું શરીર, આંખે જાડા ગ્લાસનાં ચશ્માં, ધ્રૂજતા હાથ ! મેં અંકલનાં ચરણોમાં વંદન કર્યાં, મારી પાછળ ઊભેલી આશંસાએ પણ એમનો ચરણસ્પર્શ કર્યો !

પણ ધર્મેન્દ્રઅંકલ મને ઓળખી ન શક્યા... હું એમને ભેટ્યો... અને એમના હૈયામાં ખેંચાણ થયું... 'અરે, તું અનુગ્રહ તો નહીં દીકરા...' એમનાથી બોલાઈ ગયું...

'હા, કાકા ! હું એ જ આપનો અનુગ્રહ' કહી મેં અંકલના આખા શરીરે હાથ ફેરવ્યો...

મેં જોયું... અંકલ એકલા હતા. માર્મિક એની વહુ સાથે પોતાને સાસરે ગયો હતો... કાકાએ કહ્યું... 'બેટા, મારી ભૂલનો પસ્તાવો કરવાનો મને મોકો તો આપવો'તો ! તું ગયો તે ગયો ! તારા ગયા પછી મને ખબર પડી કે મારા નપાવટ દીકરાએ તને ફસાવી 'ચોર' સાબિત કરવા કાવતરું કર્યું હતું... મને માફ કરી દીકરા !' - કાકા રડવાનું ખાળી શકતા નહોતા.

મેં એમને આશ્વાસન આપ્યું... આશંસાએ જાતે રસોઈ બનાવી. અમે જમી-પરવારી બેઠા ! કાકા પાસે મેં મારા પપ્પાજીના ચોપડા અને દેવાની વિગતો જાણી. ચાર દિવસમાં મેં વ્યાજ સાથે સઘળી રકમ લેણદારોને ચૂકવી આપી ! અને મેં હળવાશ અનુભવી ! લેણદારો કહેતા હતા : 'શાહુકાર તો ઘણાય જોયા, પણ અનુગ્રહ શેઠ જેવો શાહુકાર તો શોધ્યો ન જડે !'

આ જ ફળિયામાં હું 'ચોર' ઠર્યો હતો અને આ જ ફળિયામાં મારી શાહુકારીનાં વખાણ થઈ રહ્યાં હતાં ! માણસની જીભના કેટલા રંગ હોય છે ! જીભને વખાણતાંય વાર નહીં અને વખોડતાંય વાર નહીં ! દુનિયા 'દો રંગી' નથી, દસ હજાર રંગી છે !

હું ધર્મેન્દ્રઅંકલને માર્મિકની દયા પર જીવવા દેવા નહોતો માગતો ! આશંસાએ ધર્મેન્દ્રઅંકલની બૅગ તૈયાર કરી અને મેં સોગંદ નાખ્યા એટલે કાકા મારી સાથે આવવા તૈયાર થયા...

હું કાકાને લઈને મારે બંગલે પહોંચવા પાછો ફરું છું... કાર ગામ પાસેથી પસાર થઈ રહી છે... વળી પાછું સડક પાસેનું ખેતરનું દશ્ય... વડ, નાગદેવતાની દેરી અને 'પેલો' આંબો !

હું કારમાંથી ઊતરી આંબા નીચે ઊભો રહું છું... નાનપણમાં તોડેલી કેરીઓ બદલ આંબાની ક્ષમા માગું છું... સુકાન આ બધું ચૂપચાપ જોઈ રહ્યો છે... કદાચ કાલે મોટો થઈને એ મને પૂછશે : 'હેં પપ્પા, પેલા આંબા નીચે ઊભા રહીને તમે પ્રાર્થના કેમ કરતા હતા ?'

હું નાનપણમાં ભોળા ભાવે કરેલી કેરીની ચોરીની તેને વાર્તા કહીશ... કદાચ એ જ મારું પુનઃ પ્રાયશ્ચિત્ત હશે અને કદાચ સુકાન માટે એમાં જ મારો જીવનસંદેશ હશે : 'ફોગટ ખાવે 'ચોર' કહાવે, ગીતા કી અવાજ હૈ.'

❑

૨૦. 'તુષિતા, તને નમસ્કાર'

'હું ખૂબ જ થાકી ગઈ છું. ગુરુવારનો મારો ઉપવાસ અને ભૂખ્યા પેટે લાંબી મુસાફરી ! સવારે ચા પણ નથી પીધી.' તુષિતાએ કહ્યું...

'હજી તો માત્ર અઢી કલાક જ થયા છે આપણી મુસાફરીને. અડધો કલાક પછી હૉલ્ટ કરીશું. તને ચા-નાસ્તો પણ કરાવીશ.' સંયોગે કહ્યું.

સંયોગની વાતથી તુષિતાને આશ્વાસન મળ્યું હતું.

એણે કારનો કાચ ખોલી ઠંડી હવાનો સ્પર્શ અનુભવ્યો. ઠંડક અનુભવતાં એણે કલ્પના કરી કે લીલાં વૃક્ષોથી છવાયેલી સડક પરથી કાર પસાર થતી હશે !

એણે આંખો પહોળી કરી જોવાની કોશિશ કરી ! પણ બીજી જ પળે તેને ખ્યાલ આવ્યો કે તેની આંખના દીવા ઓલવાઈ ગયા છે !

એણે મનોમન વિચાર્યું : જ્યારે માણસની આંખો સતેજ હોય છે, ત્યારે પણ એ જોવાનાં દૃશ્યો કરતાં ન જોવાનાં દૃશ્યોમાં વધુ રસ લે છે... સુંદર નદીને નીરખવાને બદલે એને 'સ્ટીમલૉંચ' દ્વારા મળતી મોજમાં રસ હોય છે ! વૃક્ષો પાસેથી પસાર થતાં એનું ક્ષુધિત મન રેસ્ટોરાં શોધતું હોય છે... નથી માણસ સૂર્યોદયની નોંધ લેતો કે નથી ઊડતાં પક્ષીઓની. 'સનસેટ' જોવો એ પણ એને મન પ્રોગ્રામ છે !

તુષિતાને યાદ આવે છે, પોતાના દાદાજીના શબ્દો. દાદાજી કહેતા : 'દીકરી, તુષિતા, હજી સુધી સાંસારિક જવાબદારીઓના બંધનમાં તું બંધાઈ નથી, ત્યાં સુધી કુદરતનો ભરપૂર આનંદ માણી લે ! જવાબદારીઓના ગંજ નીચે જિંદગી દટાવા માંડે પછી મોકળાશના નામે મીંડું હોય છે... આંખો તો ઉત્સુક હોય છે કુદરતના સૌંદર્યને પેટ ભરીને નીરખવા માટે, પણ

વ્યસ્તતા માણસ પાસે શોર-ઘોંઘાટ અને પ્રદૂષણભર્યા વાતાવરણનાં અરુચિકર દૃશ્યો વચ્ચે જીવવાની ફરજ પાડે છે... દીકરી, તારા દાદાજીએ જે ભૂલ કરી તે તું ન કરીશ !'

તુષિતાને યાદ આવે છે... ત્યારે એણે પૂછ્યું હતું : 'દાદાજી, આપે કઈ ભૂલ કરી હતી ?'

'દરેક બાબતને આવતી કાલ પર હડસેલવાની દીકરી. મારી જિંદગીમાં આજ જેવો કોઈ શબ્દ જ નહોતો, અને તારી દાદીમા પાસે કાલ જેવો કોઈ શબ્દ નહોતો. તારી દાદીમાને બધું આજે જ અને તે પણ અબઘડી મેળવી લેવાના અભરખા. અમારી જિંદગીના બે દશકા વીતી ગયા, ત્યાં સુધી અમે ઘર બહાર ન નીકળી શક્યાં. બિઝનેસ અને ઘર ! પૈસો કમાઈ લેવાની લાલચ. મેં તારી દાદીમાની ફરમાઈશો પર ધ્યાન આપ્યું જ નહીં... અને એક કારમા અકસ્માતમાં કુદરતે તારી દાદીમાને મારી પાસેથી છીનવી લીધાં ! એનો આઘાત હું આજે પણ ભૂલી શક્યો નથી ! મારી ભૂલના પ્રાયશ્ચિત્ત રૂપે હું અનાથાલયની કન્યાઓ માટે મારે ખર્ચે એક પ્રાકૃતિક સૌંદર્યસ્થાનનો પ્રવાસ ગોઠવું છું... કદાચ એમની ઠરેલી આંતરડી તારી દાદીમા પર દુવા વરસાવે અને એમના દિવંગત આત્માને કળ વળે !'

દાદાજીની વાતમાંથી પ્રેરણા લઈ તુષિતાએ નક્કી કર્યું હતું. જીવનસાથીની પસંદગી પછી બે વર્ષ તેની સાથે મનમૂકીને હરતાં-ફરતાં રહેવું. પિકનિક પ્રવાસની મોજ માણવી. કુદરતના સૌંદર્યને માણવું અને પરિતૃપ્ત થવાય પછી લગ્ન કરવાં.

અને તુષિતાની સગાઈ તેના પપ્પાજીએ સંયોગ સાથે કરી હતી. સંયોગનાં મમ્મી-પપ્પા પોતાના ખોટના દીકરાનું સત્વરે ઘર વસાવવાનું સ્વપ્ન જોતાં હતાં, પણ સંયોગને તુષિતાએ કહ્યું હતું : 'સંયોગ, લગ્ન એક ઘરમાંથી કદમ ઉઠાવી બીજા ઘરમાં કદમ મૂકવાની વિધિ માત્ર નથી. પાંજરું પિતાના ઘરનું હોય કે પતિના ઘરનું, પણ પાંજરું આખરે પાંજરું છે. આઝાદ તબિયતના કોઈ પણ માણસે ભાવાવેશી બની 'કેદ' થવાની ઉતાવળ ન જ કરવી જોઈએ. સંયોગ, તું મને 'તને' સમજવાની તક નહીં આપે ?

આપણા લાગણીભીના સંબંધની પાવન ક્ષણોની સાક્ષી કુદરતને બનાવીએ. કુદરતને ખોળે ખેલતાં-ખેલતાં સુખી જીવનનાં સપનાં જોઈએ. મને 'હનીમૂન' જેવા પરંપરાગત શબ્દ ખટકે છે ! યુવાનો વડીલોના જીવનમાંથી ભલે બીજું કશું ગ્રહણ ન કરે, પણ 'હનીમૂન' જેવા ઘસાયેલા શબ્દો વટાવી લેવાનું ભૂલતા નથી ! જ્યાં પારાવાર પ્રેમ હોય ત્યાં પ્રત્યેક પળ મધુર હોય છે ! મધુરતા શોધ્યે નથી જડતી, એને અંતરના અમીથી ભીંજવીને માવજતથી ઉછેરવી પડે છે ! મધુરતા નથી આરંભ કે નથી અંત, એ તો છે જીવનભરની યાત્રા, ખરું ને સંયોગ ?'

સંયોગ તુષિતાની વાત શાંતિથી સાંભળતો, પણ એ વાચાળ નહોતો બની શકતો... એણે તુષિતાને કહ્યું : 'તુષિતા, તારી ફરમાઈશોને મારી સીમામાં રહી અવશ્ય પૂર્ણ કરીશ. જ્યાં મારી અશક્તિ કે મજબૂરી હશે, ત્યાં તારે તેવી સ્થિતિ ચલાવી લેવી પડશે !'

તુષિતાને સંયોગની ઈમાનદારી ગમી હતી. એના મનમાં એકસાથે બે પુરુષોની છબિનું મૂલ્યાંકન ચાલતું હતું. સંયોગ અને તેજસ્વ. તેજસ્વ એનો કૉલેજકાળનો મિત્ર હતો... મોજશોખમાં એને ભારે રસ. એ તુષિતાને કહેતો : 'વૈભવ-વિલાસનું નામ જ જિંદગી ! કુદરતી સૌંદર્ય, પક્ષીઓનો કલરવ, મયૂરનું નર્તન, સાગરનું ગર્જન' એવા લોભામણા શબ્દોનું મારા જીવનમાં સ્થાન નથી ! જીવન એ નક્કર વાસ્તવિકતા છે અને નક્કર વાસ્તવિકતાનો સ્વીકાર કરી પૈસો અને વૈભવ-વિલાસયુક્ત જીવન એ જ મારું જીવનદર્શન છે ! મને લાગે છે તુષિતા, પ્રત્યેક નારી પણ જીવનમાં સુખ, વૈભવ અને એશ-આરામનાં જ સપનાં જોતી હોય છે, ખરું ને ?'

અને ભાવનાશાળી તુષિતાના માપદંડમાં તેજસ્વ ઊણો ઊતર્યો હતો... તુષિતાએ પોતાની પસંદગીનો કળશ સંયોગ પર ઢોળ્યો, ત્યારે તેજસ્વે કહ્યું હતું : 'જિંદગીના કોઈ વળાંક પર મારી જરૂર પડે તો યાદ કરજે ! તું પહેલાં મારી મિત્ર છે અને પછી પ્રેયસી. તું પ્રેયસી તરીકેનો અધિકાર ગુમાવીશ, તોપણ મૈત્રીનો તારો હક તો હું આજીવન સ્વીકારીશ.' અને તુષિતા સંયોગ સાથે પૂરાં બે વર્ષ ઘૂમી હતી ! સગાં-વહાલાંએ તો

તુષિતાના પપ્પાને તો દીકરીને વધુ પડતી છૂટ આપવા બદલ ટોક્યા હતા પણ એમણે કહ્યું હતું : 'મારી દીકરી તુષિતા પરિપક્વ છે, કેવળ ભાવાવેશી નથી ! એના વ્યક્તિત્વની સૌથી મોટી વિશેષતા એ છે એ પોતાના આવેશોને કાબૂમાં રાખી શકે છે. યુવતીઓ બે પ્રકારની હોય છે. એક : યુવાનીને જીરવનારી અને જાળવનારી તથા બીજી યુવાનોને છુટ્ટો દોર આપી જાળવવામાં નિષ્ફળ જનારી ! મને તુષિતા પર પૂરો વિશ્વાસ છે કે એના મનમાં જીવન વિશે કશી જ ગેરસમજ નથી.'

અને બે વર્ષ બાદ તુષિતાએ કહ્યું હતું : 'પપ્પાજી, આપે મારામાં વિશ્વાસ મૂકી મને મારી રીતે જગતને જોવા-જાણવા અને માણવાની તક આપી એ બદલ આપનો આભાર. માવતરની ભૂમિકા શાસકની નહીં, સંતાનના સપનાનાં માળી તરીકેની હોય છે ! માળી કશુંક નકામું વેતરે છે ખરો, પણ એની દૃષ્ટિ છોડના સૌંદર્યના જતનલક્ષી હોય છે ! પપ્પાજી, આપની સંતાનવિષયક ઊંડી સમજભરી દૃષ્ટિની હું કદર કરું છું... હવે મારાં લગ્ન વિશેની તમારી બધી શરતો મંજૂર !'

અને સંયોગ સાથે તુષિતાનાં લગ્ન ધામધૂમથી ઊજવાયાં હતાં. કન્યાવિદાયને ટાણે તુષિતાની આંખમાં આંસુ ન જોઈ નિકટનાં સગાં-વહાલાંએ કહ્યું હતું. 'દિવસે-દિવસે કન્યાઓ પથ્થરદિલ થતી જાય છે ! પિયર એમને મન કામચલાઉ પડાવ હોય છે... પિતા પર અધિકાર ન દાખવી શકવાના કોડ આજકાલની કન્યાઓ પતિ પર હુકમ ચલાવીને પૂરા કરી લેતી હોય છે ! નહીં તો તુષિતાની આંખ કન્યાવિદાય ટાણે કોરીધાકોર રહી શકે ખરી ?'

તુષિતાના પપ્પાજીને કાને સગાંવહાલાંના એ શબ્દો પડ્યા હતા. એમણે તરત જ કહ્યું હતું : 'મારી દીકરી વિશે ગેરસમજ કરવાનો તમને કોઈ જ અધિકાર નથી. એ પિયર પાછી ફરવાની જ નથી, એટલે પિયરને એ સાથે લઈ જવાની છે !'

'એટલે ? કંઈ સમજાય એવું તો બોલો ! 'ઘરજમાઈ' વાતો તો સાંભળી હતી, આ તો કંઈક 'ઘરસસરા' જેવી વાત તમે કરી રહ્યા છો !'

કોઈકે ટોણો મારતાં કહ્યું હતું.

'હા, હું આજથી તુષિતાને સાસરીએ રહેવાનો છું... તુષિતાની મમ્મીના અવસાન પછી હું તુષિતાને સહારે જ જીવ્યો છું. અને તુષિતાના વૃદ્ધ દાદાજી પણ વિધુર છે ! અમે બન્ને વૃદ્ધો જીવનસંધ્યાનો આનંદ સાથે માણીશું... નવા જમાનામાં આપણે નવી દૃષ્ટિ કેળવવી જ પડશે ! નવા પ્રયોગો, નવી વિચારસરણી એ જ ૨૧મી સદી. હા, હું મારા જમાઈનો 'આશ્રિત' થવા નથી માગતો, એટલે મારી બચતનું રૂપિયા વીસ હજાર વ્યાજ આવે છે એ આવક તુષિતા અને સંયોગને દર મહિને મળે તેવી ગોઠવણ કરી છે... પછી મારી દીકરીએ શા માટે રડવું જોઈએ ? વેવાઈ-વેવાઈ કે વેવાણ-વેવાણ વચ્ચેનો સંબંધ 'કુસ્તીબાજો'નો નહીં, પણ 'લાગણી વિતરક'નો રહેવો જોઈએ ! ખરું ને સંયોગ ?' અને સંયોગે સસરાજીની વાતને અનુમોદન આપી એક અલાયદી કારમાં પોતાના દાદાજી અને સસરાજીને આદરપૂર્વક બેસાડ્યા હતા. અને એક અનોખી 'કન્યાવિદાય'ને સહુ આશ્ચર્યની નજરે નિહાળતાં છૂટાં પડ્યાં હતાં...

અને બન્ને પરિવારોની એકતાથી સંયોગ અને તુષિતાનું જીવન મહેકી ઊઠ્યું હતું... તુષિતા સંયોગનો પડતો બોલ ઝીલી પત્નીધર્મ નિભાવી રહી હતી. દાદાજી ઇચ્છતા હતા કે સંયોગ તુષિતાને ઘરની જવાબદારીમાં ખૂંપેલી રાખવાને બદલે બિઝનેસમાં પણ સાથે રાખી ઑફિસની જવાબદારીમાં પણ સહભાગી બનાવે.

તુષિતાના સ્વભાવમાં નમ્રતા અને મીઠાશ હતી. એટલે પાવરલૂમની ત્રણે ફૅક્ટરીઓની એ મુલાકાત લેતી ત્યારે કારીગરો 'મૅડમ'ના આગમનથી ખુશખુશાલ થઈ જતા ! તુષિતા દરેક કારીગરના ખબર-અંતર પૂછતી... તેમની પત્ની કે સંતાન બીમાર હોય તો જાતે ખબર જોવા જતી. ફળ, બિસ્કિટ વગેરેનો કરંડિયો ભેટ આપતી અને સાથે હજાર-બે હજાર રૂપિયાનું કવર પણ ભેટ તરીકે મૂકવાનું એ ક્યારેય ચૂકતી નહીં.

પરિણામે કારીગરોએ સહેજ પણ કામચોરી કે હરામખોરી કર્યા વગર દિલ દઈને કામ કરવાનું શરૂ કર્યું હતું. પરિણામે પ્રોડક્શનની ગુણવત્તા

અને જથ્થામાં જબરદસ્ત વધારો નોંધાયો હતો... દાદાજીએ કહ્યું હતું : 'સંયોગ, જોયું મારી વહુનાં પગલાં કેટલાં મુબારક છે ! એના આગમન સાથે જ બિઝનેસના વિકાસને જાણે પાંખો ફૂટી.'

પણ તુષિતાએ કહ્યું હતું : 'દાદાજી, માણસનાં પગલાં એ પગલાં છે, નથી હોતાં એ મુબારક કે નથી હોતાં એ અપશુકનિયાળ ! વ્યક્તિની કામ પ્રત્યેની નિષ્ઠા અને સકારાત્મક અભિગમ જ કાર્યની સફળતા માટેની નવી આબોહવા સર્જતો હોય છે !'

પ્રસન્ન થયેલા કારીગરોએ તુષિતા મૅડમને તેમના જન્મદિને 'ગુલાબનાં ફૂલો'ના ઢગલાથી તોળવાનું નક્કી કર્યું હતું... અને છેલ્લા અઠવાડિયાથી ફૅક્ટરીના એક અલાયદા ખંડની સજાવટ શરૂ કરી દીધી હતી.

તુષિતાએ પણ દાદાજી અને સંયોગની સંમતિથી દરેક કારીગરને 'ગિફ્ટ વાઉચર'થી નવાજવાનું નક્કી કર્યું હતું...

અને તુષિતાના જન્મદિવસે સૌ તરસી આંખે મૅડમની પ્રતીક્ષા કરી રહ્યા હતા. નિર્ધારિત સમયને એક કલાક વીત્યો છતાં તુષિતા મૅડમ અને સંયોગશેઠ કાર્યક્રમને સ્થળે પહોંચી શક્યાં નહોતાં, એટલે સૌ ચિંતિત હતાં. એવામાં સંયોગના ડ્રાઇવરનો ફોન આવ્યો હતો કે સંયોગ શેઠની કારને અકસ્માત નડ્યો છે અને તુષિતા મૅડમને ગંભીર ઈજાઓ થતાં હૉસ્પિટલમાં ખસેડવામાં આવ્યાં છે. સંયોગશેઠને માત્ર સામાન્ય ઈજાઓ થતાં તેઓ સલામત છે !

સર્વ કારીગરો હૉસ્પિટલ પહોંચી ગયા હતા... તુષિતાનું ઑપરેશન ચાલુ હતું... કારીગરોએ તેમનાં વહાલસોયાં મૅડમની જિંદગી માટે ભૂખ્યા રહી પ્રાર્થનાઓ શરૂ કરી દીધી હતી.

ઑપરેશન સફળ થતાં અને ડૉક્ટર તરફથી તુષિતા મૅડમની જિંદગી ભયમુક્ત હોવાના સમાચાર મળતાં સૌ કારીગરોએ હાશકારો અનુભવ્યો હતો અને વીખરાયા હતા.

પણ અઠવાડિયા બાદ એમને ખબર પડી હતી કે તુષિતા મૅડમની આંખોની રોશની સદા માટે છીનવાઈ ગઈ છે ! અને સર્વ કારીગરો અત્યંત દુ:ખી થઈ ગયા હતા...

એ વાતને બે વર્ષ વીતી ગયાં. સંયોગે તુષિતાની સેવા-ચાકરીમાં લેશમાત્ર ઊણપ આવવા દીધી નહોતી. બિઝનેસની સંપૂર્ણ જવાબદારી તુષિતાના પપ્પાજીએ ઉપાડી લેવાને કારણે સંયોગ નિશ્ચિંત થઈ ગયો હતો...

એક મહિના પછી તુષિતાની બન્ને આંખોનું ઑપરેશન થવાનું હતું... એની ઇચ્છા હતી કે ઑપરેશન પહેલાં એ એક વાર પોતાના પિતૃગૃહનું દર્શન કરી લે. ઘરની દીવાલો ફર્નિચર અને પોતાની સ્વર્ગસ્થ માતાના ફોટાને સ્પર્શ કરી ગુલાબનો હાર પહેરાવી દુવા માગી લે !

પુત્રીના સ્વાગત માટે એના પિતાજી બે દિવસ પહેલાં જ પોતાને ઘેર પહોંચી ગયા હતા. અને નાનકડા હૉલ્ટ બાદ સંયોગ અને તુષિતાની કાર આગળ વધી હતી... દોઢેક કલાક પછી તુષિતા પોતાના ગામને ગોંદરે પહોંચી હતી.

ગામનું વિશાળ તળાવ, એના કિનારાની પાળી પાસે બેસતું ગાયોનું ધણ, પક્ષીઓ અને વટેમાર્ગુઓના વિસામાસમો ઘેઘૂર વડલો અને વડલાની ડાબી બાજુએ આવેલું સાંઈબાબાનું મંદિર ! બધું જ જાણે કે તુષિતા વગર દૃષ્ટિએ જોઈ રહી હતી...

એણે અંદાજથી કહ્યું : ‘સંયોગ, મને લાગે છે આપણે વડ અને સાંઈબાબાના મંદિર પાસે પહોંચી રહ્યાં છીએ...’

સંયોગે કહ્યું : ‘તુષિતા, તારું અનુમાન બિલકુલ સાચું છે... હું તો આપણાં લગ્ન બાદ ‘કન્યાવિદાય’ના પ્રસંગનું તારું નમણું રૂપ યાદ કરીને એટલો બધો ભાવવિભોર બની ગયો કે મને કશો જ ખ્યાલ ન રહ્યો.’

‘બસ, સાંઈબાબાનું મંદિર આવી ગયું... ગાડી થોભાવ. આજ સાંઈબાબાની પ્રેરણાથી હું જીવનમાં શ્રદ્ધા અને સબૂરીનો જીવનમંત્ર શીખી ચૂકી છું !... હું સાંઈબાબાનાં દર્શન કરી લઉં ! મને આંખોની રોશની ઑપરેશન બાદ પાછી મળશે તો તારી સંમતિથી હું ‘સાંઈનાથ આઈ હૉસ્પિટલ’ શરૂ કરાવીશ - અહીં સાંઈબાબાના મંદિર પાસે !’

અને પોતાની પત્નીની ઉદાત્ત ભાવનાથી સંયોગની આંખમાં આંસુ ઊભરાઈ આવ્યાં હતાં...

પિતૃગૃહના દર્શન બાદ તુષિતા પાછી ફરી હતી... મુંબઈની એક પ્રતિષ્ઠિત આઈ હૉસ્પિટલમાં તેની આંખનું ઑપરેશન કરવમાં આવ્યું હતું. અને તુષિતાને પોતાની આંખની રોશનીની પુનઃ પ્રાપ્તિ થતાં ઘરના સ્વજનો અને કારીગરોમાં આનંદનું મોજું ફરી વળ્યું હતું...

અને ત્રણેક મહિના પછી સંયોગે તુષિતાના ગામના ગોંદરે 'સાંઈનાથ આઈ હૉસ્પિટલ'ના ખાતમુહૂર્તનું આયોજન કર્યું હતું. ફેક્ટરીઓના તમામ કારીગરો અને સૌ ગ્રામવાસીઓને તુષિતાએ ખાતમુહૂર્ત વિધિમાં આમંત્રિત કર્યા હતા અને ભવ્ય ભોજન સમારંભ યોજ્યો હતો.

ખૂબ જ ઝડપથી હૉસ્પિટલનું બાંધકામ પૂરું કરવામાં આવ્યું હતું અને કશી જ ઉદ્‌ઘાટનવિધિ વગર હૉસ્પિટલનું કામકાજ શરૂ કરી દેવામાં આવ્યું હતું...

તુષિતાએ કહ્યું હતું : 'સંયોગ, આ ગામ પ્રત્યે મારું ઋણ છે. તું સંમત થતો હોય તો આપણે અહીં જ ફેક્ટરી શરૂ કરીએ અને અહીં જ રહીએ.' સંયોગે અનુમોદન આપ્યું એટલામાં તેજસ્વનું આગમન થયું. તુષિતા, તારા વિચારને હું વધાવી લઉં છું અને સાંઈનાથ હૉસ્પિટલના વિકાસ માટે રૂપિયા અગિયાર લાખનો ચેક હું સાંઈબાબાને અર્પણ કરું છું' તેજસ્વે કહ્યું હતું.

અને થોડીક વાર અટકીને ઉમેર્યું 'તુષિતા, જિંદગીની વ્યાખ્યા કરવામાં હું થાપ ખાઈ ગયો ! ભોગવિલાસમાં ડૂબેલો રહ્યો, પણ મનને શાંતિ ન મળી. સંયોગ, તું ભાગ્યશાળી છે... શાણી, પ્રેમાળ અને પરગજુ પત્ની મળે એ વિશ્વનો સૌથી મહાન પુરુષ છે ! સ્ત્રી એક મહાશક્તિ છે અને એનું જીવતું-જાગતું રૂપ તુષિતા છે, તુષિતા, તને નમસ્કાર,' કહીને તેજસ્વ સંયોગના હાથમાં અગિયાર લાખનો ચેક મૂકી વિદાય થઈ ગયો હતો !

અને સંયોગ પોતાની મહાન પત્નીને અપલક નયને નિહાળી રહ્યો હતો. અને મનોમન ધિક્કારી રહ્યો હતો ભ્રૂણહત્યા કરનાર પૈસાભૂખ્યા તબીબોને, જેમના ક્રૂર હાથે મોતને ભેટી જનમવા તડપતી અજ્ઞાત તુષિતાઓ ધરતી પર જનમ ધારણ કરવાનો અધિકાર ગુમાવી બેઠી હશે !

❑

૨૧. અન્વેષના તન્મયદાદા

આખ્યાન અને અન્વેષ બંને સગા ભાઈઓ. સગા જ નહીં, જોડિયા ભાઈઓ. બંનેનો જન્મસમય લગભગ સમાન. આખ્યાન અને અન્વેષના પપ્પાજીએ જ્યોતિષીને બોલાવી નામ માટે પૂછ્યું : જ્યોતિષીએ મેષ રાશિ પરથી નામ પાડવાનું સૂચન કર્યું અને ઉમેર્યું : 'સાહેબ, આપ આઈ.એ.એસ. ઑફિસર હોવા છતાં ભારતીય સંસ્કૃતિ અને સંસ્કૃત સાહિત્યના અનન્ય ચાહક છો. આપ રજા આપો તો બંને દીકરાનાં નામ સંસ્કૃત શબ્દોની મહેકવાળાં જ હું સૂચવું.'

'ભલે પંડિતજી, એ અધિકાર આપનો બસ.' મિ. સંતોષે પ્રસન્નતાપૂર્વક કહ્યું.

'તો એકનું નામ આખ્યાન અને બીજાનું નામ અન્વેષ. આખ્યાનના કાન પાસે જન્મજાત નાનકડો તલ છે એટલે અન્વેષથી એને જુદી રીતે ઓળખવામાં આપને મુશ્કેલી નહીં પડે.'

મિ. સંતોષને બંને નામો ગમી ગયાં અને નામકરણવિધિ પ્રસંગે પરિવારના સૌએ બંને નામોને ઉમળકા સહિત વધાવી લીધાં. મિ. સંતોષની પત્ની અથર્વીએ કહ્યું. આખ્યાન વધુ પડતો ચકોર અને ચંચળ દેખાય છે. એની આંખો અને હાવભાવ પરથી તમારા જેવો અને અન્વેષ મારા જેવો માસૂમ અને ભોળો લાગે છે.'

'એટલે તું કહેવા શું માગે છે ?' - મિ. સંતોષે પૂછ્યું.

'આટલા મોટા ઑફિસર થયા છતાં સામાન્ય બુદ્ધિની વાત પણ તમે ન પકડી શક્યા ? આખ્યાન તમારા જેવો ચંચળ છે. એટલે એના ઉછેરમાં તમારે વધુ રસ લેવાનો અને અન્વેષ મારા જેવો દેખાય છે, એટલે એને

હું મારી રીતે ઉછેરીશ, કબૂલ ?' - અથર્વીએ હસતાં હસતાં કહ્યું.

'જોજે પાછી આ 'મારા', 'તારા' ભેદ એમના પ્રત્યેની લાગણી પ્રદર્શિત કરવામાં ન રાખતી. મા-બાપ સંતાનની બાબતમાં ડાબી-જમણી આંખનો ફરક ઇચ્છે તોપણ નથી રાખી શકતાં... હકીકતમાં આપણે સૌ બાળઉછેરની બાબતમાં ઢબુ પૈસાના 'ઢ' જેવાં છીએ ! બાળઉછેરની શૈલી બાળકનાં રૂપરંગ જોઈને નક્કી ન થાય, એમનું મનોવિજ્ઞાન પારખીને થાય ! બાળકોને પોતાનાં સપનાં મુજબ ઘડવાના ભારતીય મા-બાપોના ઓરતા સંતાનોના વિકાસ સામેનો મોટો અંતરાય છે ! એટલે અથર્વી, આપણે સંતાનોને 'ડિવિઝન'ની નજરે નહીં, પણ એમની યોગ્યતા ચકાસીને મૂલવીશું. સંતાન 'બાપકર્મી' બને એ પણ આપણો પરાજય અને સંતાન 'માવડિયું' બને એ પણ આપણી હાર, આટલી વાત યાદ રાખજે.' મિ. સંતોષે પોતાના વિચારો દઢતાપૂર્વક વ્યક્ત કર્યાં.

મિ. સંતોષ અને અથર્વી બન્ને ઉચ્ચ પદવીધારી, પણ બંનેના વિચારોમાં જમીન-આસમાનનો ફેર !

સમય વહેતો ગયો. આખ્યાન અને અન્વેષ બંને અઢી વર્ષના થયા. મિ. સંતોષ એમને નર્સરીમાં દાખલ કરવા માગતા હતા. અથર્વી એમને સીધા જ કે.જી.માં દાખલ કરવાની તરફેણમાં હતી.

મિ. સંતોષ અને અથર્વીને લાગ્યું કે સંતાનોની લાક્ષણિકતાઓ વિશેની તેમની ધારણા ખોટી પડી રહી હતી... આખ્યાન ધીરગંભીર બની રહ્યો હતો અને અન્વેષ અત્યંત ચંચળ અને જિદ્દી ! બંને ભાઈઓ રમતા હોય ત્યારે બધાં જ રમકડાં અન્વેષ કબજે કરી લેતો અને આખ્યાન ભાગ પડાવવાની કોશિશ કરતો ત્યારે અન્વેષ તેને ધક્કો મારતો !

નર્સરી પછી કે.જી., પ્રાથમિક, એમ બંનેનો અભ્યાસ આગળ વધતો જ રહ્યો. આખ્યાન દરેક પરીક્ષામાં પ્રથમ આવતો અને અન્વેષને ગ્રેસ માર્ક્સથી આગળના ધોરણમાં મોકલવામાં આવતો !

વર્ગશિક્ષક અને આચાર્ય આખ્યાનનાં વખાણ કરતાં થાકતા નહોતા, જ્યારે અન્વેષની ફરિયાદો કરીને તેઓ થાકી ગયા હતા... રિસેસમાં પોતાના

'ક્લાસમેટ્સ'ના લંચબૉક્સ ઉછાળવાં, પુસ્તકોનાં પાનાં ફાડી નાખવાં, કોઈ વિરોધ કરે તો તેને ઝૂડી નાખવો - જેવાં 'પરાક્રમો'થી એની શાળાના સંચાલકો પણ તંગ આવી ગયા હતા.

વાલી તરીકે મિ. સંતોષને બોલાવવામાં આવતા ત્યારે ફોન પર જ તેઓ આચાર્યને ધમકાવતા. 'ફી ભર્યા પછી બાળકોને ઘડવાની જવાબદારી તમારી છે. મારી દૃષ્ટિએ બાળકોને સુધારી ન શકે એવા આચાર્ય અને શિક્ષક 'અણઘડ' કહેવાય ! વારંવાર ફોન કરી મને 'ડિસ્ટર્બ' ન કરતા.'

'તો પછી આપનાં મિસિસને તો મળવા મોકલો' - આચાર્ય નરમાશથી કહેતા. 'એ ભલી છે, એનો તમે ગેરલાભ લેવા માગો છો ? હું તમારા બધાની સાઇકોલૉજી બરાબર જાણું છું ! ભલા વાલીને તમે દબાવીને મનમાન્યું કરો છો ! તમને ખબર છે ને કે તમારા જેવા શિક્ષકોએ ભૂતકાળમાં જેને 'ઠોઠ', 'તોફાની' અને ઉદ્ધત ગણી તગેડી મૂક્યા હતા, એવા દેશ-પરદેશના વિદ્યાર્થીઓએ મોટા થઈને ઊંચા હોદ્દા શોભાવ્યા છે, વૈજ્ઞાનિક તરીકે નવી શોધો કરી છે ! શિક્ષકોએ યાદ રાખવું જોઈએ કે ગુરુ બનવું હોય તો 'ગોળ' ખાવાની જ નહીં, 'ગાળ' ખાવાની પણ તૈયારી રાખવી પડે ! તમે તમારી રીતે એને 'શિસ્તબદ્ધ' બનાવો, હું આડે નહીં આવું, એની ગૅરન્ટી.' મિ. સંતોષે કહ્યું હતું...

અને આખ્યાનનો અભ્યાસ તીવ્ર ગતિએ દોડતો રહ્યો અને અન્વેષનો અભ્યાસ રગશિયા ગાડાની જેમ ચાલતો રહ્યો... !

મિ. સંતોષ જ્યારે પણ અન્વેષને સખત ઠપકો આપતા, ક્યારેક કંટાળીને હાથ પણ ઉપાડી દેતા, ત્યારે અથર્વી અન્વેષની ઢાલ બનતી. મિ. સંતોષ એને રાત્રે ભૂખ્યા રહેવાની 'સજા' કરતા, પણ અથર્વી મધરાતે જગાડીને ભોજન કરાવતી. મિ. સંતોષને એ વાતની ખબર પડતી ત્યારે આકરા શબ્દોમાં તેઓ અથર્વીની ઝાટકણી કાઢતા. એમ હાયર સેકન્ડરી સુધીનો બંને ભાઈઓનો અભ્યાસ ચાલતો રહ્યો.

મિ. સંતોષના ઘરમાં અન્વેષને લીધે થતા ઝઘડાથી પડોશમાં રહેતા મિ. તન્મય વાકેફ હતા. તન્મય નિવૃત્ત આચાર્ય હતા. તેઓ નિઃસંતાન હતા,

પણ બાળકો પ્રત્યે તેમને અનહદ પ્રેમ, ક્યારેક ઝૂંપડપટ્ટીમાં જઈ બાળકોને રમતો રમાડતા, ભેટ આપતા અને પ્રેરક વાર્તાઓ કહી તેમનું મનોરંજન કરતા.

એમણે અથર્વી કે મિ. સંતોષને કશું કહ્યા વગર જ અન્વેષમાં રસ લેવા માંડ્યો. અન્વેષ મોટરબાઇક લઈ કૉલેજ જવા નીકળતો ત્યારે પ્રિ. તન્મય એને રોકીને મંદિર સુધી જવા માટે લિફ્ટ માગતા. મંદિર આવે એટલે મોટરબાઇક પરથી ઊતરતાં કહેતાં : દીકરા, મને ટેકો આપીને મૂર્તિઓ સુધી મૂકી જા ને ! તને ગમે તો તું પણ દર્શન કરજે.'

'આપને મૂર્તિઓ સુધી મૂકી જાઉં, પણ મને દેવલાં-ફેવલાંમાં રસ નથી !' અન્વેષ કહેતો.

'કોણે કહ્યું કે મને માત્ર 'દેવલાં'માં રસ છે, મને તો તારામાં રસ છે ! મારે પણ દીકરો હોત તો તારા જેવડો હોત. તારા જેવો રુઆબદાર અને ફેશનેબલ ! હું તો એના પર ભણતરનો વધારે પડતો બોજો નાખવાને બદલે શીખવા પર ભાર મૂકત... એને જાતે શીખવાની, ઘડાવાની તક આપત ! આજકાલનાં માબાપો બાળકને પાંજરામાં પૂરીને પરાણે 'સીતારામ' બોલવાની ફરજ પાડે છે. દીકરા, તું જ કહે, પછી બાળકો મા-બાપના કે શિક્ષકના કહ્યામાં ન રહે તો બીજું થાય પણ શું ?' પ્રિ. તન્મય કહેતા.

'દાદાજી, તમે જે વાત સમજો છો, એ મારા પપ્પા નથી સમજતા ! મારા શિક્ષકોનો વ્યવહાર પણ મારી સાથે જેલના કેદી જેવો હતો ! મને મારી રીતે જીવવાનો અધિકાર છે એ વાત તો આપ માનશો ને ? અન્વેષ કહેતો.

'તું કૉલેજ પહોંચ, બાકી વાતો કાલે કરીશું... કાલે તું કૉલેજ જવા નીકળે ત્યારે મને વળી પાછો મંદિર મૂકતો જજે.' પ્રિ. તન્મય અન્વેષના મનોભાવ પારખવા તેના ચહેરા તરફ જોઈ રહેતા.

'ચોક્કસ દાદાજી, વડીલો અમારા સાથે ભાડૂતની જેમ વર્તે છે... અમને ઠપકો આપવાનો અધિકાર ! પણ અમારા દોષ જોઈને અમને

બદનામ કરવા જીભ ઘસી નાખે છે ! અમારી સાથે વિવાદ કરવામાં બહાદુર અને સંવાદ સાધવામાં કાયર ! મને એવા વડીલો નથી ગમતા ! સંતાનોને સુધારવા વડીલોએ સુધરવું પડે એ વાત મારી મમ્મી તો સમજે છે, પણ પપ્પા નથી સમજતા. ઓ.કે. ગુડ બાય' - કહી અન્વેષ મોટરબાઇક મારી મૂકતો...

વળી પાછો બીજે દિવસે અન્વેષ પ્રિ. તન્મયને સાદ કરીને મોટરબાઇક પર બેસાડી દેતો... બંને મંદિરે પહોંચતા. અન્વેષ એમને મંદિરનાં પગથિયાં ચઢવામાં મદદ કરતો. એક દિવસ પ્રિ. તન્મયે કહ્યું, 'બેટા, દેવ સાથે વાતો કરવામાં આખી જિંદગી કાઢી, આજે તારી સાથે વાતો કરવી છે... પણ કૉલેજના ભોગે નહીં... તારી સાથે મનગમતા રેસ્ટોરાંમાં જમવું છે અને પછી તારે મને મ્યુઝિકના ક્લાસમાં મૂકી જવાનો. મને સિતાર શીખવાનો શોખ છે, પેઇન્ટિંગમાં પણ રસ છે. મારે ઘર તું આવીશ તો મેં દોરેલાં એકએકથી ચઢિયાતાં ચિત્રો તને બતાવીશ.'

'દાદાજી, આપણો આજનો પ્રોગ્રામ પાકો. તમે બાર વાગ્યે અહીં મંદિરે આવી જજો, પછી આપણે એક સરસ મજાના, પણ મારી પસંદગીના રેસ્ટોરાંમાં લંચ માટે જઈશું.' અન્વેષે કહ્યું હતું. અને અન્વેષ સમયસર મંદિરે આવી પહોંચ્યો. પ્રિ. તન્મયને લઈને એ રેસ્ટોરન્ટ પહોંચી ગયો.

'દાદાજી, બોલો, સાઉથ ઇન્ડિયન ડિશ કે ગુજરાતી ?' અન્વેષે પૂછ્યું...

'અરે દીકરા, આજે હું તારો મહેમાન છું. તારી પસંદગીનું તારે મને ભોજન કરાવવાનું છે !' પ્રિ. તન્મયે કહ્યું હતું.

'તો પછી સ્પ્રિંગ રોલ, પિઝા, પાસ્તા, પુલાવ-કરી એ બધું મને બહુ ભાવે છે.' અન્વેષે કહ્યું.

'અરે દીકરા, અમારી રીતનું ખાઈ ખાઈને તો ઘરડા થયા, તમારી રીતનું ખાતાં પણ શીખવું જોઈએ ને ! નહીં તો તમે કહેશો કે ડોસાઓને ટેસ્ટ જેવું કશું છે જ નહીં.' પ્રિ. તન્મયે અન્વેષને તાળી આપતાં કહ્યું હતું.

'અરે ! આપના જેવા ડાઇનેમિક અને ઉદાર માણસને 'ડોસો' કહેવું

એ પાપ છે ! આપને આ ઉંમરે પણ સંગીત-પેઇન્ટિંગ વગેરે બાબતોમાં કેટલો બધો રસ છે ! દાદાજી, મને મરેલા-બળેલા-હઠીલા- લોકો નથી ગમતા ! મને તો આપના જેવા 'જીવતા' માણસો ગમે છે !' અન્વેષે કહ્યું હતું.

'તો દીકરા, આપણી દોસ્તી પાકી ? તારે ફરવું હોય તો ત્યાં ફરવાનું, જીવવું હોય તેમ જીવવું, પણ મારી સાથે ચોખ્ખા દિલે વાત કરવાની ! આટલું કરીશ તો મને લાગશે કે બાપ બનવાના મારા કોડ તેં પૂરા કર્યા' પ્રિ. તન્મય ધ્રુસકે-ધ્રુસકે રડી પડ્યા.

'દાદાજી, તમે રડશો નહીં. આખ્યાન મારાં મમ્મી-પપ્પા પ્રત્યેની ફરજો અદા કરશે... હું આપનો આજથી દત્તક પુત્ર ! કશાય કરાર વગર, હૃદયની શાખે, લાગણીના વચનથી.' અન્વેષે પ્રિ. તન્મયને આશ્વાસન આપતાં કહ્યું.

અને જવાન ડોસા અને પોતાની જાતને બદલવા તત્પર થયેલા યુવકની મૈત્રી શરૂ થઈ ! પ્રિ. તન્મય અન્વેષને પુત્ર બનાવવા નહીં, મિત્ર બનાવવા ઇચ્છતા હતા ! અધિકારવિહોણા સંબંધોની લિજ્જત કંઈક ઓર જ હોય છે ! અલબત્ત, એ માટે મૂલ્ય ચૂકવવું પડે છે, એ વાત પ્રિ. તન્મય સમજતા હતા.

ધીરે ધીરે અન્વેષ પ્રિ. તન્મયના રંગ રંગાયે જતો હતો. પ્રિ. તન્મય સાથે એણે દેવદર્શને જવાનું શરૂ કર્યું હતું... ઝૂંપડપટ્ટીના બાળકોના મનોરંજન યજ્ઞમાં પણ એ સામેલ થતો. સિતાર શીખવવામાં એને રસ પડ્યો હતો... પેઇન્ટિંગનું શિક્ષણ પણ એને 'વહાલસોયા' તન્મયદાદા પાસેથી મળી રહ્યું હતું. બી.બી.એ.ની પરીક્ષામાં પણ એણે પ્રથમ વર્ગ પ્રાપ્ત કર્યો હતો, પણ ઘરમાં પપ્પા સાથે એ લાંબી વાતચીત કરતો નહીં. પપ્પા આખ્યાનને કહેતા 'અન્વેષ હાથથી ગયો છે. મારે એને ઠોકર ખાવા દેવી છે... ઠોકર ખાશે પછી ખબર પડશે કે જિંદગી શી ચીજ છે ! આખો દિવસ ભટક્યા જ કરે છે ! ભલે ભટકે !'

અને એમ બે વર્ષ વહીં ગયાં. પ્રિ. તન્મય અને અન્વેષનો

લાગણીભીનો સંબંધ વિકસતો જ રહ્યો... અન્વેષે સિતારવાદન અને પેઇન્ટિંગમાં સારી એવી હથોટી કેળવી લીધી હતી...

અને યુથ ફેસ્ટિવલમાં એણે બંને સ્પર્ધાઓમાં ભાગ લીધો... એને પ્રથમ પારિતોષિકો પ્રાપ્ત થયાં... અખબારમાં ભારોભાર વખાણ સાથે એની તસવીરો છપાઈ.

મિ. સંતોષના આશ્ચર્યનો પાર નહોતો... એમને વિશ્વાસ નહોતો પડતો કે અન્વેષે આ બધું ક્યારે શીખી લીધું ?

એમણે રાહ જોઈ, પણ અન્વેષ મોડી રાત સુધી પાછો ન ફર્યો... સવારે એમણે નજર કરી તો અન્વેષ પડોશી પ્રિ. તન્મયના બંગલાની લોનમાં બેસીને સિતાર વગાડી રહ્યો હતો...

મિ. સંતોષ તેની પાસે દોડી ગયા અને કહ્યું : 'અરે ! બેટા ? કાલે તું ઘેર ન આવ્યો ? અમે તારી કેટલી બધી રાહ જોઈ ? આખરે પ્રિ. તન્મયનું ઘર તો પારકું જ કહેવાય ને !'

'ના, મારે એક વડીલની હૂંફની જરૂર હતી અને એમને એક વહાલસોયા પુત્રની ! એમણે મારામાં દોષ જોવાનું નહીં, ગુણ શોધવાનું અભિયાન ચલાવ્યું. તમે માત્ર રાહ જોઈ, એમણે મને રાહ પર લાવવાનું બીડું ઝડપ્યું ! પિતૃત્વ એ માત્ર હોદ્દો નથી, સામાજિક સાધના છે, સહિષ્ણુતા અને ત્યાગની સાધના. મા-બાપનું કામ સંતાનને જાળવવાનું જ નહીં, જીરવવાનું પણ છે. પપ્પાજી, એ વાત આપ ન સમજી શક્યા ! તન્મયદાદા સમજી શક્યા !... મને હવે એમની નિશ્રામાં જીવવા દો, કારણ કે તેઓ મારા માનસપિતા છે... ગુડ બાય પપ્પા !' કહી અન્વેષ પ્રિ. તન્મયના ડ્રોઈંગરૂપ ભણી ચાલ્યો ગયો !

મિ. સંતોષને એ વાતનો આનંદ હતો કે એક અસ્તકાલીન સૂરજે એક યુવાનના જીવનને ઉજાળ્યું છે ! ધૂમકેતુ સૂરજ બને એવું આકાશ પૂરું પાડવું એ યૌવનની વડીલોએ કરવા જેવી મહાન સેવા છે.

❑

૨૨. શ્રદ્ધાનો નવીન રણકાર

સમત્વનું મન બેચેન છે, જગત વચ્ચે પોતે ઊભો છે એક લાચાર મનુષ્યની જેમ, સાહસહીણો, શૌર્યહીણો સંકલ્પહીણો બનીને. એને લાગે છે કે, પોતાનું સઘળું શિક્ષણ બેકાર ગયું છે. જીવનનું ઉત્તમ ઘડતર થયાનો એનો આજે ભ્રમ તૂટી ગયો છે. ગતિ પકડતી ટ્રેન સાથે એનું મન પણ વિચારોમાં ખોવાઈ જાય છે.

સમત્વની નિષ્પાપ આંખો, માસૂમ ચહેરો અને ઓછાબોલો એકાન્તપ્રિય સ્વભાવ જોઈને લોકો સુલક્ષણાદેવીને કહેતાં : 'સુલક્ષણાબહેન, તમારે ત્યાં કોઈ દેવદૂત ભૂલો પડ્યો હોય એમ લાગે છે ! ઈશ્વરે પાછલી અવસ્થામાં તમને દીકરો દીધો, પણ સો દીકરાનું સાટું વાળી આપે એવો રૂડો-રૂપાળો અને ગુણવાન.' પણ સુલક્ષણાદેવી નહોતાં ઇચ્છતાં કે એમનો છોકરો 'દેવદૂત' જેવી સરળ જિંદગી જીવે. દેવદૂત જેવી જિંદગી જીવનારને જગે શો શિરપાવ આપી દીધો છે ? ક્રોસ પર લટકવું, વિષનો પ્યાલો, અથવા છાતીમાં ગોળીઓ - એ જ ને ? કાંટાળા જગની કેડી પર ચાલવા માટે તેઓ સમત્વને ફૂલ-શો કોમળ રહેવા દેવા નહોતાં માગતાં.

સુલક્ષણાદેવીની વાત સાચી હતી. સમત્વના સ્વર્ગવાસી પપ્પા પણ અનુપમ ભ્રાતૃપ્રેમ, અનન્ય ભગિનીપ્રેમ, અદ્ભુત પડોશીપ્રેમ અને અસાધારણ ગ્રાહકપ્રેમમાં માનતા હતા, પરંતુ એ સઘળું એળે ગયું ! અત્યંત ઉદાર અને પ્રેમાળ સ્વભાવને કારણે ધંધામાં ખોટ ગઈ. વાર-તહેવારે સગાં-સંબંધીઓ તરફ સદ્ભાવની હેલી ચઢવાને કારણે બચત પણ સાફ થઈ ગઈ અને છેલ્લે તેઓ બીમાર પડ્યા, ત્યારે હૉસ્પિટલનું બિલ ચૂકવવા સુલક્ષણાદેવીએ દયા માટેની અરજી કરવી પડેલી, પરંતુ ઉપકૃતોની

વણજારમાંથી કોઈ વીરલો સમત્વના પપ્પાની વહારે નહોતો ધાયો. ત્યારે સુલક્ષણાદેવી મનુષ્યના સ્વાર્થનું ભયાનક સ્વરૂપ જોઈને નાના બાળકની જેમ છુટ્ટા મોંએ રડ્યાં હતાં અને તેમણે મનોમન નક્કી કર્યું હતું કે જે ભૂલ સમત્વના પપ્પાએ કરી તેવી ભૂલ તે સમત્વને નહીં કરવા દે. એની ઉદારતાને તેઓ રોકશે. તેની ખાનદાનીને નાથશે. એની દાનશીલતાને તેઓ દાબી દેશે... કારણ કે, જગત ધનને પૂજે છે, સૌજન્યને નહીં.

સમત્વની મમ્મી સુલક્ષણાદેવીનું એક જ લક્ષ્ય હતું, સમત્વ ભણીગણીને નોકરી પર ચઢી જાય, પછી એને જે કરવું હોય તે કરે. સમત્વનો મૂળ સ્વભાવ તેના સ્વર્ગસ્થ પપ્પા જેવો જ હતો એટલે મમ્મીની રોકટોક એને બહુ ગમતી નહોતી. પ્રાકૃતિક સૌંદર્ય માટે તડપતા સમત્વના આત્માને પુસ્તકો અને ગાઇડોના કિલ્લામાં નજરકેદ રહેવાની ફરજ પડી, એટલે કૉલેજમાંથી નીકળી સીધા ઘેર જવાને બદલે સમત્વ એકલો-અટૂલો કોઈ વૃક્ષ નીચે બેસી રહેતો. એની એ એકાન્તપ્રિયતા તેની જ સહાધ્યાયિની શ્રાવણી માટે આકર્ષણનું કારણ બની અને શ્રાવણીએ સમત્વ સાથે દોસ્તી શરૂ કરી.

શ્રાવણી સ્વભાવે મનમોજી હતી. એને વડીલોની 'વડીલશાહી'ની ભારે ચીડ હતી એટલે સમત્વ પ્રત્યે તેની મમ્મી સુલક્ષણાદેવીની સખતાઈની વાત એણે સાંભળી, ત્યારે તેનું મન સુલક્ષણાદેવી સામે બંડ પોકારવા માટે બેચેન બન્યું. એણે ધીરે-ધીરે સમત્વના મનને ઉશ્કેરવા માંડ્યું અને પોતાના પપ્પાની મદદથી સમત્વને પાર્ટટાઇમ નોકરી અપાવી દીધી. શ્રાવણીના આઝાદ, પણ ખૂબ જ વાસ્તવદર્શી અને જવાબદારીભર્યા વર્તનની વાતો સમત્વની મમ્મી સુધી પહોંચી હતી... પરંતુ શ્રાવણીએ પોતાના પુત્રને ગુમરાહ કર્યો છે, એવો લેશમાત્ર ભાવ તેમના મનમાં જન્મ્યો નહીં.

સમત્વની મમ્મી સુલક્ષણાદેવીએ શ્રાવણીને પોતાને ઘેર મળવા બોલાવી હતી અને કહ્યું હતું : 'બેટા શ્રાવણી, સમત્વના જીવનને વ્યવસ્થિત બનાવવા માટે જ આજ સુધી હું કડકાઈ આચરતી આવી છું, છાતી પર પથ્થર મૂકીને જિંદગીની લીલીસૂકી મેં જોઈ છે, એટલે મારો સમત્વ

કલ્પનાની ઊંચી દુનિયામાં વિહરીને બરબાદ ન થઈ જાય, એ માટે મારે કમર કસવી પડી હતી, પણ તારા સંગે એને જિંદગી જીવવા માટે મજબૂત બનાવ્યો છે, એવો મજબૂત કે હવે હું નિરાંતે મરી શકીશ. સમત્વ હવે નોકરીએ લાગ્યો છે, પણ એની નોકરી છોડાવી અભ્યાસ પૂરો કરાવજે અને પછી એનાં તમામ અધૂરાં અરમાન પૂરાં કરજે. તારે પત્ની અને માતા બન્નેની લાગણી અને પ્રેમનો અનુભવ સમત્વને કરાવવાનો છે. બેટા, હું ઇચ્છું કે તારા જેવી બાહોશ યુવતીના હાથમાં મારા ભલા-ભોળા દીકરા સમત્વનો હાથ સોંપીને હું નિશ્ચિંત બની જાઉં.'

અને સુલક્ષણાદેવીએ સમત્વનાં લગ્ન શ્રાવણી સાથે ગોઠવી દીધાં હતાં. ત્યાર બાદ આર્થિક વિટંબણાઓ ખતમ કરવા સમત્વ અને શ્રાવણીએ શહેરમાં રહેવાનું નક્કી કર્યું. સમત્વને એક સારી કંપનીમાં મૅનેજરની નોકરી મળી ગઈ હતી અને શ્રાવણીએ પણ પોતાના જીવનસાથીની આર્થિક નૌકાને કિનારે લાવવા માટે નોકરી સ્વીકારી લીધી. કુશળ કર્મચારિણી ગણાતી શ્રાવણી ઘરે આવીને એક ઘરરખ્ખુ ગૃહિણી પણ બની જતી હતી.

પુત્ર સત્ત્વને જન્મ આપ્યા બાદ પણ શ્રાવણીએ પોતાની નોકરી ચાલુ રાખી હતી.

સમત્વનો સ્વભાવ બિલકુલ એના પપ્પા જેવો જ ઉદાર, પરગજુ, લાગણીશીલ અને ઈમાનદાર. ઑફિસમાં મન લગાવીને કામ કરે. સાંજ પડ્યે ફાઇલોનો ઢગલો સાફ ! ઑફિસના અન્ય સ્ટાફને સમત્વનો આવો સ્વભાવ પસંદ નહોતો. મોટા સાહેબો સેવા કરવામાં નહીં, સેવા લેવામાં માનતા હતા... સાહેબોને કેમ ખુશ રાખવા એ સમત્વને આવડતું નહોતું. સમત્વની ઈમાનદારી ઑફિસના અન્ય કર્મચારીઓને ખટકતી હતી એટલે સમત્વની વિરુદ્ધ અરજીઓ થવા માંડી હતી. સમત્વનો અપરાધ માત્ર એટલો જ હતો કે તે નિયમ અને સિદ્ધાંતથી વર્તતો હતો. એના હાથ નીચેના લાંચિયા અને બેઈમાન માણસોને એ દાદ નહોતો આપતો. વર્ષોથી સ્થપાયેલી પરંપરાઓ એક 'અણસમજુ' ઑફિસરે તોડી નાખી હતી, એવી વાત તેઓ સમત્વના ઉપરી અધિકારીઓના ગળે ઉતારી શક્યા હતા... અને ઉપરી

અધિકારીઓ નહોતા ઇચ્છતા કે ઑફિસનું 'વાતાવરણ' બગડે ! પરિણામે સમત્વ જેવા પ્રામાણિક અને સમર્થ ઑફિસરની સેવાઓની અન્યત્ર જરૂર હોવાનાં કારણોસર સમત્વની બદલી કરવામાં આવી હતી...

શ્રાવણી તથા સત્ત્વને એકલાં મૂકીને બીજા શહેરમાં નોકરી કરવા જવાનો નિર્ણય સમત્વને યોગ્ય ન લાગ્યો, એટલે એણે નોકરી છોડી દીધી અને બીજી નોકરી માટે પ્રયત્ન શરૂ કર્યો. નોકરી તો સમત્વને મળી જતી હતી... પરંતુ તેના ઈમાનદાર અને આદર્શવાદી સ્વભાવને કારણે એ ક્યાંય સારી રીતે 'સેટ' થઈ શકતો નહોતો. ઑફિસનું વાતાવરણ સારું નથી એમ કહીને કાં તો સમત્વ પોતે નોકરી છોડી દેતો અથવા તો ઑફિસના ઉપરી અધિકારીઓ તેને પાણીચું પરખાવી દેતા હતા.

જ્યારે સમત્વ ઘરે આવીને શ્રાવણીને મળ્યા વગર સીધો શયનખંડમાં જતો રહેતો, ત્યારે શ્રાવણી સમજી જતી કે, આજે ભાઈ સાહેબની નોકરી ગઈ લાગે છે...! શ્રાવણી સમત્વને આશ્વાસન આપવા દોડી જતી હતી... સમત્વે નોકરી માટે ખૂબ પ્રયત્નો કર્યા, પણ તે ઇચ્છતો હતો તેવી નોકરી તેને ન મળી. બેકારીનાં ચાર વર્ષે સમત્વને હચમચાવી મૂક્યો હતો. સમત્વને અંદરથી લઘુતાનો અનુભવ થવા માંડ્યો. શ્રાવણી તેની પૂરેપૂરી દરકાર રાખતી. તેને કોઈ રીતે ઓછું ન આવે તેનો ખ્યાલ રાખતી, છતાંય નાની-નાની વાતમાં સમત્વને માઠું લાગી જતું. શ્રાવણીની મહેનત અને કર્તવ્યનિષ્ઠાને કારણે તેને ઑફિસમાં પ્રમોશન મળ્યું હતું, પરંતુ આ આનંદના સમાચાર સમત્વને કેવી રીતે આપવા, એની દ્વિધામાં હતી શ્રાવણી. પણ એક દિવસ શ્રાવણીની સહેલીનો તેને મળેલા પ્રમોશન બદલ અભિનંદનનો ફોન આવ્યો. તે ફોન સમત્વે લીધો હતો અને શ્રાવણીની સહેલીના ફોન દ્વારા સમત્વને શ્રાવણીના પ્રમોશનની જાણ થઈ, એટલે સમત્વ ખૂબ જ દુઃખી થઈ ગયો હતો. તેને મનોમન એવું લાગવા માંડ્યું કે તે પોતે બેકાર છે, એટલે શ્રાવણી પણ તેને નજરઅંદાજ કરે છે, પણ શ્રાવણી તો સમજતી હતી કે સમત્વની લાચારી એ એક એવા યુવાનની લાચારી છે, જેણે ઊડવું તો છે, પણ ઊડવા માટે આકાશમાં યોગ્ય ખાલી

જગ્યા દેખાતી નથી. શ્રાવણી સમજતી હતી કે ગૂંચવાયેલું કોકડું ખેંચતાણથી નહીં, પણ ધૈર્યથી જ ઊકલશે.

શ્રાવણી નિયમિત ઑફિસ જતી હતી અને ઘેર સમત્વ એકલો જ રહેતો. સત્ત્વને સ્કૂલે મૂકવા જવાનું અને લેવા જવાનું આ બે કામ સમત્વ કરતો હતો. સાંજે શ્રાવણી ઑફિસેથી થાકીને આવે પછી તરત જ રસોઈની તૈયારી કરવામાં પડી જાય, એટલે સમત્વને પોતાના અપમાન જેવું લાગતું હતું. તેનામાં રહેલા પુરુષનો અહં જાગ્રત થઈ જતો અને નાની નાની વાતમાં તે શ્રાવણી સાથે ઝઘડી પડતો હતો.

શ્રાવણીને ફિલ્મો જોવાનો શોખ હતો... ફિલ્મમાં પતિને ઉષ્માભરી વિદાય આપતી પત્નીનું દૃશ્ય કે પત્ની સાથે મસ્તીની ક્ષણો માણતા પતિના સુખદ સંસારનું દૃશ્ય જોઈ સમત્વ દુઃખી થઈ જતો હતો અને આનંદ માટે ફિલ્મ જોવા ગયેલી શ્રાવણી દુઃખી થઈને ઘેર પાછી ફરતી. ફિલ્મ જોઈને બેચેન બનેલો સમત્વ તરત જ ઘેર જવાનો આગ્રહ રાખતો... બહાર હોટેલમાં જમવાનો પ્રોગ્રામ કેન્સલ કરીને આખરે શ્રાવણીને ઘરે આવીને રસોઈ બનાવવી પડતી. શ્રાવણી સત્ત્વને ખૂબ જ વહાલ કરતી, એ પણ સમત્વને પસંદ નહોતું પડતું. સમત્વને એમ જ લાગતું કે પોતે બેકાર છે એટલે સત્ત્વ પણ તેની પાસે આવવાનું ટાળે છે અને તેની મમ્મી પાસે વધુ જાય છે...

દિવસો વહેતા રહ્યા... અને એક દિવસ વહેલી સવારે શ્રાવણી અને સત્ત્વને સૂતાં મૂકીને સમત્વ પોતાને ગામ મમ્મી સુલક્ષણાદેવી પાસે જવા ચાલી નીકળ્યો... સુલક્ષણાદેવીએ કશું જ પૂછ્યા સિવાય સમત્વને ભોજન કરાવ્યા બાદ એમના જ ઓરડામાં આરામ કરવાનું કહ્યું. બે દિવસ સુધી તેઓએ સમત્વને કશું ન પૂછ્યું, કારણ કે શ્રાવણીનો ફોન તેમના પર આવી જ ગયો હતો અને તેઓ પણ સમત્વની મનઃસ્થિતિથી વાકેફ હતાં. ત્રીજે દિવસે સમત્વે સામેથી વાત કાઢીને કહ્યું હતું, 'મમ્મી, હવે હું અહીં તારી પાસે જ રહેવા માગું છું. ગામમાં ક્યાંક આછી-પાતળી નોકરી શોધી લઈશ...' ત્યારે સુલક્ષણાદેવીએ સમત્વને પૂછ્યું હતું : 'બેટા, શ્રાવણી સાથે

ઝઘડો થયો છે કે પછી...'

સુલક્ષણાદેવીની વાત અધવચ્ચે જ કાપી નાખતાં સમત્વે કહ્યું હતું : 'ના, મમ્મી, ના. શ્રાવણી તો ખૂબ જ સારી છે, મારું આખું ઘર ચલાવે છે. સત્ત્વને મોટો કરે છે તમને પણ પૈસા મોકલે છે... મારું માન પણ પૂરેપૂરું જાળવે છે. પહેલી તારીખે પૂરેપૂરો પગાર મારા હાથમાં લાવી મૂકી દે છે. મને ફાવે તેમ પૈસા વાપરવાની છૂટ... શ્રાવણીમાં પત્નીપણું દાખવવાની પણ લેશમાત્ર વૃત્તિ નથી. કશી રોકટોક પણ નથી... બસ આ બધું જ મને ખટકે છે. હું ઇચ્છું છું કે શ્રાવણી મારી સાથે ઝઘડે, નોકરી છોડીને મને કહે કે, 'મારું અને મારા દીકરાનું તમે પૂરું કરો. હું કંઈ તમારી નોકર નથી કે નોકરી પણ કરું અને ઘર પણ ચલાવું અને તમે બેઠાં બેઠાં જલસા કરો.' મમ્મી, શ્રાવણી કશું જ બોલ્યા વગર હરખાતે હૈયે એની જવાબદારીઓ અદા કરે છે અને હું ક્યાંય સેટ નથી થઈ શકતો... હવે હું પાછો શ્રાવણી પાસે જવાનો નથી. અહીં તમારી પાસે જ રહીશ. હું શ્રાવણીનો ગુનેગાર છું...' કહીને સમત્વ ધ્રુસકે-ધ્રુસકે રડી પડે છે...

સુલક્ષણાદેવી સમત્વના મસ્તક પર હાથ ફેરવી એને આશ્વાસન આપવાની કોશિશ કરે છે, ત્યાં જ ડોરબેલ રણકે છે, અને પોસ્ટમેન પત્ર નાખીને ચાલતી પકડે છે.

સુલક્ષણાદેવી પત્ર લઈને સમત્વને આપે છે. અક્ષર શ્રાવણીના જ હતા. સમત્વ ધ્રૂજતા હાથે શ્રાવણીનો પત્ર ખોલે છે... પત્રમાં લખ્યું હતું, 'સમત્વ, તમે એકાએક મને અને સત્ત્વને મૂકીને ચાલ્યા ગયા ? બસ, જીવનથી આટલા જલદી હારી ગયા ? અરે, તમને ગમતી નોકરી ન મળે તો કંઈ નહીં, તમને ગમતો નાનો ધંધો તો કરી શકાય કે નહીં ? મારી પાસે થોડા પૈસા જમા થાય એટલે હું કહેવાની જ હતી કે સમત્વ, ચાલો આપણે બન્ને ભેગાં થઈને પોતાનો નાનકડો સ્ટોર કે બિઝનેસ કરીએ...

સમત્વ, પતિ-પત્નીનો સંબંધ એ રૂપિયાના રણકાર પર પ્રસ્થાપિત નથી. કમાવાની ક્ષમતા એ દાંપત્યજીવનના સુખનું બેરોમીટર નથી. જો નહીં કમાતી પત્નીનું પતિ આનંદપૂર્વક ભરણપોષણ કરી શકતો હોય અને પત્ની

એમાં નાનમ ન અનુભવતી હોય તો બેરોજગાર પતિનું ભરણપોષણ પત્ની કરે એમાં પતિએ શા માટે નાનમ અનુભવવી જોઈએ ? સમત્વ, તમે શ્રાવણીને ઓળખો છો, શ્રાવણીના હૃદયને નહીં. લાગણીના સંબંધોમાં ઉપકાર કે ભારનું સ્મરણ અને મહત્ત્વ વધે ત્યારે એ વ્યવહાર બની જાય છે, સંબંધ નથી રહેતો. સમત્વ, આટલું સમજીને તો તમારી બેચેની દૂર કરો... મારો પત્ર મળે કે તરત જ તમે અને મમ્મીજી અહીં શહેરમાં મારી પાસે આવવા નીકળી જજો, સત્ત્વ તમને ખૂબ જ યાદ કરે છે.'

શ્રાવણીનો પત્ર વાંચી સમત્વનું મન ખિન્ન થઈ ગયું... એણે ટપાલમાં આવેલા એક મેગેઝિનનાં પાનાં ઉથલાવવાનો પ્રયત્ન કર્યો... અને એની નજરે એક લેખ પડ્યો, જેનો સારાંશ હતો કળિયુગમાં માણસની દૃષ્ટિ સમત્વકેન્દ્રી નહીં, પણ મમત્વકેન્દ્રી હોય છે... એટલે લોકો સંતત્વને દુર્ગુણ ગણે છે અને ભોળપણને ભોટપણ ગણે છે... કળિયુગમાં માણસને યુધિષ્ઠિર બનવાનું નહીં, પણ કૃષ્ણ બનવાનું પોસાય. યુધિષ્ઠરને લોકો શોષણનું સાધન માને છે અને કૃષ્ણત્વ સાથે ચેડાં કરતાં સાત વાર વિચાર કરે છે ! કર્તવ્યો પ્રત્યેની ઉદાસીનતા એ કાયરતા છે અને પલાયનવાદી બનવું એ પણ કાયરતા છે... એટલે 'ઉત્તિષ્ઠ' અને 'જાગ્રત' બે જ વાતો દરેક વ્યક્તિએ યાદ રાખવી જોઈએ.

અને સમત્વને એક નવી જીવનદૃષ્ટિ મળી હતી. એણે શ્રાવણીને ફોન કર્યો હતો... એના અવાજમાં શ્રદ્ધાનો નવીન રણકાર હતો. એણે કહ્યું હતું : 'શ્રાવણી, શ્રાવણ અનરાધાર વરસતો રહ્યો અને હું રહ્યો સાવ કોરોધાકોર ! શ્રાવણીની ઉપેક્ષા કરીને ગયો હતો. હવે આષાઢ બનીને આવું છું... આધિ-ઉપાધિથી ત્રાસેલી મારી શ્રાવણીને ઠારવા !'

❑

૨૩. 'રાહ જોજે મમ્મી'

સૂર્યના સ્વાગત માટે આકાશે રંગોળી પુરાઈ રહી છે અને ઇન્દુબહેનના બંગલામાં સુજ્ઞ અને નમ્યા પણ રંગોળી પૂરવાની તૈયારી કરી રહ્યાં છે... દિવાળીને દિવસે ચોપડાપૂજન પણ સુજ્ઞ જ કરે છે અને કંપનીના સેવકવર્ગને ભેટ-સોગાદ-બૉનસ-બૉણી પણ ઇન્દુબહેન સુજ્ઞને હાથે જ અપાવે છે.

બધું જ રાબેતા મુજબ ચાલે છે, પણ ઇન્દુબાનું મન રાબેતા મુજબ ચાલતું નથી. નમ્યા એમને સગી માતાની જેમ રાખે છે, એમનો પડતો બોલ ઝીલે છે. છતાંય...

આ છતાંય સમસ્યાનું નિરાકરણ માણસ ના મનને સહેલાઈથી પ્રાપ્ત થતું નથી ! પોતીકાં અને 'પારકાં'ની વ્યાખ્યા માણસના મનનો ભયાનક કબજો લઈ લે છે... પરિણામે માણસ ઉપર ઉપકારોની ઝડી વરસાવનાર બધું જ કર્યા છતાં સામેની વ્યક્તિને 'પોતીકા'પણાનો અહેસાસ કરવામાં કામિયાબ નીવડતો નથી ! માણસની સાચી ઓળખાણ 'અનાસક્તિ' નહીં, પણ 'આસક્તિ' છે ! અને આસક્તિ જ 'પારકા'ને 'પોતાનાં'ના ભેદની સર્જક છે ! ધૃતરાષ્ટ્ર જન્માંધ ન હોત તો પણ 'પોતાનાં' અને 'પાંડુપુત્રો' વચ્ચેનો ભેદ એમને અંધ જ રાખત.

ઇન્દુબા સુજ્ઞ પ્રત્યે પારાવાર પ્રેમ દેખાડે છે... નમ્યાને પુત્રવધૂથી પણ વધુ ગૌરવ બક્ષે છે, છતાંય એમના ચહેરા પરની ખિન્નતા કોઈક અભાવની ચાડી ખાય છે...

'ઇન્દુ, ગર્વ આપણો ખોટનો દીકરો છે એ વાત કબૂલ, પણ દીકરાને પારણામાં ઝુલાવાય, પણ એનામાં બાળવયે અહંકાર ન જન્મે એની પણ

કાળજી રાખવી પડે ! નબીરાપણાના રોગનો વૈદ્ય શોધ્યો નથી જડતો, એ વાત તારે યાદ રાખવી જોઈએ... પુત્રનાં લક્ષણ કેવળ પારણામાં જ નહીં, પણ ઘરના આંગણા અને શાળાના પ્રાંગણમાં પ્રતિબિંબિત થતાં હોય છે. આઝાદીનો અતિરેક અવિવેકનાં દુષ્પરિણામોની વણજાર નોંતરે છે, એટલું તું યાદ રાખજે.' ગર્વના પપ્પાજી કહેતા.

પણ પુત્રપ્રેમમાં અંધ ઇન્દુબેન તરત જ પોતાના ભાથામાંથી આકરાં વેણનું તીર છોડતાં : 'વાત્સલ્યની વ્યાખ્યા સમજવા માટે 'બાપે' પણ 'મા' બનવું પડે. બાપ પાસે લાગણીનું મીટર હોય છે, મા પાસે લાગણીનો બેસુમાર ધોધ. બાપ ઉંમર પ્રમાણે લાગણીનો 'ક્વોટા' રિલીઝ કરે છે અને માની લાગણીની નદી એક સરખા પ્રવાહે બારેમાસ વહેતી રહે છે... સમજ્યા ?'

ગર્વના પપ્પા દલીલબાજીમાં ઊતરવાનું માંડી વાળતા, પણ ગર્વને પોતાની આકરી 'આચારસંહિતા'માંથી લેશમાત્ર મુક્તિ આપતા નહીં. ગર્વના મિત્રોનો તેઓ ઇન્ટરવ્યૂ લઈ એમની દૃષ્ટિએ 'એ' ગ્રેડમાં આવતા મિત્રોને જ તેઓ સાથે રમવાની અને ઘેર આવવા-જવાની છૂટ આપતા. દર અઠવાડિયે શાળામાં જઈ ગર્વના અભ્યાસ અને વર્તનની જાતમાહિતી મેળવતા. શિક્ષકોની પણ એ જ ફરીયાદ. 'આપનો પુત્ર ઉદ્ધત અને વ્યર્થ દલીલો કરીને સૌને પજવે છે. બને તો એને કોઈક આકરા ગૃહપતિની દેખરેખવાળા છાત્રાલયમાં મૂકી દો ! સીધોદોર થઈ જશે !'

અને ગર્વના પપ્પાજીને શિક્ષકોની એ વાત ગળે ઊતરી હતી. એમણે ગર્વને છાત્રાલયમાં દાખલ કરવાની વાત ગર્વની મમ્મી સમક્ષ રજૂ કરી ત્યારે ઘરમાં 'મિની મહાભારત' સર્જાયું હતું... એક તરફ ગર્વ પોતાના પપ્પાની 'તાનાશાહી' સામે વિદ્રોહ કરી રહ્યો હતો તો બીજી તરફ ઇન્દુબહેન પોતાના પતિની 'નિર્દયતા'નો પ્રચંડ વિરોધ કરી રહ્યાં હતાં. ગર્વના મામા પણ તેને છાત્રાલયમાં મૂકવાનો વિરોધ કરવા પોતાની ભગિની ઇન્દુબહેનની કુમકે દોડી આવ્યા હતા ગર્વને બેફામપણે બોલતો જોઈ એના પપ્પાએ તેના ગાલ પર ત્રણ તમાચા ઝીંકી દીધા હતા. મામા ભાંણેજની વહારે ધાયા

અને એકાદ લાફો તથા 'શકુનિ'નું બિરુદ પ્રાપ્ત કરી ચૂપ થઈ ગયા ! ગર્વના પપ્પા પોતાના ગૃહશાસનમાં ગાબડું પાડવાની કોઈનેય છૂટ આપવામાં માનતા નહોતા. અને અંતે ગર્વની મમ્મી ઇન્દુબહેને પણ પતિને વધુ ન વતાવવામાં શાણપણ માની હથિયાર હેઠાં મૂકી દીધાં હતાં...

ઇન્દુબેન અને એમના પતિ બન્ને માટે સર્વસ્વીકૃત વ્યક્તિ હોય તો તે પેઢીમાં કામ કરતો કારકુન સુજ્ઞ હતો... ઉંમર પચ્ચીસેક વર્ષની, પણ શાણપણ સાઠ વર્ષના પુરુષને પણ શરમાવે તેવું. બાવીસ વર્ષે નમ્યા સાથે લગ્ન થઈ ગયા બાદ પપ્પાજીને ભારરૂપ ન થવાના ઇરાદાથી એણે બી.એ. થયા બાદ કલેરિકલ કામ સ્વીકારી લીધું હતું. પેઢીની ફરજો બજાવ્યા બાદ ફાજલ સમયમાં એ એકાઉન્ટ્સ અને ઇન્કમટેક્સ રિટર્નની કામગીરી દ્વારા ઠીક-ઠીક આવક ઊભી કરી લેતો હતો.

સુજ્ઞ નમ્યા સાથે દર રવિવારે ઇન્દુબહેનને મળવા જતો. તેમના ચહેરા તરફ અનિમેષ નયને તાકી રહેતો... એટલે ઇન્દુબહેને એને પૂછ્યું હતું : 'સુજ્ઞ, મારા ચહેરા તરફ ધારી-ધારીને શું જોયા કરે છે ?'

પણ પ્રત્યુત્તર આપવાને બદલે એણે મૌન ધારણ કર્યું હતું... પણ વારંવાર એક જ પ્રશ્ન ઇન્દુબહેન દ્વારા દોહરાવવામાં આવતાં સુજ્ઞ વતી એની પત્ની નમ્યાએ સ્પષ્ટતા કરી હતી : 'બા, સાચું કહું, એમણે તમને જોયાં ત્યારથી તમારામાં એમની પોતાની મમ્મીનું દર્શન કર્યા કરે છે. મારાં સાસુનો ચહેરો, રૂપ-રંગ બધું જ આપના જેવું. મારાં સાસુમાને હું મારી સાથે રાખવા ઇચ્છતી હતી, પણ મારા સસરાજી ખેતી-વાડી સંભાળવાનું છોડી અમારી સાથે શહેરમાં રહેવા તૈયાર નહોતા... મારા જેઠે તો સાસુમાને કહ્યું કે મમ્મી, તમે નમ્યા સાથે રહો, પણ સાસુમા સસરાજીને એક પળ માટે એકલા મૂકવા તૈયાર નહોતાં... તેઓ કહેતા : 'પતિ-પત્નીનો સંબંધ અગ્નિની શાખે શરૂ થાય છે અને સ્મશાનના અગ્નિ પછી પણ અકબંધ રહે છે. જે બાજી આપણે શરૂ કરીએ એ બાજી ખેલદિલીપૂર્વક આપણે જ પૂરી કરવી જોઈએ. દામ્પત્યની ચોપાટ જીતવા માટે નહીં, પણ હારવાની લહેજત માણવા માટે હોય છે ને હારમાં પણ જીત હોય છે. પ્રીતનાં પલાખાં

ન મંડાય, એટલું તું પણ દીકરી, યાદ રાખજે. જ્યાં તારા સસરાજી ત્યાં હું. જિંદગીથી થાકીશું તો તારે ઘેર ધામા નાખીશું... હાથ-પગ તો ચાલતા રહે એમાં જ એમનું કલ્યાણ.'

'અને મમ્મીનો પતિપ્રેમ જોઈ અમે પણ મનોમન નક્કી કરેલું કે સુજ્ઞને હું ક્યારેય નહીં દૂભવું... બસ, મને પણ પુત્રવધૂ ગણી આપની સેવા કરવા દેજો અને એમને માતાની ખોટ ન સાલવા દેશો, એથી વધુ અમે કશું જ નથી ઇચ્છતાં !'

અંતે ઘરથી દૂર-દૂરની એક હૉસ્ટેલમાં ગર્વને દાખલ કરવામાં આવ્યો, એની દલીલ અને વિરોધને ગણકાર્યા વગર !

ગર્વના પપ્પા મહત્ત્વાકાંક્ષી હતા. એમણે પરદેશમાં પણ પોતાનો વેપાર વિસ્તારવાનું વિચાર્યું અને એક કંપનીમાં નોકરી સ્વીકારી યુ.એસ.એ.માં રહેવાનો નિર્ણય કર્યો. વિઝા મળ્યા બાદ એમણે યુ.એસ.એ. જવાનું નક્કી કર્યું, પણ એમની પ્રથમ શરત હતી : ગર્વને હૉસ્ટેલમાંથી ઘેર નહીં જ લાવવાનો. પાંચ વર્ષ માટેની સ્કૂલ ફી તથા હૉસ્ટેલ ફીનાં નાણાં પોતે આગોતરાં જમા કરાવી દીધાં છે ! એટલે બીજી કશી ચિંતા કરવાની જરૂર નથી !' અને ગર્વના પપ્પાએ વિદેશ પ્રયાણ કર્યું.

પુત્રની યાદ ઇન્દુબહેનના કાળજાને કોરી ખાતી હતી... એકલતા એમને ખાવા દોડતી હતી... એવામાં રાબેતા મુજબ રવિવારે સુજ્ઞ અને નમ્યા મળવા આવ્યાં. સુજ્ઞથી અનાયાસ જ બોલાઈ ગયું : 'મમ્મી, કામકાજ હોય તો કહેજો, જેવો ગર્વ તેવો જ હું છું ...'

'કામ છે બેટા, કરીશ મારું ?' - ઇન્દુબાએ લાગણીભીના સ્વરમાં કહ્યું હતું...

'બોલો, બા 'ના' કહું તો મને ફટ કહેજો !' - સુજ્ઞે પણ ભાવના નીતરતો ઉત્તર આપ્યો. 'બસ, તું અને નમ્યા કાલથી અહીં મારી સાથે રહેવા આવી જાઓ. માનું વેણ પાછું ન ઠેલશો' ઇન્દુબહેનની આંખ ભીની થઈ ગઈ હતી. 'બા, આપે વિનંતી કરવાની ન હોય, આદેશ આપવાનો હોય... અમે આજ રાતથી જ આપની સાથે રહેવાનું શરૂ કરી દઈશું.' સુજ્ઞે

કહ્યું હતું...

અને ઇન્દુબાને 'ધર્મપુત્ર' મળ્યાનો આનંદ હતો... તેઓ અવાર-નવાર ગર્વના રેક્ટરને ફોન કરી તેની ખબર-અંતર પૂછતાં, પણ તેઓ ટૂંકમાં એટલું જ કહેતાં : 'ધીમે-ધીમે ગર્વ લાઇન પર આવી જશે...'

'...પણ ધીમે-ધીમે 'લાઇન' પર આવવાનું ગર્વને મંજૂર નહોતું અને દસમા ધોરણની પરીક્ષા બાદ એ હૉસ્ટેલ છોડીને ભાગી ગયો હતો. ઇન્દુબહેન વિદેશવાસી પતિને ખબર આપી, પણ એમણે સહાનુભૂતિ દર્શાવવાને બદલે એ બદમાશને ભટકી ખાવા દો. ખબરદાર, એની તપાસ માટે પોલીસ-ફરિયાદ કરી છે તો ! પરિવારમાં પોપટ પળાય, કબૂતર પળાય, મેના પળાય, શ્વાન અને બિલ્લી પળાય, પણ આખલા ન પળાય ! માતેલા આખલાને તો રઝળતા મૂકવા પડે... તેઓ દયાનું નહીં, ડંડાનું ઘરાક ગણાય ! હૉસ્ટેલના રેક્ટરને પત્ર લખી નાખો કે ગર્વ હૉસ્ટેલ છોડી ઘેર આવી ગયો છે !' અને ગર્વના પપ્પાએ ફોન મૂકી દીધો હતો !

સુજ્ઞે છૂપી રીતે તપાસ કરી, પણ ગર્વના કશા જ સમાચાર મળ્યા નહીં... સુજ્ઞ અને નમ્યા ઇન્દુબાને આશ્વાસન આપતાં રહ્યાં. ઇન્દુબાના મનમાં પણ એ વાતનો રોષ હતો કે મમતાની વર્ષા કર્યા છતાં ગર્વને માતાની લાગણીની લેશ માત્ર ચિંતા નહોતી...

અને દિવાળીને દિવસે ઇન્દુબહેનને સરનામા વગરનો પત્ર મળ્યો હતો. અક્ષર ગર્વના હતા : 'મા, મારી ચિંતા ન કરીશ, હું ઊંધા રવાડે નથી ચઢ્યો ! પપ્પાની સૂચના મુજબ હૉસ્ટેલના રેક્ટરે મને કડક 'શિસ્તપાલન'નો શિકાર બનાવ્યો, માટે હૉસ્ટેલ છોડીને મારા મિત્રની સાથે રહું છું ! એક્સ્ટર્નલ અભ્યાસ પણ ચાલુ છે, પણ હું પપ્પાની 'જેલ'માં હમણાં નહીં આવું... મારા મિત્રની મમ્મી 'યશોદા' જેવી વાત્સલ્યમૂર્તિ છે !... પણ તારે 'દેવકી'ની જેમ મારી રાહ તો જોવી જ પડશે ! હું મારી જાતને તારો પુત્ર કહેડાવવાની લાયકાત કેળવ્યા બાદ જ ઘેર આવીશ, અચૂક... કોઈક દિવાળીએ...કોઈક નૂતન વર્ષે !'

અને એ 'કોઈક' શબ્દ ઇન્દુબાએ જીવનના રળતરની જેમ હૈયાની

દીવાલ પર લખી રાખ્યો હતો...

દર દિવાળીએ સુજ્ઞ અને નમ્યા ઇન્દુબાને ખુશ રાખવા ઘરને સજાવે-ધજાવે છે... ધાર્મિક અનુષ્ઠાનો કરે છે, તેમના આશીર્વાદ લે છે... ગર્વના પપ્પાની ગેરહાજરીમાં ઇન્દુબાની સૂચના મુજબ પેઢીનું સંચાલન કરે છે ! તેમ છતાં ઇન્દુબાના ચહેરા પર પીડાનું નાનકડું વાદળ છવાયેલું જ રહેતું એ વાતને પાંચ વર્ષનાં વહાણાં વહી ગયા પણ દિવાળીએ આવવાનું વચન હજી સુધી ગર્વે પાળ્યું નથી ! ઇન્દુબાનું હૃદય વલોવાય છે, અનાયાસ જ નિસાસો નખાઈ જાય છે ! પોતાના જીવનમાંથી પુત્રવિરહની હોળી ક્યારે વિદાય થશે અને મિલનની દિવાળી ક્યારે જોવા મળશે.

અને એકાએક જ ગર્વના પપ્પાનો ફોન આવે છે... હું દિવાળીની વહેલી સવારે ભારત આવી રહ્યો છું... સુજ્ઞ અને નમ્યાને મને લેવા ઍરપોર્ટ મોકલજે. તું ઉજાગરો ન કરીશ... ઘેર જ રહેજે...

અને ગર્વની મમ્મીના મનમાં પોતાના પતિ ઉપર રોષ જન્મ્યો હતો... ખરો છે આ માણસ ! આટલાં બધાં વર્ષો પછી એ ઘેર આવે છે છતાં મારું મોં જલદી જોવાની એને ઉત્સુકતા નથી ? તો પછી મારે પણ હરખપદૂડા થવાની શી જરૂર ?... પુરુષની અકડાઈ ઉંમર વધવા સાથે ઘટતી નથી. પણ ઊલટી વધતી જાય છે ! ગર્વના પપ્પા એનો જીવતો-જાગતો પુરાવો છે ! મારે ઍરપોર્ટ નથી જ જવું !

અને સુજ્ઞ અને નમ્યા ઍરપોર્ટ પર સમયસર પહોંચી ગયાં હતાં... એમણે પોતાના 'શેઠ'ને દૂરથી જ જોઈ લીધા હતા. તેઓ લોડર પાસે સામાન ઊંચકાવી બહાર આવી રહ્યા હતા અને એમની સાથે એક ફૂટડો યુવાન પણ વાતો કરતો-કરતો આગળ વધી રહ્યો હતો.

સુજ્ઞે નમ્યાને કહ્યું : 'નમ્યા, જો મોટા શેઠની સાથે નાના શેઠ પણ આવી રહ્યા છે. આટલાં વર્ષોમાં ગર્વભાઈ પણ કેવા જુવાનજોધ થઈ ગયા છે : ...ઓળખાય નહીં એવા ! પણ આ બાપ-દીકરો આટલા આનંદમાં ? બન્ને સાથે ઘેર આવે એ ચમત્કાર કહેવાય !'

અને એ બન્ને જણ ઍરપોર્ટમાંથી બહાર આવતાં સુજ્ઞ અને નમ્યા

મોટા શેઠને પગે લાગ્યાં હતાં ! ગર્વ પણ સુજ્ઞને ભેટ્યો હતો ! આ બધું કેવી રીતે બન્યું એ પ્રશ્ન સુજ્ઞ અને નમ્યાના મનમાં ઘેળાતો હતો, પણ લાંબો પ્રવાસ ખેડી ઘેર આવેલા 'મોટા શેઠ'ને કશું પૂછવાની સુજ્ઞ હિંમત કરી શક્યો નહીં...

અને અડધો કલાક બાદ કાર 'શેઠ'ના બંગલે પહોંચી.

ઇન્દુબહેનને પતિના આગમનની ખબર પડી, પણ પોતાને 'ઍરપૉર્ટ' પર સ્વાગત માટે આવતાં રોકનાર પતિનું સ્વાગત કરવાની તેમને અધીરાઈ નહોતી !

પણ ગર્વના પપ્પાએ સામેથી બૂમ પાડીને કહ્યું : 'ઇન્દુ, બહાર આવ, ખાલી હાથે નહીં, આરતીના દીવા અને થાળી સાથે ! જો, હું તારે માટે દિવાળીની 'સરપ્રાઇઝ' ગિફ્ટ લાવ્યો છું !'

પતિના અવાજમાં આનંદનો આવો રણકાર ઇન્દુબહેને સાંભળ્યો નહોતો. એમણે નમ્યાને બોલાવી આરતીની થાળી તૈયાર કરવા કહ્યું અને બહાર દોડી આવ્યાં !

એમની સામે ઊભો હતો ગર્વમુક્ત દીકરો ગર્વ, એનામાં ભારોભાર નમ્રતા છલકતી હતી !

અને ગર્વને ઇન્દુબા હૃદય ખોલીને ભેટ્યાં અને હર્ષનો ભાર સહન ન થતાં મન મૂકીને રડ્યાં... એટલામાં નમ્યા આરતીના દીવા સજાવેલી થાળી લઈને આવી અને ઇન્દુબહેને પતિ અને પુત્રની આરતી ઉતારી બન્નેનો ઉમંગભેર ગૃહપ્રવેશ કરાવ્યો...

પોતાની પત્નીની આંખમાં જિજ્ઞાસા અને ઉત્સુકતા જોઈ ગર્વના પપ્પાએ કહ્યું : 'ઇન્દુ, તારા દીકરાએ સ્વાવલંબનના પાઠ ભણી નવો જન્મ ધારણ કરી લીધો છે. એ નોકરી માટે દુબઈ ગયો હતો. સારી નોકરી મળતાં એણે મને ફોન કર્યો હતો... પણ એણે નોકરી કરવાની નહીં, પણ નોકરીને લાયક બનવાની જરૂર હતી... અને હવે એ તૈયાર થઈ ગયો છે ! હું પેઢીનાં સૂત્રો તેના હાથમાં સોંપી દઉં છું અને હવે નિવૃત્તિ લઈ તારી સાંથે આરામની જિંદગી ગુજારવા ઇચ્છું છું...'

શેઠ આગળ કશું બોલે તેવામાં સુજ્ઞે કહ્યું : 'મમ્મી, આપનો સગો દીકરો આવી ગયો છે... અમને હવે વિદાય આપો... અમારું કામ પૂરું થયું છે !'

ઇન્દુબહેન કશું બોલે એ પહેલાં જ 'મોટા શેઠે' કહ્યું : 'બેટા સુજ્ઞ, રામ કદી લક્ષ્મણથી જુદા પડ્યા હતા ? તું રામ અને ગર્વ લક્ષ્મણ ! તેં મને, મારી પત્નીને, મારી પેઢીને, એક મોટા દીકરાની જેમ જાળવી, નમ્યાએ પુત્રવધૂની ફરજ અદા કરી, એ બધું હું એળે જવા દઉં તો મારા જેવો 'નગુણો' કોણ કહેવાય ?... તમારા બન્નેના આગમનથી તો મારું 'મકાન' હવે 'ઘર' અને પરિવાર બન્યું ! જિંદગી બહુરૂપિણી પણ છે અને જાદુગરણ પણ ! જિંદગીએ આપણને નવું રૂપ દેખાડ્યું છે, આપણે દિવાળીએ તેનું સ્વાગત કરીએ, ખરું ને ગર્વની મમ્મી ?' ગર્વે પપ્પાની વાતનો જવાબ મમ્મી વતી આપતાં કહ્યું : 'મમ્મી, હું સરનામા વગરના પત્રમાં તને લખતો હતો ને કે હું કોઈક દિવાળીએ આવીશ ? એ દિવાળી આજે આવી છે... પ્રકાશપર્વ રૂપે... માણસનો ગર્વ ઓગળે તો જ એના જીવનમાં પર્વનો પ્રકાશ રેલાય ! મમ્મી, દિવાળીએ તો તને એક નહીં, બબ્બે દીકરાની ભેટ આપી ! ખરું ને પપ્પાજી ?'

અને અહંકારમુક્ત બનેલા ગર્વના પપ્પાએ પણ ગર્વ અને સુજ્ઞને ભેટીને બન્નેનાં મસ્તક ચૂમી આશીર્વાદ પાઠવ્યા !

❑

૨૪. જોગસંજોગ

સૌ સૂર્યાસ્તની રાહ જોઈ રહ્યા હતા. રાબેતા મુજબ સૌ માતાજીના માઢ પાસે આવી પહોંચતાં માતાજીની મૂર્તિનું પૂજન-અર્ચન થતું. ભીડ જોઈ પૂજારી પણ તાનમાં આવી જતા અને માઇક્રોફોન પર ત્રાસ ગુજારતા. ભક્તિમાં મૌનનું મહત્ત્વ હવે સાવ વીસરાવા લાગ્યું છે ! દેવીદેવતાઓને રિઝવવા માટે કાનફોડ અવાજ કરવો એને 'ભાવિક ભક્તો' અને ભજનિક કોન્ટ્રાકટરો પોતાના ભક્તિસિદ્ધ અધિકાર માની રહ્યા છે ત્યારે સાખી મંદિર પાસેના પોતાના ઘરના ખૂણામાં એક નાનકડી બાળકીના માથે ઠંડા પાણીનાં પોતાં મૂકી રહી હતી.

'સાખી, આરતીનો સમય થયો છે. માતાના માઢમાં શેરીના બધા જ લોકો ભજન- કીર્તનમાં મશગૂલ છે... તું આ છોકરીની સારવાર બંધ કર અને ચાલ મારી સાથે' વિધવા સાખીનાં સાસુમાએ આદેશના સ્વરમાં કહ્યું.

'મમ્મી, આમેય મને ઘોંઘાટ નથી ગમતો. હું માતાજીના ફોટા સમક્ષ બેસીને મનોમન પ્રાર્થના કરી લઈશ... તમે જાઓ, હું આ દીકરીની સારવાર માટે રોકાઈશ.'

અરે ! નહીં આવે તો માતાજીના કોપનો શિકાર બનીશ. તને ખબર છે ને કે દેવી-દેવતાઓ ભક્તિભાવથી રીઝે છે ! અને આ છોકરીની નથી તને નાત-જાતની ખબર કે નથી એનાં મા-બાપ વિશે કશી જાણકારી. રસ્તામાં પડી પડી તાવમાં કણસતી હતી એટલે તું એને ઉપાડી લાવી, મારા ઘરમાં ! મારું ઘર કોઈ ધર્મશાળા નથી, સમજી ? એનું કોઈ સગુંવહાલું ન હોય તો અનાથાશ્રમમાં મૂકી આવજો ! અને હા, એની દવા પાછળ ઝાઝો ખર્ચ ન કરતી. મારે ગરબા માટે લખણામાં પાંચસો રૂપિયા લખાવવાના છે !' કહીને સાખીનાં સાસુમા વિદાય થયાં.

પેલી અનાથ લાગતી બાલિકાનું શરીર તવાની જેમ તપી રહ્યું હતું... સાખીએ ઘણી કોશિશ કરી, પણ એનું મન માતાજીની આરતીમાં ન ચોંટ્યું એટલે મનોમન માતાજીનું સ્મરણ કરવાનું મુલતવી રાખી ડૉક્ટર પાસે દોડી ગઈ !

સાખીનાં સાસુમાના બાતમીદારોએ એમની 'નાસ્તિક' પુત્રવધૂને દવાખાના તરફ જતી જોયાના સમાચાર આપ્યા હતા.

સાખીનાં સાસુમા માતાજીના માઢમાં થતી આરતીમાં શારીરિક રીતે હાજર હતાં, પરંતુ એમનું મન પોતાની આજ્ઞાનું ઉલ્લંઘન કરનાર પુત્રવધૂને 'સીધીદોર' કરવાના આયોજનમાં વ્યસ્ત હતું.

અંતે આરતી પૂરી થતાં લખણાની રકમમાં પચાસ ટકા કાપ મૂકી રૂ. ૨૫૦/- લખાવી આરતીમાં પૈસા મૂકવાના ઇરાદાને જાકારો આપી પ્રસાદ પર સૌપ્રથમ ઝાપટ મારી મુઠ્ઠી ભરી પ્રસાદ લઈ સાખીનાં સાસુમા વિધવા પુત્રવધૂનો ઊધડો લેવા ઝપાટાબંધ ઘર ભણી વળ્યાં.

'યા દેવી સર્વભૂતેષુ ક્ષમારૂપેણ સંસ્થિતા'નું રટણ એમના હોઠે ચાલુ હતું... જેમ-જેમ ઘર નજીક આવતું ગયું એમ 'ક્રોધ'ની પ્રબળતા વધતી ગઈ અને 'ક્ષમા'નું રટણ બંધ થઈ ગયું.

તેઓ ઘેર પહોંચ્યા ત્યારે ડૉક્ટર પાછા ફરી રહ્યા હતા. સાખીની સાસુમાએ એમને રોકીને કહ્યું : 'તમને ખબર તો છે ડૉક્ટર, આ ઘરમાં મને પૂછ્યા સિવાય કોઈ નિર્ણય લેવામાં આવતો નથી ! સાખીએ તમને બોલાવ્યા ને તમે દોડી આવ્યા ? આમન્યા જેવી કશી વાત સમજો છો કે નહીં ? તમારી વિઝિટનો એક પણ પૈસો તમને નહીં મળે, સમજ્યા ?'

ડૉક્ટરે કહ્યું : 'માજી, અમે રહ્યા ડૉક્ટર, સેવા માટે અમારે કોઈની પરમિશન લેવાની ન હોય. દર્દીને રાહત મળે એટલે અમને પણ કળ વળે ! અને નવરાત્રિના આ પવિત્ર દિવસોમાં મેં પણ સંકલ્પ કર્યો છે કે કોઈ બાળકી કે સ્ત્રીની દવા કે સારવારના પૈસા નહીં લઉં !... સાખીબહેન પાસેથી મેં વિઝિટનો એક પણ પૈસો લીધો નથી અને તમારે પણ આ વિઝિટના પૈસા મને ચૂકવવાના નથી ! ચાલો, જય અંબે.'

'નવ દહાડા પૈસા નહીં લે અને નવ્વાણુ દહાડા લોકોનાં ગજવાં ખંખેરી લેશે ! આવા માણસના મોઢે મા અંબાનું નામ ન શોભે. એવો મોટો

ભક્તિભાવ હૈયામાં ઉભરાતો હતો, તો ડૉક્ટર આરતીને ટાણે માતાજીના માઢમાં દર્શને કેમ ન આવ્યા ? મારી ધુતારી પુત્રવધૂ સાખીએ એમને કહ્યું હશે કે વિઝિટના પૈસા લીધા નથી એમ કહેજો, નહીં તો મારાં સાસુ મારા પર વરસી પડવાનું ચૂકશે નહીં.' સાખીનાં સાસુ બબડતાં બબડતાં ઘેર પહોંચ્યાં.

ડૉક્ટરની સારવાર મળતાં સાખી સાથે ઘેર લવાયેલી બીમાર છોકરી ઘસઘસાટ ઊંઘતી હતી અને સાખી માતાજીના ફોટા સમક્ષ બેઠી બેઠી ચંડીપાઠ કરી રહી હતી.

સાખીનાં સાસુમા સીધાં જ ત્રાટક્યાં : 'સાખી, તને ખબર છે કે આ રજાઈ નવીનકોર છે અને કેટલી મોંઘી છે ! એક અજાણી છોકરીને નવી રજાઈ ઓઢાડીને રજાઈનું સત્યાનાશ કાઢી નાખ્યું ! તારા બાપે તો દહેજમાં ખોટો રૂપિયોય આપ્યો નહોતો ને તું દાનેશરી થઈ અમારું ઘર લૂંટાવા બેઠી છે ! હે જગદંબા ! બુદ્ધિની બારદાનને કંઈક શિખામણ આપજે ! નહીં તો ઘરડે ઘડપણ મારે ભીખ માગવાનો વારો આવશે ! અને સાખી, જો તું સેવાના આવાં ધતિંગ બંધ નહીં કરે તો હું તને આ ઘરમાંથી તગેડી મૂકતાં ઘડીનો ય વિલંબ નહીં કરું ! આ તો માતાજીની આરતી કરીને આવી એટલે ગમ ખાઉં છું. બાકી તો તારી ખેર ન હોત !' સાખીએ ચૂપચાપ બધું સાંભળી લીધું... પૂજા-પાઠ પતાવી સાખી ઊભી થઈ ... ઘરમાં જઈને પેલી બાળકી માટે જ્યૂસ લઈ આવી એટલે ફરી પાછાં સાસુમા ગર્જ્યાં 'અલી સાખી, આટઆટલું કહ્યું તોય પથ્થર પર પાણી ?... આ પરાઈ છોકરીને તે વળી જ્યૂસ-બ્યૂસ અપાતો હશે ? અને ચીકુ ને કેળાં તો મેં માતાજીના પ્રસાદ માટે રાખેલાં હતાં... માતાજીના પ્રસાદનું અપમાન કરીને તે ઘોર પાપ કર્યું છે !... તું પુણ્યશાળી હોત તો મારો દીકરો...' સાખીનાં સાસુમા બોલતાં-બોલતાં છુટ્ટે મોઢે રડવા લાગ્યાં !

સાખી જેમ જેમ એમને સાંત્વના આપતી તેમ તેમ તેઓ વધુ ને વધુ ઉશ્કેરાતાં ગયાં !

સાખીએ પોતાના અવસાન પામેલા પતિ શતકના ફોટા તરફ નજર કરી...

ભૂતકાળનાં દશ્યો નજર આગળથી પસાર થવા લાગ્યાં.

ત્યારે શતક એની મમ્મી સાથે પોતાને ઘેર આવ્યો હતો. પપ્પાજીએ ત્યારે કહ્યું હતું, 'શતક, મારી પાસે તને આપવા જેવું કશું જ નથી ! ઈમાનદારીથી જીવ્યો છું અને જે કંઈ બચત હતી એ નાના ભાઈઓનું ભલું કરવામાં ખર્ચી નાખી છે ! મારું મોંઘેરું રતન છે મારી દીકરી સાખી ! ઈશ્વરે એને રૂપ અને ગુણ બન્ને ખુલ્લે હાથે આપ્યાં છે ! પોતાની ફરજો અદા કરવામાં એ ક્યારેય પાછી પાની કરે તો મને ફટ્ટ કહેજો.'

શતક કશું બોલે એ પહેલાં જ એની મમ્મીએ કહ્યું હતું : 'મેં પણ મારા દીકરાને પેટે પાટા બાંધીને ઉછેર્યો છે. હું એવું ઇચ્છું છું કે એને એવો સસરો મળે, જે એને માટે અડધી રાતનો હોંકારો બને ! વખાણ કરનાર શબ્દોની લહાણી કરે, પણ એના હાથ ખાલી હોય તો એવા ફોગટનાં વખાણ સાંભળવાનો પણ શો અર્થ ?'

'મમ્મી, સાખીના પપ્પાજી એક આદરણીય સજ્જન છે. આજે ક્યાં છે એમના જેવા ઈમાનદાર અને કુટુંબચાહક માણસો ! આજે દુનિયા વિશાળ થઈ ગઈ છે અને માણસનાં મન સાવ સાંકડાં થઈ ગયાં છે. સજ્જનોને સાચવવા એ પણ એક મોટું સેવાકાર્ય છે ! થોર તો આપોઆપ વધવાના છે, જાળવવાના હોય છે મોગરા કે ગુલાબ ! વડીલ, આપની પુત્રી સાખી મને પસંદ છે અને કંકુકન્યા તરીકે આપે એને વિદાય આપવાની છે... લગ્ન નિમિત્તે પણ આપણે કશું વિશેષ ખર્ચ કરવું નથી ! ચાલ મમ્મી, બાકીની વાતો ઘેર જઈને કરીશું.'

અને સાખીના પપ્પા, વિદાય થતા શતકને મનોમન વંદન કરી રહ્યા હતા. શતકનાં મમ્મી ઘેર પહોંચ્યાં ત્યાં સુધી શતકની મૂર્ખતા બદલ તેને વેણ સંભળાવતાં રહ્યાં... શતકે સાખીને ફોન પર માંડીને વાત કરી હતી...

...અને મમ્મીને ન ગમવા છતાં તદ્દન સાદી વિધિથી સાખી સાથે લગ્ન કરીને શતકે ગૃહસંસાર શરૂ કર્યો હતો.

શતક એ કુશળ ઇજનેર હતો. એક પ્રતિષ્ઠિત કંપનીમાં તેને નોકરી મળી હતી અને એણે બાંધ્યા પગારે બે વર્ષનો અજમાયશી પિરિયડ પૂરો કરવાનો હતો.

એના કામથી પ્રસન્ન થયેલી કંપની મૅનેજમેન્ટે છ મહિનામાં જ એનો પ્રોબેશન પિરિયડ સમાપ્ત કરી અને ગ્રેડમાં મૂકવાનો નિર્ણય કરી શતકને ખુશખબરી સંભળાવવા માટે રૂબરૂ બોલાવ્યો હતો.

પણ શતકે કાયમી થવાના ને ગ્રેડમાં મુકાવાના ઓર્ડરનો અસ્વીકાર કરતાં જણાવ્યું હતું : 'મારી સાથે નિયુક્ત થયેલા સૌને બે વર્ષના પ્રોબેશન પિરિયડનો ઓર્ડર આપવામાં આવેલો છે. સૌ ઇજનેરો યથાશક્તિ નિષ્ઠાથી ફરજ બજાવે છે... કોઈનું કામ ઊડીને આંખે બાઝે તેવું હોય તો કોઈ ચૂપચાપ સુંદર કામગીરી બજાવતો હોય ! હું કર્મચારી વચ્ચે કશો ભેદભાવ ઉત્પન્ન થાય એવું ઇચ્છતો નથી ! 'વહાલાં-દવલાં'ની નીતિએ જ આ જગતમાં સૌથી વધારે અનર્થો સર્જાયા છે ! મારે એમાં ઉમેરણ નથી કરવું ! બે વર્ષે જ મને આપ ગ્રેડમાં મૂકી કાયમ કરજો... આપની મારા પ્રત્યેની લાગણીની હું કદર કરું છું...' અને કંપનીના ચૅરમૅન અને મૅનેજિંગ ડિરેક્ટર શતકની ઈમાનદારી પર આફરીન થઈ ગયા હતા !

પણ શતક વિશે ભાગ્યવિધાતાનું લેખન કંઈક અવળું જ હતું... શતક મોટરબાઇક પર ઘેર જવા નીકળ્યો અને એક ટ્રકે મોટરબાઇકને ટક્કર મારતાં શતક ભોંય ઉપર પટકાયો હતો... એને હૉસ્પિટલ પહોંચાડવામાં આવે એ પહેલાં જ એનું પ્રાણપંખેરું અનંતયાત્રાએ ઊપડી ગયું હતું...

અને સાખીને માથે આભ તૂટી પડ્યું હતું... શતકની મમ્મીએ પોતાના પુત્રના મોત માટે સાખીનાં પગલાં અપશુકનિયાળ હોવાના ભ્રામક ખ્યાલથી એને મહેણાંટોણાં મારવાનું શરૂ કરી દીધું હતું.

પણ કંપનીના હોદ્દેદારોએ શતકની ઈમાનદારીની કદર કરી સાખીને ક્લાર્ક તરીકેની નોકરીનો મોકો આપ્યો હતો... પણ સાખીનાં સાસુ તેને ઘરમાં રાખવા રાજી નહોતાં... સાખીના પપ્પાજી તેને પિયર તેડી જવા તૈયાર હતા, પરંતુ સાખી એકની બે ન થઈ તે ન જ થઈ. એણે કહ્યું : 'હું શતકનાં કર્તવ્યો પૂરાં કરવા બંધાયેલી છું ! મારાં સાસુમાના મારા વિશેના ખ્યાલો ભલે ગમે તેવા હોય, પણ એ શતકનાં માતા છે, એટલે એમની સેવા-ચાકરી કરવા હું બંધાયેલી છું ! જિંદગીમાં કોઈની સાથે સંબંધ જોડવો કે તોડવો એ મહત્ત્વનું નથી, પણ સંબંધની શાન સાચવવા અગ્નિપરીક્ષામાંથી પસાર

થવું પડે તો એમાં કશો ખચકાટ ન અનુભવવો. એ સંબંધ જાળવવાની ને જીરવવાની સાચી રીત છે ! શતકનાં મમ્મી હયાત હશે ત્યાં સુધી હું એમને જાળવવામાં લેશમાત્ર કસર નહીં રાખું !'

... અને સાસુમાનાં મહેણાં-ટોણાં વચ્ચે પણ સાખીએ પોતાનાં કર્તવ્યો મૂંગે મોઢે અદા કરવાનું વ્રત લીધું હતું.

...સાખી એકાએક ઝબકી ગઈ ! એણે પેલી બાલિકાના ચહેરા તરફ નજર કરી. એ શાન્તિથી ઊંઘતી હતી... તાવ ઊતરી ગયો હતો... બીજે દિવસે સવારે ડૉક્ટર તેને તપાસવા આવ્યા હતા... ડૉક્ટર સાખીની સાસુમાના સ્વભાવથી પરિચિત હતા. એમણે કહ્યું : 'મારો દીકરો શહેરમાં પોતાનું નર્સિંગ-હોમ ખોલી રહ્યો છે... એટલે અમે થોડોક સમય તેની સાથે રહેવાના છીએ... આ બાળકીને સાથે લઈ જઈશું અને એનાં કોઈ સગા-વહાલાં હશે તો પત્તો મેળવીશું. નહીં તો એને ભણાવી-ગણાવીને તૈયાર કરીશું.'

સાખીને લાગ્યું કે મા અંબા ડૉક્ટરના દિલમાં વસ્યાં છે અને એની કૃપાથી જ આ અનાથ લાગતી બાલિકાનું માતાજીએ ભલું કર્યું છે... સાખી પણ ડૉક્ટરની ઉદારતા જોઈ હળવી-ફૂલ બની ગઈ હતી...

...સમય વહી ગયો...

બે દશકાના એ સમયમાં સાખીએ પોતાનું સંપૂર્ણ ધ્યાન મા અંબાની ઉપાસના અને લોકસેવાનાં કામોમાં પરોવ્યું... નોકરીએથી આવ્યા બાદ કે પોતાનો મોટા ભાગનો સમય સાસુમા અને મા અંબાની સેવામાં તથા શેરીનાં બાળકોને મફત ભણાવવામાં ગાળતી.

...અને સાખી એકાએક હૃદયરોગના હુમલાનો ભોગ બની. તેને શહેરમાં એક ખાનગી નર્સિંગ હોમમાં ખસેડવામાં આવી !

આઇસીયુ વૉર્ડના ડૉક્ટરે સાખીની ખડે પગે સારવાર કરી, પણ એના કરતાંય વધુ સેવામગ્ન હતી નર્સ ગણના.

એણે ડ્યુટી અવર્સ પૂરા થયા બાદ પણ ઘેર જવાનું માંડી વાળ્યું અને સાખીની સેવા-શુશ્રૂષા માટે આખી રાત જાગતી રહી...

સાખી માટે બોતેર કલાક જોખમી હતા... ગણના સાખી પાસેથી એક પળ વાર પણ હટવા માગતી નહોતી.

એણે નર્સિંગ હોમના પ્રોપ્રાઇટર ડૉક્ટર જતીન મહેતાના પિતાશ્રી ડો. મહેતાને ફોન કરી તાત્કાલિક નર્સિંગ હોમમાં આવી જવાની વિનંતી કરી...

ડૉક્ટર મહેતા થોડી જ વારમાં નર્સિંગ હોમ પહોંચી ગયા ત્યારે ભાનમાં આવેલી સાખી બે હાથ જોડીને નર્સ ગણનાનો આભાર માની રહી હતી. ડોક્ટર મહેતાને જોઈ સાખીના આનંદનો પાર ન રહ્યો.

ડૉક્ટર મહેતાએ કહ્યું : 'સાખીબહેન, આ નર્સ ગણનાને તમે અગાઉ ક્યાંય મળ્યા હો એવું લાગે છે ?'

'ના. મેં એને ક્યારેય જોઈ નથી ! પણ એના પ્રત્યે મારા મનમાં અકારણ જ વહાલ ઊભરાય છે-' સાખીએ કહ્યું.

'સાખીબહેન, આ ગણના તે જ પેલી બીમાર અજાણી છોકરી, જેને તમે બીમાર જોઈ ઘેર લઈ આવ્યાં હતાં અને મને સારવાર માટે બોલાવ્યો હતો અને બીજે દિવસે હું મારી સાથે શહેર લઈ ગયો હતો.. ગણનાનાં ગરીબ મા-બાપ ગુજરી જતાં એ અનાથ બની ગઈ હતી. નવરાત્રિના એ દિવસોમાં જો તમે તેને બીમાર હાલતમાં ઘેર લાવ્યાં ન હોત તો એ બાપડી કમોતે મરત ! એની કરુણ કહાણી જાણ્યા બાદ મેં ગણનાને ઉછેરીને ભણાવી-ગણાવી તૈયાર કરી અને એની રુચિ મુજબ તેને નર્સિંગનું શિક્ષણ અપાવ્યું છે ! હવે યાદ આવ્યું એ બધું ?'

'હા, ડૉક્ટરસાહેબ ! દીકરી, હું તને ન ઓળખી શકી, પણ તું મને ઓળખી ગઈ અને મારું ઋણ ફેડવા રાત-દિવસ ઉજાગરા કર્યા ! ખરું ને બેટા ?' સાખીને ગળે ડૂમો ભરાઈ આવ્યો.

ગણના સાખીની કોટે વળગી પડી અને સાખી વહાલથી તેના ગાલ પર ચૂમીઓનો વરસાદ વરસાવવા લાગી... ડૉક્ટર મહેતા પણ ગદ્ગદ થઈ ગયા ! મનોમન વિચારવા લાગ્યા, મા જગદંબા કેવાં કેવાં રૂપે આપણી સમક્ષ પ્રગટી સેવાનો મોકો આપતી હોય છે ! તે દિવસે નવરાત્રિમાં અંબાએ બીમાર બાલિકા વેશે પોતાને અને સાખીને સેવાની તક આપી હતી એ વાતનો ડૉક્ટર અને સાખીને અત્યંત આનંદ હતો !

❑

૨૫. મેં નવો 'જન્મ' ધારણ કર્યો છે.

ત્યારે હું આઠેક વર્ષનો હતો... જીવન અને મૃત્યુની ફિલસૂફી મારા 'બાળમાનસ'માં ઊતરે પણ ક્યાંથી ? હા, એટલી મને ખબર હતી કે મારી મમ્મી બીમાર છે એટલે પહેલાંની જેમ મને સાચવી શકતી નથી.

હવે મારે શાળાની બૅગ જાતે જ તૈયાર કરવી પડે છે... 'લંચબૉક્સ' કામવાળી ગંગાની સમજણ અને વિવેકનો વિષય બનવાને કારણે નાસ્તો તાજાપણાને ભૂલવા લાગ્યો હતો. હવે દરવાજા સુધી મને 'આવજે બેટા' કહેવા માટે કોઈ આવતું નથી ! મારો ગાલ એક મીઠી ચૂમીનો પુરસ્કાર માગવાના અધિકારથી સાવ વંચિત છે...

હું ધારત તો મારા પપ્પા પાસે એવું સુખ માગી શકત, પણ મારા પપ્પા સાવ 'ઓછાબોલા'. સ્કૂલે જતા મને 'આવજે દીકરા' એટલા શબ્દો ઉચ્ચારતાં સંકોચ અનુભવતા હતા. કોણ જાણે કેમ, તેઓ મારી મમ્મી જેવું વહાલ દેખાડવામાં ઊણા હતા, એવું મને લાગતું હતું !

અને એક રાત્રે મારે માટે વાત્સલ્ય વર્ષાથી અહર્નિશ ભીંજાવાના મારા અધિકારથી સદા માટે વંચિત બનવાની ઘડી આવી પહોંચી. કૅન્સરની ભયાનકતા મારી મમ્મીને ભરખી જવા તત્પર બની હતી... મમ્મીએ મને પોતાની પાસે બોલાવીને કહ્યું હતું : 'બેટા, તારા પપ્પાને સાચવજે.' અને એણે પાર્થિવ જગતને અલવિદા કરી હતી. મૃત્યુ પહેલાં મમ્મીએ બતાવેલો વિવેક હું આજે પણ ભૂલી શક્યો નથી. સ્ત્રીઓ અવસાન અગાઉ પોતાના સંતાનની દરકાર રાખવાની વિનંતી પોતાના પતિ સમક્ષ અંતિમ આરજૂરૂપે વ્યક્ત કરતી હોય છે... ક્યારેક ફરી લગ્ન કરી સુખી થવાની સલાહ આપતી હોય છે... તો ક્યારેક ભાવનાશીલ પતિ પોતે ફરીથી 'લગ્ન નહીં કરે'નું વણમાગ્યું વચન પોતાની પત્નીને આપતા હોય છે. એમાં પ્રતિજ્ઞાઓની

કઠોરતા કરતાં લાગણીના ઝરણાનો નાદ જ કેન્દ્રસ્થાને હોય છે, પણ મારી મમ્મીએ પપ્પાને સાચવવાની જવાબદારી સોંપીને મને કર્તવ્યનો બોધ આપ્યો...

કામવાળી બાઈ ગંગા મારી અને પપ્પાની કાળજી લેતી. સમયસર ભોજન કરાવતી અને નાનીમોટી જરૂરિયાતો માટે મારા પપ્પાનું ધ્યાન દોરતી. ઘરનું સંચાલન મમ્મી કરતી હતી એટલે મારા પપ્પા ઘરસંસારથી સાવ અજાણ હતા. તેમને માત્ર પોતાના બિઝનેસ સિવાય બીજું કોઈ પણ કામ ફાવતું નહોતું... એટલે એમને સાચવવાનો મોકો હું સતત શોધ્યા કરતો... મમ્મીના છેલ્લા શબ્દોનું સ્મરણ કરીને જમાનાથી સાવ અજાણ, ભોળા અને સીધાસાદા મારા પપ્પા, હતા પણ સાવ ઓછાબોલા. એમણે ક્યારેય મારી સામે હૈયું ખોલ્યું નહોતું... દરરોજ મૂંગા મોઢે મારા માથા પર હાથ મૂકીને થોડી વાર જોઈ રહેતા હતા... અને પછી પોતાની ઑફિસે ચાલ્યા જતા...

અને મારા સૂના જીવનમાં આગમન થયું હેલીનું... હેલીનો બંગલો મારા બંગલાને અડોઅડ હતો. હું અને હેલી એક સ્કૂલમાં ભણતાં હતાં. મમ્મીનું અવસાન થયું અને થોડા દિવસ હું સ્કૂલે ન ગયો એટલે એક દિવસ હેલી મારા ઘરે આવી ચઢી... તમે આંધી જોઈ છે ને ? બસ તો તો તમે હેલીના સ્વભાવની કલ્પના તરત જ કરી શકશો. હેલી એક આંધી હતી, એક તોફાની પવન, એક ઊછળતું મોજું, એક કડાકા કરતી વીજળી... તમે કહેશો કે હેલી માટે વખાણના એકસામટા આટલા બધા શબ્દો શા માટે વાપરી દીધા ? હા, એનું વ્યક્તિત્વ જ એવું હતું... એની મસ્તી અને અલ્લડપણું જોઈને હું પણ આનંદમાં આવી જતો... અને મેં હેલીનું... મારી 'બાળસંગિની'નું ઉમળાકાભેર સ્વાગત કર્યું હતું. મારાં રમકડાંનો પચાસ ટકા ભાગ મેં હેલીને આપી દીધો હતો... અને મારા ઘરે રમવા આવવાનો હેલીએ નિત્યક્રમ બનાવી દીધો હતો...

હેલીની અવર-જવર મારે ઘેર શરૂ થઈ જતાં મને ઘર ભર્યુંભર્યું લાગતું હતું. મને ખુશ જોઈ મારા પપ્પા પણ ખુશ થઈ જતા હતા. તેમનો પ્રેમાળ હાથ મારા અને હેલીના માથે ફરતે રહ્યો... અને વર્ષો વીતતાં જ ગયાં.

એક ડઝન વસંત અને એક ડઝન શરદ... હું ભણી-ગણી એક એન્જિનિયર બન્યો અને હેલી આર્ટ્સ ગ્રેજ્યુએટ... એનું મોહક વ્યક્તિત્વ, આગવી છટા અને છતાંય સૌજન્યની ખુશબો... આ બધું મારે મન મહામૂલા ખજાના જેવું હતું. હું અને હેલી અભિન્ન મિત્રો બની ચૂક્યાં હતાં, પણ હેલી સાથેના સંબંધને મેં મર્યાદામાં જ બાંધી રાખ્યો હતો... હેલીને સંગીતનો શોખ હતો... એટલે મારે ઘેર આવીને સીડીમાં કેદ કરેલાં ગીતો સાંભળે; હેલી પપ્પાજી પાસે પણ બેસે, એમના ખબરઅંતર પૂછે... તેમની સાથે ધર્મ-કર્મની ચર્ચા પણ કરે... હેલી બોલવામાં પાવરધી હતી, એટલે એણે પપ્પાનું મન જીતી લીધું હતું... ગૃહસંચાલનમાં એ બાઈ ગંગાને પણ મદદ કરતી.

હજી મને હેલીના શબ્દો યાદ છે : 'સાત્ત્વિક, તને એમ નથી લાગતું ને કે હું અહીં તારે ઘેર રોજ આવીને લપ કરું છું ? તું એમ ન માની લેતો કે હું આ ઘર પાસેથી કશુંક વસૂલ કરવા આવી છું'

ત્યારે મેં તેને કહ્યું હતું : 'હેલી, નેક અતિથિઓ હંમેશાં માગવા નહીં, પણ કશુંક આપવા પણ આવતા હોય છે. અને માગી-માગીને તું મારી પાસે શું માગવાની હતી ? મારા સૂના કાંડા પર રાખડી બાંધીને... વહાલસોયા ભાઈનો સંગાથ જ ને !... જા, તારી ઇચ્છા પૂરી થશે.' અમારી આવી વાતો સાંભળીને પપ્પાજી પણ હેલીને પાસે બેસાડીને કહેતા : 'બેટા, તારા જેવા અતિથિઓ આવતા હોય તો એક નહીં, ભલે એક હજાર આવે. બાકી જમાનો તો ચેતીને ચાલવાં જેવો છે. અને મારા સાત્ત્વિકને ઝાઝી લપછપ ગમતી નથી, એટલે ક્યારેક એ તને અતડો પણ લાગતો હશે.'

અને ત્યારથી હેલીને અમારા ઘરમાં આવવાનો અબાધિત મળી ગયો હતો.

પણ કોણ જાણે કેમ, મને સતત લાગ્યા કરતું હતું કે, હેલીના 'ભ્રાતૃપ્રેમ'માં ભગિનીની હૂંફ અને નિર્દોષતાનો રણકાર નથી. મારે કયું શર્ટ પહેરવું, કયા બૂટ પહેરવા, કયાં હેરકટ કરાવવા, કેવી હેરસ્ટાઇલ કરવી, કોની કોની સાથે વાત કરવી, કોની સાથે વાત ન કરવી... પિક્ચર પણ તેના સિવાય કોઈ સાથે જોવા ન જવું...' આવાં બંધનો કોઈ બહેને પોતાના ભાઈ પર મૂક્યાં હોય એવું બનતું નથી. એટલે હેલી મારી નિકટ આવવાનો

જેટલો પ્રયત્ન કરતી હતી, તેટલો જ હું તેનાથી દૂર જવાની કોશિશ કરતો હતો, કારણ કે લાગણીનાં નીરને ડહોળી નાખવાનું મને ગમતું નહોતું અને તેથી જ હું હેલીની મમ્મીને મળીને તેના માટે યોગ્ય 'જીવનસાથી' શોધી લેવાની પ્રેરણા આપતો હતો... હેલીની મમ્મીની વાત પરથી મને ખબર પડી ગઈ હતી કે હેલીનાં ખ્વાબોમાં હું છું અને હેલી દેખાવ કરે છે જુદો !

હેલીની મમ્મી સાથેની મારી મુલાકાતની વાત તેને કદાચ ખબર પડી ગઈ હશે, એટલે જ એક દિવસ હેલીએ મને એક લાંબોલચ પત્ર લખીને એની લાગણીનું અસલી સ્વરૂપ પ્રગટ કરી દીધું હતું. હું હેલીને કશોક જવાબ આપું એ પહેલાં તો એ પત્ર મૂકીને ભાગી ગઈ હતી... અને મેં પણ તેને ફરી મળવાની કોશિશ ન કરી... હેલીએ મારા ઘેર આવવાનું એકાએક બંધ કરી દીધું... 'કદાચ મારા ઉત્તરની તે રાહ જોતી હશે' એમ માની મેં પણ હેલીને એક પત્ર લખ્યો... કદાચ મારો એ પત્ર વાંચીને હેલી મારા પર ખાસ્સી ચિઢાઈ હશે...

પત્રમાં મેં લખ્યું હતું, 'હેલી, વિધિની વક્રતાએ મને એટલોય મોકો ન આપ્યો કે વિખૂટાં પડવાની પળોએ તારી લાગણીની અદાલતમાં મારો કેસ રજૂ કરી શકું, કારણ કે તું પત્ર મૂકીને ઊભી જ ન રહી. હેલી, દરેક સંબંધની એક શાન હોય છે, નોખું સ્વરૂપ હોય છે અને તેથી જ સંબંધની સીમાઓનું અનુપાલન કરીને આપણે વ્યવહારની રીતો ગોઠવવી પડે છે. મારી મમ્મીના અવસાન પછી મારા એકલવાયા જીવનમાં તેં મારા 'બાળસાથી' તરીકે પ્રવેશ કર્યો અને મારા જીવનની ઝોળીને આનંદથી ભરી દીધી, એ માટે હું તારો સદા ઋણી રહીશ.

હેલી, મેં તારામાં એક લાગણી નીતરતી બહેનનાં દર્શન કર્યાં હતાં... અને તેં પણ એક ભિન્ન દોસ્ત બનીને મને સાથ આપ્યો હતો... પણ તારું વ્યક્તિત્વ આખરે કમજોર સાબિત થયું. તારા દંભની ગંધ મને આવી ગઈ અને તેથી જ મેં દંભનો પડદો ચીરી નાખ્યો છે. હું તને મારી એક અભિન્ન દોસ્ત અને ભગિની તરીકે જોવા ઇચ્છતો હતો, કારણ કે મેં તારી લાગણી મુજબ તને ભગિનીના સિંહાસન પર જ વિરાજિત કરી હતી. લાગણીમાં પાટલીબદલુઓને સ્થાન નથી. તારી પાટલી બદલવાની ચાલ તને ભારે પડી

હોય, તો એમાં મારો શો દોષ ?

હેલી, તું ફરીથી પહેલાંની જેમ જ મારે ઘેર આવી શકે છે. તને ફાવ્યું તે તેં માગ્યું, મને ન ફાવ્યું એટલાનો મેં ઇનકાર કર્યો, પણ એ જ આપણા સંબંધનાં નિર્ણાયક પરિબળો ન બની જવાં જોઈએ. કશુંક બચી રહે છે, એવું કશુંક, જેને મિટાવવાની આપણી તાકાત નથી હોતી, એ છે નિર્મળ અને ઘનિષ્ઠ સંબંધ, જે અંતરના એકાંત ખૂણે સંઘરાયેલો હોય છે. બંધનહીન સંબંધોની પણ એક શાન હોય છે.

હેલી, સંબંધનાં સૂત્રો આપણે કદાચ બહારથી તોડી શકીએ, કારણ કે આપણી પહોંચ બહાર સુધી હોય છે પણ અંદરનાં બંધનો તો અંતિમ-શ્વાસ સુધી અતૂટ રહે છે એક યાદગાર સંભારણું બનીને.

આપણો પરિચય તો ખૂબ જ જૂનો છે. જ્યારે ખરેખર તો મારે એક દોસ્તની જરૂર હતી ત્યારે તેં મારા જીવનમાં પ્રવેશ કર્યો. તેં મારા પપ્પાની, મારા ઘરની બધાંની કાળજી રાખી, તારા આનંદી સ્નેહાળ સ્વભાવે મારું અને મારા પપ્પાનું મન પણ મોહી લીધું.

હેલી, હજીયે મેં તને પરાઈ ગણી નથી, ગણવાનો પણ નથી. પલાયનવાદી બનવા ન માગતી હોય તો હજીયે તારો ભાઈ સાત્ત્વિક તારી સાથે જ છે. લાગણીઓના હોજમાં નહાવા કે તરવા જવાય, ચોવીસ કલાક પડ્યા ન રહેવાય, આટલી સીધી વાત તું કેમ સમજતી નથી ?' અશ્રુભીની આંખે હેલીને લખેલો પત્ર હું આપવા જવા માગતો હતો.

પણ એકાએક કરુણ ક્રંદનના શબ્દો મારે કાને પડ્યા. ઘરમાં જોયું તો પપ્પાજી ગેરહાજર ! કામવાળી બાઈ ગંગાને પૂછ્યું તો એણે મારા પ્રશ્નનો જવાબ આપવાના બદલે છુટ્ટા મોઢે રડવાનું શરૂ કરી દીધું.

મેં ખૂબ જ આગ્રહ કરી એને રડવાનું બંધ કરી સાચી વાત જણાવવા વિનંતી કરી... ગંગાને ગળે ડૂમો ભરાયેલો હતો. એણે ઇશારો કરી મને શાન્ત રહેવા કહ્યું અને પાણીનો ગ્લાસ ગટગટાવી ગઈ.

સાલ્લાના છેડાથી આંસુ લૂછતાં એણે કહ્યું : 'નાના શેઠ, પેલી હેલી'

'હા, હા બોલ, ગંગા, હેલીને શું થયું ?' મારું કાળજું ધક-ધક કરી રહ્યું હતું. 'એણે આપઘાત કરવાની કોશિશ કરી, ઊંઘની પુષ્કળ ગોળીઓ

ગળી ગઈ અને બેભાન બની ગઈ છે ! એટલે એની મમ્મી રડારોળ કરી રહી છે. હમણાં જ એને હૉસ્પિટાલ લઈ જવા માટે ગાડી આવી અને હેલીના પપ્પા એને હૉસ્પિટાલ લઈ ગયા છે... તમારા પપ્પાજી 'મોટા શેઠ' પણ હેલીના પપ્પાજીની સાથે હૉસ્પિટાલ ગયા છે ! હે ભગવાન, એ ભલી-ભોળી છોકરીનું રક્ષણ કરજે ! એ મૂઈને માથે એવા તે શા દુઃખના ડુંગર તૂટી પડ્યા હશે કે મોત એને મીઠું લાગ્યું. મેં તરત જ હૉસ્પિટલનું સરનામું પૂછી મોટબાઇક તે તરફ દોડાવ્યું.

હેલીની ઇમરજન્સી સારવાર ચાલુ હતી... હેલીના પપ્પા મને કોટે બાઝીને બાળકની જેમ રડતા રહ્યા.

ડૉક્ટરના જણાવ્યા મુજબ હેલી હજી ભયમુક્ત નહોતી...

અમે આખી રાત વેઇટિંગ લોન્જમાં બેસી રહ્યા...

ઉજાગરાને કારણે સવારે આંખે એક ઝપકું લઈ લીધું, પણ નર્સે આવીને જગાડ્યા. નર્સને જોઈને અમને ફાળ પડી.

નર્સે કહ્યું : 'તમારું નામ મિ. સાત્ત્વિક ને ? ચાલો, હેલીબહેન ભાનમાં આવી ગયાં છે ! હવે ભયમુક્ત છે અને તમને યાદ કરે છે.'

હેલીના પપ્પા સાથે હું દોડતો દોડતો હેલીને રાખવામાં આવેલા ઇમરજન્સી વોર્ડમાં પહોંચી ગયો !

મને જોઈને હેલીએ સ્મિત વેરતાં કહ્યું : 'સાત્ત્વિક, મનમાં કશી ચિંતા ન રાખશો. તમારી પાસે કશુંક માગવા તમને નથી બોલાવ્યા ! આ જન્મની ઓળખાણ પૂરી કરી મેં નવો 'જન્મ' ધારણ કર્યો છે અને આ નવા જન્મમાં ભગિનીનાં ઘોડાપૂર છે, નિર્મળ લાગણી છે, 'આકર્ષણ નથી, પણ શુદ્ધ ભગિનીપ્રેમ છે. સાત્ત્વિક, માણસના મનને ડગતાં કંઈ થોડી જ વાર લાગે છે ! હું ડગી, પણ તમે ડગ્યા નહિ... 'તું'નો સંબંધ પૂરો થયો અને હવે 'તમે'નો સંબંધ શરૂ થયો છે... તમારી જેમ જવાનીને જાળવે અને જીરવે એવા વીરલા કો'ક' અને મારી આંખમાં અશ્રુનીર ઊભરતા રહ્યાં અને મારે કાને હેલીના શબ્દો પડ્યા, 'ભાઈલા, હવે છાના રહો. તમારી બહેનના સોગંદ !'

❑

૨૬. ઇન્દ્રાનું પ્રાયશ્ચિત્ત

અને ગીર્વાણ ઓટોરિક્ષામાંથી ઊતરી ધીમે પગલે પોતાના કવાર્ટર તરફ આગળ વધે છે. બંગલાનું વાતાવરણ સૂનું-સૂનું લાગે છે. ઑફિસે ફાળવેલો ચપરાસી દેખાતો નથી ! ઇન્દ્રા પણ કદાચ કશીક ખરીદી કરવા ગઈ હશે.

ગીર્વાણ મનોમન વિચારે છેઃ ઇન્દ્રાને માવઠાની જેમ કમોસમે વરસવાની ટેવ છે. એનો સતત વાતનો પ્રયત્ન રહ્યો છે કે ગીર્વણ 'કહ્યાગરો' કંથ બનીને જીવે. લગ્ન પછી એણે પાંચમા જ દિવસે કહ્યું હતું : 'મારો સ્વભાવ અત્યંત ગરમ છે. હું તમને સહન નહીં જ કરું... તમારે મને સહન કરવાની છે ! પિયરમાં હું રાણીની જેમ જીવી છું... તમારા ઘરમાં હું મહારાણી બનીને જ જીવીશ. તમારું કામ કમાવવાનું, મારું કામ ગૃહસંચાલનનું, એ પણ તમારી કશી જ દખલ વગર.

અને ત્યારે ગીર્વાણે કહ્યું હતું : 'ઇન્દ્રા, તું આપણા દામ્પત્યને શરતોની સીમામાં કેદ ન કર. તને હું માન આપીશ, સન્માન પણ આપીશ, પણ એ બધું એકતરફી રહેશે, તો જિંદગી તો ચાલશે, પણ એ રસ-કસ વગરની બની જશે. અને છતાંય હું તને અનુકૂળ થવાની કોશિશ કરીશ, પણ મારી નમ્રતાને તું શોષણનો વિષય ન બનાવીશ. આખરે હું પણ સુપરિન્ટેન્ડિંગ એન્જિનિયર છું ! ઑફિસમાં મારો એક મોભો છે... એને છીનવનારને હું માફ નથી કરતો, પણ તારી વાત જુદી છે... હું પત્ની તરીકે તને પ્રસન્ન રાખવાની કોશિશ કરીશ, પણ તું એને અધિકારનો મુદ્દો બનાવીશ તો દામ્પત્યની મજબૂતીના કાંગરા ખરવા માંડશે. જિંદગીમાં સુખી થવાનો એક જ માર્ગ છે. એને વ્યાખ્યાનના ચોકઠામાંથી મુક્ત રાખી વહેવા દેવી ! બરાબર ને ?'

'હરગિજ નહીં ઇજનેરસાહેબ, નદીને નહેરમાં કેદ કરો એટલે એની મસ્તી ખતમ થઈ જાય ! નારીને નિયમોની નહેરમાં બંધાઈને નહીં, પણ લહેરના પ્રવાહમાં તણાવું ગમે છે, એટલું યાદ રાખજો. જબરજસ્તીને હું હંમેશાં ધિક્કારતી આવી છું' ઇન્દ્રાએ સહેજ છણકા સાથે કહ્યું હતું.

'હવે આપણે ચર્ચા અહીં બંધ કરીએ. દામ્પત્યને 'આચારસંહિતા'માં અટવાવા દેવું એ સાહજિકતાનો છેદ ઉડાડવા સમાન છે.' કહીને ગીર્વાણ બેડરૂમ તરફ ચાલ્યો ગયો હતો. તે દિવસે ઇન્દ્રા ડ્રોઈંગરૂમમાં બેઠી-બેઠી ટેલિવિઝન કાર્યક્રમ નિહાળવામાં પરોવાઈ ગઈ ! ગીર્વાણને શાન્તિની જરૂર હતી એટલે એણે એકાન્તને વધુ પસંદ કર્યું.

ઇન્દ્રા બેઠી હતી ટેલિવિઝન સેટ સમક્ષ, પણ એનું મન પહોંચી ગયું હતું પિયરની ગલીઓમાં...

ગલીને છેડે એક સ્વતંત્ર બંગલો, જેનું નામ પપ્પાજીએ રાખ્યું હતું 'ઉદધિ'. ઇન્દ્રા સમક્ષ ભૂતકાળ તાજો થવા માંડે છે... શાળાના ગુજરાતી વિષય-શિક્ષકે અઘરા શબ્દોના અર્થ શોધી લાવવાનું ગૃહકાર્ય આપ્યું હતું, તેમાંનો એક શબ્દ હતો 'ઉદધિ'

'સર, 'ઉદધિ' તો અમારા બંગલાનું નામ છે' હું એકાએક બોલી ઊઠી હતી.

'તો ઇન્દ્રા, 'ઉદધિ' શબ્દનો અર્થ તારા પપ્પાજીને જ પૂછી જોજે' સરે મને હસતાં હસતાં કહ્યું હતું...

'અને હું શાળાએથી ઘેર પહોંચી હતી. પપ્પાજી હજી ફેક્ટરીએથી પાછા ફર્યા નહોતા એટલે મેં મમ્મીને પૂછ્યું હતું : 'મમ્મી, 'ઉદધિ' શબ્દનો અર્થ શો થાય ? મારા પપ્પાએ આપણા બંગલાનું નામ 'ઉદધિ' કેમ, રાખ્યું છે ?'

પણ મમ્મીએ મૌન ધારણ કર્યું હતું. શું મમ્મીને 'ઉદધિ' શબ્દનો અર્થ ખબર નહીં હોય ?

પણ મને એકાએક યાદ આવ્યું... મમ્મી, પપ્પા કેટકેટલી વાર ઝઘડ્યાં છે ! મહારાજે સુંદર વાનગીઓ બનાવી હોય, પણ પપ્પા આકરા થાય એટલે રાંધ્યાં ધાન રખડી પડે ! મમ્મી મને આગ્રહ કરી જમાડે, પણ મમ્મીને

મૂકીને મને ખાવાનું મન ન થાય ! પપ્પા ગરમ થાય ત્યારે જાણે આગનો ગોળો ! ન મારી એમની પાસે જવાની હિંમત ચાલે, ન મમ્મીની ! આંધી આપોઆપ ક્યારે શમશે એની પ્રતીક્ષા જ કરવાની !

પણ આની સાથે બંગલાના 'ઉદધિ' નામને શો સંબંધ ?... હું મનોમન ગૂંચવાતી.

તે દિવસે પપ્પા ધાર્યા કરતાં વહેલા ઘેર આવ્યા. એમનો મૂડ પારખી ચા-નાસ્તાથી તેઓ પરવાર્યા એટલે મેં પૂછ્યું : 'પપ્પાજી, મારા સાહેબે મને 'ઉદધિ' શબ્દનો અર્થ શોધી લાવવાનું કહ્યું છે. આપણા બંગલાનું નામ પણ 'ઉદધિ' છે ને ? તમે એવું નામ કેમ રાખ્યું પપ્પાજી ?'

પપ્પાજીએ કહ્યું : 'ઇન્દ્રા, ઉદધિ એટલે સાગર. સાગર પાણીને ધારણ કરે છે માટે એ 'ઉદધિ' કહેવાય છે !'

'એ તો ખરું, પણ તમે આપણા બંગલાનું નામ મારી કે મમ્મીના નામ સાથે જોડવાને બદલે 'સાગર' સાથે શું કામ જોડ્યું ?'

અને એકાએક જ પપ્પાનો ચહેરો લાલઘૂમ થઈ ગયો ! એમણે કહ્યું : 'સાગરકિનારે હું તને લઈ ગયો છું... મેં તને ભરતીનાં તોફાની મોજાં દેખાડ્યાં છે ! સાગર ગર્જે છે, સાગર મસ્તીમાં મહાલે છે. મને સાગરની મર્દાનગી ગમે છે ! નમાલો હોય એ પુરુષ ન કહેવાય ! પુરુષત્વ એટલે જ જોમ અને જોશ ! નદી સુકાય, પણ સાગર કદી સુકાતો નથી ! હું સાગર છું, ગરજનારો સાગર. તોફાને ચઢું તો નૌકાને જ નહીં, વહાણને પણ ડુબાડી દઉં ! મારા બંગલાનું નામ એટલે જ મારા સ્વભાવના પ્રતીક તરીકે 'ઉદધિ' રાખ્યું છે ! સમજી ? હવે આગળ બક બક કરવાનું માંડી વાળ અને મને આરામ કરવા દે !'

'બાપ રે ! ખરો આકરો છે પપ્પાનો સ્વભાવ ! પપ્પા જેલર છે કે ઘરના પ્રેમાળ વડા એ જ મને સમજાતું નથી ! બિચારી મમ્મી ! એ તો ચહેરા પર સ્મિત રેલાવાનું જ ભૂલી ગઈ છે ! શું બધા પતિઓ પપ્પાઓ જેવા ક્રોધી અને ઘમંડી હશે ?... ઇન્દ્રાનાં સંસ્મરણોની વણજાર આગળ ચાલે છે.' જેમ જેમ હું મોટી થતી ગઈ, એમ એમ મમ્મી-પપ્પાના રોજરોજના

ઝઘડા જોઈ 'પુરુષો' પ્રત્યેની એક વિચિત્ર ગ્રંથિ મારા મનમાં મજબૂત રૂપ ધારણ કરવા માંડી. કોલેજના યુવા-મિત્રો સાથે હું ઝઘડતી, એમને નફરતની નજરે જોતી ! સ્ત્રીઓના મહાન ગુણોમાં નમ્રતા, સહિષ્ણુતા અને પતિવ્રતાપણાનું નામ સાંભળતાં જ એવા શબ્દો ઉચ્ચારનાર અધ્યાપક સાથે હું વિવાદમાં ઊતરતી અને કહેતી : 'આવા બધા શબ્દોએ જ નારીને છેતરી છે. નમ્રતા, લાજ-શરમ એ બધું શું માત્ર નારીઓએ જ પાળવાનું છે ? પતિવ્રતાપણું જો નારી માટેનો આદર્શ હોય તો પત્નીપણું પુરુષનો આદર્શ ન હોવો જોઈએ ?... નારી અને નર બન્નેની એક જ સાચી ઓળખ અને તે છે ખાનદાનીપણું ! સ્ત્રી-પુરુષે સ્પર્ધા જ કરવી હોય તો ખાનદાનીપણાની અભિવ્યક્તિની સ્પર્ધા કરવી જોઈએ, ખરું ને સર ?'

'તારી વાત તો ખરી છે, પણ સારા વર્તનની પહેલ કરે તે ખાનદાન. નારીને કુદરતે પુરુષથી પણ કેટલાક મહાન ગુણો અર્પ્યા છે એટલે એના તરફ સારાપણાની સમાજની અપેક્ષાઓ વધારે હોય છે... પણ ઇન્દ્રા, મને લાગે છે કે તું પરણીને દામ્પત્યની વ્યાખ્યા જ બદલી નાખીશ. ...' કહીને પ્રોફેસર ચાલ્યા ગયા હતા.

અને મેં નક્કી કર્યું હતું કે મમ્મીને પજવનાર પપ્પાની સામેનો બદલો હું 'પતિ' નામના એક પુરુષને પજવીને જ લઈશ ! મારો જીવનસાથી નમ્ર હશે તો જ બદલો લેવાની મને મજા આવશે...

અને પપ્પાજીએ મને ઘરમાંથી વિદાય કરવાની પૂર્વતૈયારીરૂપે ગીર્વાણને અમારે બંગલે બોલાવ્યો, ત્યારે એનો ચહેરો જોઈને જ મને ખાતરી થઈ ગઈ હતી કે હું એને મારી આંગળીએ નચાવવામાં સફળ થઈશ ! પપ્પાના ઘરમાં મમ્મીએ મને 'રાણી'ની જેમ ઉછેરી છે ! 'દેખેં આગે આગે હોતા હૈ ક્યા'

અને ત્રણ મહિના બાદ હું શ્રીમતી ઇન્દ્રા ગીર્વાણ બનીને મારા ઇજનેર પતિની 'ગૃહસમ્રાજ્ઞી' બનવા સાસરે આવી હતી !

અને મારા 'પજવણીના પ્રયોગો'ની ભૂમિકા રૂપે શરતોની યાદી મેં ગીર્વાણ સમક્ષ રજૂ કરી દીધી હતી ! લગ્ન પછી મને ખબર પડી કે

ગીર્વાણનો સ્વભાવ પણ 'આકરો' છે. ઑફિસમાં એ કોઈનેય ગાંઠતો નથી ! વારંવાર એ ઉપરી અધિકારીઓ સાથે પણ અથડામણમાં ઊતરે છે... પણ મારો સ્વભાવ એનાથી પણ વધુ આકરો છે, એની ગીર્વાણને ખબર છે ! એના આકરાપણાને લીધે દસ વર્ષના અમારા દામ્પત્ય દરમિયાન એણે પાંચ નોકરીઓ બદલી છે ! રહેવા કવાર્ટર્સ કે બંગલો મળે, નોકર-ચાકર-કારની સગવડ મળે, પણ ગીર્વાણ એક જ મિનિટમાં રાજીનામું આપી નોકરી છોડી દે અને ઘેર આવે !

વારંવાર સામાન પૅક કરવાનો અને છોડીને ગોઠવવાને લીધે હું કંટાળતી ગઈ અને ગીર્વાણનો ઊધડો લેતી રહી... પણ વાઘ જેવો ગીર્વાણ ઘરમાં મીંદડી જેવો બની મારો ગુસ્સો ચૂપચાપ સહી લેતો... એનું મને પણ આશ્ચર્ય હતું. 'મારી પુત્રી તૃષ્ણા પણ સ્કૂલો બદલી બદલીને ઉગ્ર બની ગઈ હતી. કદાચ એના મનને 'દૂષિત' કરવામાં 'મા' તરીકેના મારા 'સંસ્કારો' પણ ઊંડે ઊંડે કામ કરતા હશે, પણ મને એ વાતનો ખેદ નહોતો, કારણ કે મારા મનમાં 'પુરુષો' પ્રત્યેની અજ્ઞાત પ્રતિશોધ ભાવનાને રક્ષનારી એક સ્ત્રી તૈયાર થઈ રહી છે, એમ માની હું સંતોષ અનુભવતી ! અને જિંદગીનાં દસ વર્ષ જાતજાતના સંઘર્ષોમાં પસાર થઈ ગયા.'

બજારમાંથી ખરીદી કરીને ઇન્દ્રા પાછી ફરી, ત્યારે ડ્રોઇંગરૂમમાં અંધારું જોઈ ચપરાસી પર મનોમન ક્રોધે ભરાઈ હતી... કાર ન દેખાઈ, એટલે ગીર્વાણ ઑફિસેથી નહીં આવ્યો હોય એમ એણે માની લીધું !

ઝટપટ ડ્રોઇંગરૂમમાં પ્રવેશી એણે લાઈટની સ્વિચ ઓન કરી. ગીર્વાણ માથે હાથ દઈને બેઠો હતો. વગર બોલ્યે ઇન્દ્રા બધું સમજી ગઈ. એણે કહ્યું... 'રાજીનામું નંબર : ૪' ખરું ને ગીર્વાણ ? તને કયા 'ચોઘડિયામાં તારી મમ્મીએ જન્મ આપ્યો હશે કે ક્યાંય તું ટકતો જ નથી ?... હવે તું એકલો નથી ! તારે માથે મારી અને પુત્રી તૃષ્ણાની જવાબદારી છે ! તને ગૃહસ્થીમાં રસ જ ન હોય તો સંન્યાસી બની જા ! કમસે કમ કમાવાની પળોજણમાંથી તો તું મુક્ત થઈશ. અને હજી મારામાં કમાવાની હામ છે. નોકરી કરવામાં હું નથી માનતી, પણ જરૂર પડે તો મને કમાતાં પણ આવડે

છે ! હવે છેલ્લી વૉર્નિંગ... તું રાજીનામું આપીને ઘેર આવીશ તો તને ઘરમાં પેસવા નહીં દઉં. પહેલાંની રાજપૂતાણીઓ યુદ્ધના મેદાનમાંથી ઘેર ભણી આવનાર પતિને જોઈને ઘરના દરવાજા બંધ કરી દેતી ! મારે પણ કર્મક્ષેત્રથી ભાગનાર પતિ માટે એવો જ રસ્તો અખત્યાર કરવો પડશે. નારી અને નોકરી એ બન્નેને જીવની જેમ જાળવે એની ગૃહસ્થી જ નિરાપદ બનતી હોય છે... એટલું પણ મારે તને શીખવવું પડશે ગીર્વાણ ?... ઈંટે પણ મકાનના ચણતરનો માર્ગ મોકળો કરવા પાયામાં ધરબાવાનું પસંદ કરવું પડે છે અને પોતાની કઠોરતા ત્યજવી પડે છે એટલું તો એક ઇજનેર તરીકે તારે યાદ રાખવું જ જોઈએ !'

રાબેતા મુજબ ગીર્વાણે મૌન ધારણ કર્યું હતું... એટલે ઇન્દ્રાએ પણ ગુસ્સો છોડીને જમવાની તૈયારી શરૂ કરાવી હતી. દિવસની ઘટનાઓ ઇન્દ્રાની નજર સમક્ષ ફરી-ફરી તરવરતી હતી; ભોજન બાદ તૃષ્ણા તેના શયનખંડમાં ગઈ અને ઇન્દ્રાએ મહિલા સામયિકનાં પાનાં ઉથલાવવામાં મન પરોવ્યું ! એક લેખ નજરે પડ્યો : તમને કેવો પતિ ગમે ?... ઇન્દ્રા સ્વગત બોલી, આ તે કંઈ ચર્ચાનો વિષય છે ! સીધો જવાબ છે : સ્ત્રીના સ્વભાવને સહન કરી જાણે તેવો !

...અને ઇન્દ્રા બેડરૂમમાં પહોંચી ત્યારે ગીર્વાણ ઘસઘસાટ ઊંઘતો હતો... વળી પાછો ગુસ્સાએ ઇન્દ્રાનો કબજો લીધો : 'છે ને નફ્ફટ માણસ ! નોકરી ગુમાવનારની ઊંઘ હરામ થઈ જાય, પણ આ માણસ પર નોકરી છોડ્યાનું કશું જ દુઃખ નથી ! હું આવું તેની રાહ જોયા વગર નસકોરાં બોલાવવામાં મશગૂલ થઈ ગયો ! હવે નવી નોકરીમાં જોડાયા બાદ નોકરી છોડી દે એટલે અંતિમ ફેંસલો !'

અને આમ-તેમ પડખાં ફેરવી ઇન્દ્રા પણ નિદ્રાધીન થઈ ગઈ !

સવારે ઊઠીને જોયું તો પલંગ પર ગીર્વાણ... ગેરહાજર જણાયો... કદાચ નીચેના ખંડમાં ગયો હશે, એમ માની ઇન્દ્રા નીચે પહોંચી ગઈ ... ટોઇલેટનું બારણું પણ ખુલ્લું હતું. ઘરના દરવાજા તરફ ઇન્દ્રા આગળ વધી... દરવાજો ખુલ્લો હતો... એણે માની લીધું કે ગીર્વાણ કદાચ ખુલ્લી

હવામાં ફરવા ગયો હશે... એકાદ કલાકમાં આવી જશે ! પણ આવવા દો એને ! બારણું ખુલ્લું રાખી ચાલ્યો ગયો, તો એને ઘરની સલામતીનો પણ ખ્યાલ ન રહ્યો ?

...દોઢેક કલાક સુધી ગીર્વાણ પાછો ન ફર્યો, એટલે વળી પાછી ઇન્દ્રા કંટાળીને બેડરૂમમાં ગઈ. એકાએક તેની નજર ટિપોય પર પડેલા કાગળ તરફ ગઈ ! ઊભી થઈને લાઇટ કરી એણે કાગળ હાથમાં લીધો... અક્ષર ગીર્વાણના જ હતા... એણે લખેલી લાંબીલચ ચિઠ્ઠી ઇન્દ્રા વાંચી ગઈ, જેનો સારાંશ હતો, 'ઇન્દ્રા, તેં મને ગૃહસ્થ તરીકે, પતિ તરીકે 'અનફિટ' ગણ્યો છે. એટલે તારા સૂચન મુજબ હું 'સંન્યાસી' બનવા ગૃહત્યાગ કરું છું... ગૃહત્યાગ કરીને મારે 'સાધુ' નથી બનવું, પણ એકાન્ત સ્થળે સ્વાવલંબી બનીને જીવવું છે... દામ્પત્ય શાન્તિનું દુશ્મન બને ત્યારે એનાથી ફંટાઈને જીવવું એ જ એકમાત્ર રસ્તો છે ! છેડાગાંઠણ સમાજની સાક્ષીએ થાય છે, પણ 'ગાંઠ' છોડવાનો નિર્ણય તો માણસ એકલો જ લેતો હોય છે ! તું તારી રીતે જીવ, હું થાકીશ કે હારીશ તો પાછો આવીશ, ત્યાં સુધી આપણા સંબંધને 'કોલ્ડ-સ્ટોરેજ'માં મૂકી રાખીએ એમાં જ ડહાપણ છે !'

અને ઇન્દ્રાએ તૃષ્ણાને જગાડીને એના પપ્પાની ચિઠ્ઠી એના હાથમાં મૂકી હતી... તૃષ્ણાએ આખી ચિઠ્ઠી ધ્યાનથી વાંચી હતી... ઇન્દ્રાએ માન્યું હતું કે અમને એકલાં મૂકીને ભાગી જનાર ગીર્વાણ પ્રત્યે તૃષ્ણા રોષે ભરાશે અને પપ્પા વિશે કડવાં વેણ ઉચ્ચારશે...

પણ તૃષ્ણા એકાએક જ ધ્રુસકે ધ્રુસકે રડી પડી હતી. એણે કહ્યું હતું : 'મમ્મી, તને ન માતા બનતાં આવડ્યું, ન પત્ની બનતાં ! મને અહંકારી બનાવવામાં પણ તારો ફાળો છે અને પપ્પાના ગૃહત્યાગમાં પણ તારા સ્વભાવની વક્રતાનો જ હાથ છે. મમ્મી, સ્ત્રી તરીકે આપણે જગતને નહીં ઠારીએ તો બીજું કોણ ઠારશે ? હું તને ક્યારેય માફ નહીં કરું મમ્મી ?' અને ઇન્દ્રાને લાગ્યું કે જાણે હજારો વીંછી એને એકસામટા ડંખ મારી રહ્યા છે. 'ગીર્વાણ, હું તને શોધી કઢીશ, કદાચ એ જ મારું પ્રાયશ્ચિત્ત હશે !'

❑

૨૭. વિરલ વ્યક્તિત્વ

'હાશ ! આપણી દીકરી તુલા માટે આપણા ઘરને શોભે તેવું સાસરું મળ્યાનો આનંદ છે.'

'હાસ્તો ! આપણી તુલા તો ગાય જેવી ગભરુ છે. એને દુનિયાદારીનો કશો જ ખ્યાલ નથી ! ખોટની દીકરી છે, અને મા તરીકે મેં પણ એનાં લાડકોડમાં કશી ખામી રહેવા દીધી નથી ! માનો ખોળો એ દીકરી માટે ઘડતરશાળા છે, પણ વધારે પડતી સખ્તાઈએ ખોળાને 'નડતરધારા' ન બનાવી દે એ પણ માતાએ જોવું જોઈએ. આપણી તુલા ભાગ્યશાળી છે કે ભોળા શંભુ જેવા એને પપ્પા મળ્યા છે' તુલાની મમ્મી વાત કરતાં-કરતાં ભાવુક બની ગયાં.

જીવનસંધ્યાનો એ સમય હતો. પ્રસન્નરાયને નાનાજીની એટલી સંપત્તિ વારસામાં મળી હતી કે આખી જિંદગી એમણે બેઠે-બેઠે ખાધું તોય ચોથા ભાગનીયે ખર્ચાઈ નહીં.

દામ્પત્યનાં પંદર વર્ષ વીતી ગયાં છતાં પત્નીનો ખોળો ખાલી રહ્યો... પણ ઈશ્વરે દીકરીને જન્મ આપીને તેમને ન્યાલ કરી દીધા એટલે તેમની પ્રસન્નતાનો પાર ન રહ્યો. પુત્રીને જન્મ આપનાર પત્નીને પણ સંતાનની જેમ જાળવી. 'પતિપણા'નો લેશમાત્ર ચસકો નહીં, પત્નીનું ગૌરવ સાચવવામાં કદાપિ પાછી પાની નહીં ! પ્રસન્નરાય ચાનો પહેલો ઘૂંટડો પોતાની પત્નીને પીવડાવે, પહેલો કોળિયો પણ પત્ની ભરે, પછી જ પોતે જમવાનું શરૂ કરે... તેઓ કહેતાં : 'સુવાર્તા, ભગવાને આપણને જિંદગી માણવા આ ધરતી પર મોકલ્યાં છે, કંકાસ કરવા નહીં. પત્નીને નારાજ કરવી એટલે પરમેશ્વરને નારાજ કરવા... અર્ધનર-નારીશ્વર એ તો

દાંપત્યના આદર્શનું પ્રતીક છે... નરમાં નારીત્વ-કોમળતા જળવાય તો જ કટુતામાં ઓટ આવે અને નારીમાં નરની કર્મઠતા જન્મે તો જ સ્વાવલંબનની ખુમારી પ્રગટે... દામ્પત્ય એ સંગ્રામસ્થળ નથી, સદ્દ્ભાવસ્થળ છે. હકની તલવારો વીંઝાય એટલે સુખનું મસ્તક સૌથી પહેલાં વધેરાય. સુવાર્તા, મારે તને પતિ, પુત્ર, મિત્ર અને સેવક બધાં જ સુખોના ઉત્તમ અંશો અર્પિત કરવાં છે... હું આપતાં નહીં થાકું, જોજે, તું લેતાં ન થાકતી, તેં તુલાને જન્મ આપીને મને સૌથી મોટું વરદાન આપી દીધું છે.' આવો હતો પ્રસન્નરાયનો પત્નીપ્રેમ.

મેઘ અનરાધાર વરસે તો કઈ ધરતીમાં લીલાછમ રહેવાની ઊર્મિ ન પ્રગટે ? ફોગટ ગડગડાટ અને વીજળીના કડાકાવાળાં વાદળાં કદાચ આકાશ નિભાવી લે, પણ માનવને તો ગમે છે મન મૂકીને વરસનારાં વાદળાં !

અને પ્રસન્નરાય મન મૂકીને વરસનારું વાદળ હતા અને સુવાર્તા એ વાદળને હરખભેર ઝીલીને પરિતૃપ્ત થનારી ભોમકા હતી !

'બેટા, તુલા, અમે તારે માટે એક છોકરો જોઈ આવ્યાં છીએ. ચિંતા ન કરતી, અમારે અમારી કશી ઇચ્છા તારી પર લાદવી નથી ! મા-બાપને સંતાનની જિંદગીનો કાચો નકશો દોરવાનો હક છે, પણ એને મનગમતો આકાર આપી સોહામણા રંગો પૂરવાનો અધિકાર તો સંતાન હસ્તક જ રહેવો જોઈએ. દીકરી, અમે તો પાનખરનાં થાકેલાં પંખી છીએ એટલે જ તારાં આશા-અરમાનનો રખેવાળ બને એવા જીવનસાથીના હાથમાં તને સોંપવા ઇચ્છીએ છીએ, અલબત્ત, તારી મંજૂરીની આખરી મહોર સાથે ! દીકરી ભલે આંસુ સાથે પિયરવાટ છોડે. સાસરવાટેથી ભીની આંખ લઈ પિયર આવે તો સાસરિયા અને બન્નેનું પુણ્ય નષ્ટ થઈ જાય ! હું નથી ઇચ્છતો કે...' તુલાના પપ્પાજી રડી પડ્યા.

'અરે, હજી તો તુલાની સગાઈ પણ પાકી નથી થઈ, ત્યાં લગ્નજીવનની વ્યાખ્યા કરવા માટે તમે નકામા દોડી ગયા. તુલા લાડકી છે, પણ 'બિચારી' નથી, આપણો ઉછેર એને પોમલી બનાવવા માટે નહીં,

પણ પ્રબળ બનવા માટે ઉપયોગી બનવો જોઈએ. લાડ ઠરવા માટે અને બીજાને ઠારવા માટે પ્રયોજાવો જોઈએ. તુલા, તારા પપ્પાજી તો સંસારમાં ભૂલો પડેલો દેવદૂત છે... એમની પત્ની બનવું એ પણ લહાવો છે અને દીકરી બનવું એ તો એનાથી પણ મોટો લહાવો છે, ખરું ને બેટા ?' સુવાર્તાએ તુલાના ગાલ પર મીઠી ચૂમી ભરતાં કહ્યું.

'હા, મમ્મી' કહી તુલાએ મમ્મીની વાતને અનુમોદન આપ્યું... પણ એનાથી વધુ એક પણ શબ્દ એ બોલી નહીં અને પોતાના શયનખંડમાં ચાલી ગઈ !

પ્રસન્નરાય ભલા-ભોળા હતા, પણ ભોટ નહોતા. એમણે સુવાર્તાને કહ્યું : 'આવી આનંદની વાત આપણે તુલા સમક્ષ કરી, પણ એની આંખ અને વાણીમાં મને ઉમળકાનો અણસાર ન વર્તાયો... કદાચ મારું આ અર્થઘટન ખોટું હોય. હું કોઈને છેતરતો નથી એ સાચું છે, પણ હું સહેલાઈથી ભોળવાઈ જાઉં એટલો ભોટ પણ નથી ! જીવનની તમામ લિપિઓ ઉકેલવાની કોઠાસૂઝ એટલે જ સંધ્યાકાળ !'

'હવે મૂકોને બધી ખણખોદ. હજી તો આપણે તુલાનો વિવાહ પાકો કર્યો જ નથી ! મને મારી તુલામાં વિશ્વાસ છે... પોતાનો પગ કૂંડાળામાં જાણી જોઈને પડવા દે એવી બુદ્ધુ મારી દીકરી નથી જ નથી !' - સુવાર્તાએ પોતાનો શ્રદ્ધાભાવ વ્યક્ત કર્યો.

'તથાસ્તુ. આપણે બીજું જોઈએ પણ શું ? તું સાચી પડીશ તો એને મારી હાર નહીં, પણ આપણા બન્નેની જીત જ ગણીશ... બરાબર ?' પ્રસન્નરાયે વાતને સુંદર વળાંક આપતાં કહ્યું.

'પપ્પાજી, હું એલએલ.એમ. કરવા ઇચ્છું છું... એટલે હમણાં કશી ઉતાવળ ન કરશો...' તુલાએ પંદરેક દિવસ બાદ કહ્યું હતું.

'દીકરી, મને કશી જ ઉતાવળ નથી ! પણ ઈશ્વર આગળ માણસનો કાયદો કે વાયદો ચાલતો નથી ! માણસની ઢળતી વય ધીરજની શત્રુ છે... યૌવન પાસે ઉતાવળ ન હોત અને વૃદ્ધાવસ્થા પાસે ધીરજનો અભાવ ન હોત તો સાંસારિક જીવનનું ચિત્ર કંઈક જુદું જ હોત ! પણ હું મારી

ધીરજના અભાવને તારી આઝાદીના માર્ગનો 'બમ્પ' બનવા નહીં દઉં !... ફેંસલો તારે કરવાનો છે બેટા !' પ્રસન્નરાય તુલાને નારાજ કરવા નહોતા માગતા.

'જુઓ, હું બાપ-દીકરીના આત્મીય સંબંધમાં આડખીલી બનવા નથી ઇચ્છતી, પણ માતૃધર્મ ખ્યાલમાં રાખીને જ બે શબ્દ કહું છું... તમે બન્ને એને અન્યથા ન લેશો. મેં તુલા માટે આપણે જોયેલા યુવક અસ્તેયનું મન પારખી લીધું છે... દિલનો એ ઉદાર છે... એની વાણી અને વર્તનમાં નરી સંસ્કારિતા ઝળકે છે... તુલા લગ્ન બાદ પણ ભણવા ઇચ્છતી હશે તો અસ્તેય એમાં કશી જ દખલ નહીં કરે, એવું મને લાગે છે... છતાં આપણે ફરી એક વાર એને તથા એના પરિવારજનોને મળીને એમના વિચારો જાણી લઈશું. તુલા, અસ્તેયની શોધ એ આરંભ છે, અંત નથી. કન્યા આડેધડ નહીં, પણ સાવધાનીપૂર્વક પધરાવવામાં માનીએ છીએ, પધરાવી દેવામાં હરગિજ નહીં. બસ આટલી ચોખવટથી તને સંતોષ તો થશે ને !' સુવાર્તાએ વહાલથી તુલાનો વાંસો પંપાળતાં કહ્યું હતું...

'મારી વહાલસોયી મમ્મી, ગયા જન્મમમાં મેં તપ કર્યાં હશે, ત્યારે તમારા જેવાં મમ્મી-પપ્પા મને મળ્યાં' કહીને તુલાએ પોતાનું સ્કૂટી ચાલુ કરી મમ્મી-પપ્પાની વિદાય લીધી હતી સાહેલીને મળવા જવા માટે. મમ્મી-પપ્પા પણ દીકરીની નિખાલસતા જોઈને ખુશખુશાલ થઈ ગયાં હતાં.

અને એકાદ મહિના પછી તેઓ અસ્તેયનાં મમ્મી-પપ્પાને મળવા ગયાં હતાં. અસ્તેયે સ્પષ્ટ શબ્દોમાં કહ્યું હતું કે, 'તુલા મને ગમે છે, પણ એથી વધુ મને ગમે છે તમારા બન્નેનું ખાનદાનીભર્યું વર્તન. લક્ષ્મીને તમે વસાવી નથી, પચાવી છે. એટલે જ તમારામાં લક્ષ્મીવાન હોવાનું ઘમંડ નથી ! પુત્ર પોતાનાં માતા-પિતાના ભરપેટ વખાણ કરતાં થાકતો નથી, પણ પોતાનાં સાસુ-સસરાની ઉદાત્તતાનાં વખાણ કરવામાં કંજૂસાઈ દેખાડતો હોય છે... મારે એવા કંજૂસ નથી બનવું... આપની મહાનતાને મારાં વંદન !'

'દીકરા, અમને પણ તારી સંસ્કારિતામાં શ્રદ્ધા છે... ઈશ્વરે દીકરાની ખોટ પૂરી કરવા જ અમને તારા ઘરને દરવાજે માકલ્યાં છે. તુલાને આગળ

ભણવું છે. એની એ આઝાદીનો રખેવાળ બનવાની જવાબદારી દીકરા, તને સોંપું છું...

'આપ ચિંતા ન કરશો, તુલા કહેશે તેટલાં વર્ષો હું રાહ જોઈશ... પણ પુત્ર તરીકેનો મારો હક આપે આજથી જ સ્વીકારવો પડશે...' અસ્તેયે કહ્યું હતું.

'દીકરા, સમયનાં વાજાં સમયે વાગે એમાં જ ઔચિત્ય છે... સંબંધને નીવડવાનો મોકો તો આપણે આપવો જ જોઈએ ને !' અસ્તેયના પપ્પાએ ઠાવકાઈપૂર્વક કહ્યું હતું...

'કોઈ વૃદ્ધના ધર્મપુત્ર બનવા માટે મુહૂર્ત કે લાઇસન્સની જરૂર નથી પડતી. તુલા સાથે લગ્ન થતાં હું જમાઈ બનવાનો અધિકાર પ્રાપ્ત કરીશ, પણ આવાં સજ્જન વૃદ્ધ દંપતીને લાગણીથી ભીંજવવાં એ પણ જીવનનો સત્તરમો સંસ્કાર છે, જેને શાસ્ત્રોનાં પોથી-પુસ્તકોમાં સ્થાન આપવામાં આવ્યું નથી... બસ, આ ચર્ચાને આપણે અહીં પૂર્ણવિરામ આપીએ.' અસ્તેયે કહ્યું હતું... અને અસ્તેયને પુત્રવત્ આશીર્વાદ આપીને તુલાનાં મમ્મી-પપ્પા વિદાય થયાં હતાં.

ત્યાર બાદ પંદરેક દિવસે અસ્તેય તુલાનાં મમ્મી-પપ્પાને મળવા આવતો, પણ તુલા સાથે લાંબી વાતચીતમાં ઊતરતો નહીં. તુલા સાથે બહાર ફરવા જવાની પણ ફરમાઈશ કરતો નહીં. એનો સંયમ અને સંબંધ વિશેની સમજણ જોઈ તુલાનાં મમ્મી-પપ્પા ગદ્ગદ થઈ જતાં... તેઓ કોઈ પણ ભોગે અસ્તેયને ખોવા માગતાં નહોતાં...

પણ એમને અવશ્ય એ વાતની ચિંતા રહેતી કે, તુલા અસ્તેય સાથે ખુલ્લા મને વાત નથી કરતી ! કદાચ તુલાનો 'ઠંડો પ્રતિભાવ' અસ્તેયના મનને ઉદાસ બનાવીને અન્યથા વિચારવા તો નહીં પ્રેરે ને ?

...પણ અસ્તેયના નિયમિત આવવા-જવામાં કશો ફરક નહોતો પડ્યો... એણે તુલાના એલએલ.એમના અભ્યાસ વિશે પણ કશી જ પૂછપરછ નહોતી કરી... ઘણી વાર તો એને મમ્મી-પપ્પા પાસે એકલો મૂકીને તુલા કોઈ બહાનું કાઢી બહાર જતી રહેતી. તુલાનું આવું મનસ્વી વર્તન

એનાં મમ્મી-પપ્પાના મનમાં શંકા પેદા કરતું... પણ દીકરી પ્રત્યેની શ્રદ્ધા એમને મોં ખોલવાની છૂટ આપતી નહોતી...

એક દિવસ તુલા મોડે સુધી ઘેર ન આવી એટલે પ્રસન્નરાય ચિંતિત હતા. એની સાહેલીઓના ફોન નંબર જાણવા એમણે તુલાના સ્ટડીટેબલનાં ડ્રોઅર ખોલીને સરનામાની ડાયરી શોધવા પ્રયત્ન કર્યો... એકાએક જ એમની નજર ડાયરી નીચેના એક ફોટા અને એની સાથેના પત્ર પર પડી. પત્રમાં તુલાએ દર્શાવેલું નામ તેના સહાધ્યાયી સંપર્કનું હતું. તુલાએ પત્રમાં લખ્યું હતું કે 'એલએલ.એમના અભ્યાસને બહાને પોતે પોતાનાં મમ્મી-પપ્પા અને જેની સાથે પોતાની સગાઈની વાત ચાલે છે એ અસ્તેયને છેતરી રહી છે, પણ અસ્તેયને છેતરવાથી મોટું કશું પાપ હોઈ શકે નહીં... આપણી નિકટની દોસ્તી પર હવે પૂર્ણવિરામ મૂકીએ... અસ્તેય મારા પતિ ઉપરાંત મમ્મી-પપ્પાના અભિન્ન પુત્રની લાયકાત ધરાવે છે... તું મને પામવા ઇચ્છે છે અને અસ્તેય મારા સહિત મારા પરિવારને. અસ્તેયનું પલ્લું અત્યંત ભારે છે ! એક નેકદિલ યુવાનનો સંગ ગુમાવવા મારું હૃદય મને પરવાનગી આપતું નથી... અલવિદા.'

...અને પ્રસન્નરાયના હૃદયનો ભાર હળવો થઈ ગયો હતો...

પ્રસન્નરાય નિખાલસ હતા એટલે તુલા અંગેની કશી વાત છુપાવવા માગતા નહોતા... તુલા મોડી રાત્રે આવીને પોતાના શયખંડમાં ચાલી ગઈ હતી અને બીજે દિવસે વહેલી સવારે પોતાના સખીવૃંદ સાથે પિકનિક પર જવા નીકળી ગઈ હતી.

તે દિવસે સવારે અસ્તેયને એકાએક આવેલો જોઈ સુવાર્તાદેવી તથા પ્રસન્નરાયને આશ્ચર્ય થયું હતું... અસ્તેય કશું બોલે એ પહેલાં જ પ્રસન્નરાયે તુલાએ સંપર્કને લખેલો પત્ર તેના હાથમાં મૂક્યો હતો...

અને પ્રસન્નરાયના હાથમાં અસ્તેયે બીજો એક પત્ર મૂકતાં કહ્યું હતું : 'કોઈક ઈર્ષ્યાળુએ તુલાના ચારિત્ર્ય અને સંપર્ક સાથેના તેના નિકટના સંબંધો દર્શાવતો પત્ર મને લખ્યો છે, એ હું આપના હવાલે એટલા માટે કરું છું કે તુલા વિશે કશી હલકી વાતો હું ધ્યાનમાં લેવા માગતો નથી ! પત્ર વાંચીને

ફાડી નાખજો... તુલાને કશી વાત પણ ન કરશો... એને મારાથી ફંટાઈને ચાલવાનો પણ અધિકાર છે. એને કારણે આપણા સંબંધમાં કે તુલા પ્રત્યેની લાગણીમાં કશો ઘટાડો નહીં થાય ! મેળવવું અને ગુમાવવું, મેળવેલાને કસોટીની સરાણે કસવું એ બધા સૃષ્ટિક્રમોનો માણસે ઉદારતાપૂર્વક સ્વીકાર કરવો જ જોઈએ.'

'દીકરા અસ્તેય, તુલાનો આ પત્ર વાંચીને તું મને પાછો આપ એટલે હું તેને તુલાના ટેબલના ખાનામાં મૂકી દઉં ! પુત્રીનો ખાનગી પત્ર મેં વાંચીને પાપ કર્યું છે એ કબૂલ, પણ એના શુદ્ધ અંતઃકરણને તારો ન્યાય મળશે, એ પણ એક પુણ્યકાર્ય જ છે ! માણસની ચતુરાઈ હાથમાં આવેલી પુણ્યની ક્ષણોને પાપ સાથે જોડીને કેવી અવળચંડાઈ કરતી હોય છે ! મારે એવા પાપાચારમાં નથી પડવું !'

અસ્તેયે તુલાનો પત્ર વાંચી પ્રસન્નરાયના હાથમાં મૂકતા કહ્યું : 'તુલાને મેં શ્રદ્ધાની આંખે નીરખી છે અને સદાય શ્રદ્ધાની આંખે જ નીરખવાનો છું... શ્રદ્ધાનાં પારખાં ન લેવાય. એમ કરવાનો પ્રયત્ન બે વ્યક્તિનાં જીવનમાં એવી તિરાડ ઊભી કરે છે, જેને જોવા માટે પ્રેમનો દેવતા પણ ઊભો રહેતો નથી ! આપ પત્રને તુલાના ટેબલના ખાનામાં મૂકી દો ! બાકી બધી ચિંતાઓ ભગવાનને સોંપી દો !'

અને પ્રસન્નરાયે અસ્તેયને ભેટતાં કહ્યું હતું : 'આજના કળિયુગમાં પણ હજી સતયુગનો યુવાન હયાત છે. તને વંદન કરવાનું મન થાય છે. દીકરા, પણ મારી વયનો આદર કરી તું મને રોકીશ...'

'આપની વાત સાચી છે પપ્પાજી, દીકરાને નમન નહિ, વાત્સલ્યની વર્ષાથી ભીંજવવામાં જ સંબંધનું ગૌરવ છે ! સંબંધનું ગૌરવ હું ક્યારેય નહીં ચૂકું !'

અને અસ્તેયે વિદાય લીધી હતી... અને તુલામાં પણ એક નવી અતુલ્ય નારીનો ઉદય થયો હતો, અસ્તેય જેવા પવિત્ર યુવાનના જીવનમાં શુદ્ધ લાગણીની સરિતા બનવા માટે.

□ □ □